பண்டைத் தமிழர்
வாழ்வும் வழிபாடும்

பண்டைத் தமிழர் வாழ்வும் வழிபாடும்

க. கைலாசபதி (1933-1982)

தமிழின் தலையாய மார்க்சிய இலக்கிய விமர்சகராக மதிக்கப்படும் கைலாசபதி, மலேசியாவின் கோலா லம்பூரில் பிறந்தவர். தாய்: தில்லைநாயகி; தந்தை: இளையதம்பி கனகசபாபதி.

கோலா லம்பூரில் தொடக்கக் கல்வி பயின்ற கைலாசபதி, இரண்டாம் உலகப் போரின் முடிவில் சொந்த ஊரான யாழ்ப்பாணம் திரும்பினார். யாழ்ப்பாணம் இந்துக் கல்லூரியில் இடைநிலை படித்த காலத்தில் மு. கார்த்திகேசன் தொடர்பினால் மார்க்சியத்தின்பால் ஈர்க்கப்பட்டார். பின்னர் கொழும்பு ராயல் கல்லூரியிலும் பேராதனைப் பல்கலைக் கழகத்திலும் படித்தார். பட்டம் பெற்றதும், 1957இல் கொழும்பு *தினகரன்* நாளிதழில் உதவியாசிரியரானார். 1958 முதல் 1961 வரை அதன் ஆசிரியராகக் கைலாசபதி இருந்த காலத்தில் *தினகரன்* ஈழத்து இலக்கியச் சூழலில் பெருந்தாக்கத்தை ஏற்படுத்தியது; முற்போக்கு இலக்கிய இயக்கம் காலூன்றுவதற்கும் காரணமானது. 1961இல் பேராதனைப் பல்கலைக்கழகத்தில் ஆசிரியப் பணியைத் தொடங்கிய கைலாசபதி, 1963இல் இங்கிலாந்தின் பர்மிங்ஹாம் பல்கலைக்கழகத்தில் சேர்ந்து, புகழ்பெற்ற மார்க்சிய அறிஞர் ஜார்ஜ் தாம்சன் மேற்பார்வையில் பிஎச்.டி. பட்டம் பெற்றார். இந்த ஆய்வேட்டை ஆக்ஸ்போர்டு பல்கலைக்கழகப் பதிப்பகம் நூலாக வெளியிட்டது. 1966இல் இலங்கைக்குத் திரும்பிய கைலாசபதி, பேராதனையிலும் கொழும்புவிலும் பணியாற்றிய பின் 1974இல் யாழ்ப்பாணப் பல்கலைக்கழகம் நிறுவப்பட்டபொழுது அதன் தலைவராகவும் பேராசிரியராகவும் அமர்ந்து, அதன் வளர்ச்சியில் முக்கியப் பங்காற்றினார்.

ஐயோவா பல்கலைக்கழகப் படைப்பெழுத்துத் திட்டத்தின் ஃபெல்லோவாகவும் கலிபோர்னியா (பெர்க்லி) பல்கலைக்கழகத்தின் வருகைப் பேராசிரியராகவும் விளங்கிய கைலாசபதி, சீன அரசின் அழைப்பின்பேரில் சீனாவிற்கும் பயணம் மேற்கொண்டார்.

1982 டிசம்பரில் கைலாசபதி நோயுற்றுக் காலமானார்.

மனைவி: சர்வமங்களம். மகள்கள்; சுமங்களா; பவித்ரா.

கைலாசபதி நூல்கள்

இரு மகாகவிகள் (1962)
பண்டைத் தமிழர் வாழ்வும் வழிபாடும் (1966)
தமிழ் நாவல் இலக்கியம் (1968)
Tamil Heroic Poetry (1968)
ஒப்பியல் இலக்கியம் (1969)
அடியும் முடியும் (1970)
கவிதை நயம் (இணையாசிரியர்: இ. முருகையன்) (1970)
இலக்கியமும் திறனாய்வும் (1972)
சமூகவியலும் இலக்கியமும் (1979)
மக்கள் சீனம்: காட்சியும் கருத்தும்
(இணையாசிரியர்: சர்வமங்களம் கைலாசபதி) (1979)
திறனாய்வுப் பிரச்சனைகள்: க.நா.சு. குழு பற்றிய ஆய்வு (1980)
நவீன இலக்கியத்தின் அடிப்படைகள் (1980)
இலக்கியச் சிந்தனைகள் (1983)
பாரதி ஆய்வுகள் (1984)
ஈழத்து இலக்கிய முன்னோடிகள் (1986)
On Art and Literature (1986)
On Bharati (1987)
சர்வதேச அரசியல் நிகழ்வுகள் பற்றி, 1979–1982 (1992)
நாவலர் பற்றி கைலாசபதி (2005)

க. கைலாசபதி

பண்டைத் தமிழர் வாழ்வும் வழிபாடும்

காலச்சுவடு பதிப்பகம்

அன்பார்ந்த வாசகருக்கு,

வணக்கம்.

காலச்சுவடு நூலை வாங்கியமைக்கு நன்றி.

நூலின் உள்ளடக்கம், உருவாக்கம், அட்டைப்படம் இன்ன பிற அம்சங்கள் பற்றிய உங்கள் கருத்துகளையும் ஆலோசனைகளையும் காலச்சுவடு வரவேற்கிறது. தகவல், எழுத்து, வாக்கியப் பிழைகள் தென்பட்டால் கட்டாயம் தெரிவித்து உதவுங்கள். நூல் தயாரிப்பில் கடும் குறைபாடு இருப்பின் மாற்றுப் பிரதி உங்களுக்குக் கிடைக்கக் காலச்சுவடு ஏற்பாடு செய்யும்.

மின்னஞ்சல்: publisher@kalachuvadu.com

காலச்சுவடு நாகர்கோவில் அலுவலகத்திற்குக் கடிதம் அனுப்பலாம்.

தங்கள்
எஸ்.ஆர். சுந்தரம் (கண்ணன்)
பதிப்பாளர் — நிர்வாக இயக்குநர்

பண்டைத் தமிழர் வாழ்வும் வழிபாடும் • கட்டுரைகள் • ஆசிரியர்: க. கைலாசபதி • © சுமங்களா கைலாசபதி • முதல் பதிப்பு: டிசம்பர் 1966 • காலச்சுவடு முதல் பதிப்பு: டிசம்பர் 2016, ஐந்தாம் பதிப்பு: அக்டோபர் 2023 • வெளியீடு: காலச்சுவடு பப்ளிகேஷன்ஸ் (பி) லிட்., 669, கே.பி. சாலை, நாகர்கோவில் 629001

paNTait tamizar vaazvum vazipaaTum • Essays • K. Kailasapathy • © Sumangala Kailasapathy • Language: Tamil • First Edition: December 1966 • Kalachuvadu First Edition: December 2016, Fifth Edition: October 2023 • Size: Demy 1 x 8 • Paper: 18.6 kg maplitho • Pages: 176

Published by Kalachuvadu Publications Pvt. Ltd., 669, K.P. Road, Nagercoil 629001, India • Phone: 91-4652-278525 • e-mail: publications @kalachuvadu.com • Printed at Clicto Print, Jaleel Towers,42 KB Dasan Road, Teynampet Chennai 600018

ISBN: 978-93-5244-082-5

10/2023/S.No. 759, kcp 4768, 18.6 (5) uss

பொருளடக்கம்

முகவுரை	9
'தெய்வம் என்பதோர் சித்தமுண்டாகி...'	15
அழிவும் ஆக்கமும்	33
வீர வணக்கம்	46
பேய்மகளிர்	58
நாடும் நாயன்மாரும்	76
அறமும் அரசியலும்	107
பேரரசும் பெருந்தத்துவமும்	121
பொய்ம்மையும் மெய்ம்மையும்	165
பொருள் அகரவரிசை	171
நூலாசிரியர் அகரவரிசை	172
நூற்பெயர் அகரவரிசை	174

முகவுரை

இந்நூலில் இடம்பெறும் கட்டுரைகள் பல்வேறு காலங்களில் எழுதப்பட்டன; தனித்தனிக் கட்டுரைகளாக வெளிவந்தவை; எனினும் அவற்றிற்கிடையே ஓர் ஒற்றுமை நிலவுகிறது என எண்ணுகிறேன். பொருளாதார நிலை என்னும் அடித்தளத்தின் மேலேயே கலை, இலக்கியம், மொழி, தத்துவம், சமயம் முதலாய மேற்றளங்கள், அதாவது தத்துவ வடிவங்கள் அமைகின்றன என்னும் நம்பிக்கையே கட்டுரைகளுக்கூடாக இழையோடி அவற்றிற்கு ஒருமைப்பாட்டை அளிக்கின்றது.

பல்கலைக்கழகத்திலே பயின்றபோதும் பின்னர் ஆசிரியனாக அமர்ந்தபோதும் தமிழிலக்கியம், தமிழர் வரலாறு, திராவிடர் நாகரிகம் ஆகியவற்றைப் படிக்கவும் அவை குறித்துச் சிந்திக்கவும் நேர்ந்தது. எமது கலை, இலக்கியம், சமயம் முதலிய துறைகள் பற்றி எழுதுவோரிற் பெரும்பாலானோர் அவற்றிற்கும் சமுதாயத்திற்குமுள்ள பிணைப்பை வற்புறுத்துவதில்லை; அல்லது வேண்டுமென்றே கூறுவதில்லை. இந்நிலையில் மாணவருக்குப் பயன் படுமெனக் கருதி அவர்கள் வெளியிடும் ஏடுகளிலே அவ்வப்போது சில கட்டுரைகள் எழுதி வந்தேன். எளிமையாக எழுதவும் முயன்றிருக்கிறேன்.

என்னைப் பொறுத்தவரையில் இக்கட்டுரைகள் பரிசீலனைகளே. இத்துறைகளில் இன்னும் விரிவாகவும் ஆழமாகவும் ஆராய்ந்து எழுத வேண்டும் என்பது என் அவா.

தமிழிலக்கியம் கற்பிப்பவன் என்ற காரணத்தால், பெரும்பாலான கட்டுரைகளிலே 'இலக்கியச் சார்பு' தென்படும். அது தவிர்க்க முடியாததொன்றே. ஆயினும் இலக்கிய உலகிற்கு அப்பாலும் எனது பார்வை சென்றிருப்பதைக் காணலாம். மற்றெல்லாத் துறைகளைப் போலவே எமது இலக்கிய உலகிலும் மூடநம்பிக்கைகள் நிறையவுள்ளன. விஞ்ஞான நோக்குடனும் துணிவுடனும் பிரச்சினைகளை அணுகினாலன்றி நாம் முன்னேறப் போவதில்லை. சமூகவியல், மனிதவியல், அகழாராய்ச்சி, வரலாறு போன்ற பிற அறிவியற்றுறைகளின் துணைக்கொண்டு எமது இலக்கியத்தை ஆய்வது இன்றைய நிலையில் மிகவும் பயனுள்ள செயல் என்பது எனது கருத்தும் நம்பிக்கையும். அதன் வெளிப்பாடே இக்கட்டுரைகள் என்று கூறலாம்.

உதிரியாகக் கிடந்த இக்கட்டுரைகளைத் தொகுத்து நூலாக்கும்படி அடிக்கடி தூண்டியவர் நண்பர் செ. கணேசலிங்கன். விடாப்பிடியாக நின்று வேலை வாங்குவதிற் கைதேர்ந்தவர் அவர். அவருக்குப் பெரிதும் கடப்பாடுடையேன். பல்லாண்டுகளாக எனது இலக்கியத் தோழனாக இருந்துவரும் திரு. கா. சிவத்தம்பி M.A., ஒருசாலை மாணவருமாதலின் உரிமையுடன் எனது எழுத்துக்களை விமர்சிப்பவர்; குறைநிறை கூறுபவர். கட்டுரைகளைத் தொகுக்குங்கால் ஆலோசனைகள் கூறியவர். அவருக்கு நன்றி கூறுவது கடன். இக்கட்டுரைகளை வெளியிட்டுதவிய ஏடுகளின் ஆசிரியருக்கும் எனது நன்றி உரியதாகும்.

பேராதனை   க. கைலாசபதி
6.12.66

(முதல் பதிப்பின் முன்னுரை)

~

இந்நூலிலுள்ள கட்டுரைகள் அனைத்தும் தனித் தனியே ஒவ்வொரு நூலாக விரித்தெழுதப்படக் கூடியன. பத்தாண்டுகளுக்குப் பின் இரண்டாம் பதிப்பிற்காகக் கட்டுரைகளை மீண்டும் படிக்கும்பொழுது இவ்வெண்ணம் முன்னிலும் அதிகமாக ஏற்படுகிறது. குறிப்பாக 'பேரரசும் பெருந்தத்துவமும்'

என்ற கட்டுரை, விரிவான நூலொன்றுக்குரிய முதற்குறிப்புப் பிரதி என்றே எனக்குத் தோன்றுகிறது. ஆயினும் கடந்த சில வருடங்களாக அதனை விரித்தும் திருத்தியும் எழுதுதற்குரிய அவகாசங் கிட்டாமையால் இவ்விரண்டாம் பதிப்பிலும் அதிக மாற்றமின்றியே அது கிடக்கின்றது.

எனினும், கடந்த பத்தாண்டுக் காலத்துள் இந்நூலிலுள்ள கருத்துக்களும் முடிவுகளும் பலத்த வாதப் பிரதிவாதங்கட்கும் மூர்க்கத்தனமான கண்டனங்களுக்கும் தாக்குதல்களுக்கும் இலக்காகிய அதே வேளையில், பலரால் உற்சாகத்துடனும் பேரார்வத்துடனும் வரவேற்கப்பட்டதையும் நான் அறிவேன். இந்நூலுக்குக் கிடைத்த தூற்றலும் போற்றலும் எனக்குக் கற்பித்த படிப்பினைகள் பல.

காலப்போக்கில், நமது இலக்கியங்களை வரலாற்று நோக்கிலும் சமூகவியல் நோக்கிலும் ஆராய முற்பட்ட பல இளைஞருக்கு இது முன் மாதிரியாயும் ஓரளவுக்கு வழிகாட்டியாயும் அமைந்தமையைக் கண்டபோதெல்லாம், எனக்கு அடக்கமான மனநிறைவும் மகிழ்ச்சியும் ஏற்பட்டதுண்டு. இந்நூற் கட்டுரைகளும் நான் எழுதியுள்ள வேறு சில ஆய்வுக் கட்டுரைகளும் ஆய்வாளர் பலரால் சான்றாதாரமாயும் மேற்கோளாயும் எடுத்தாளப்பட்டிருப்பதை ஆராய்ச்சிகளில் ஈடுபாடுள்ளோர் அவதானித்திருப்பர். இவையெல்லாம் தனிப்பட்ட முறையில் எனக்கு மகிழ்ச்சி தருவனவாயினும், இன்றும் தமிழ்நாட்டிலே வெகு சிலரே இத்தகைய ஆய்வுகளில் ஈடுபடுவது பொதுவில் கவலைக்குரியதாகும். இக்குறைபாடு தமிழிலக்கிய ஆய்வுலகில் நிலவும் ஆய்வறிவு வறுமையையே துலக்கிக் காட்டுகிறது.

நமது மொழியிலே இத்துறை சார்ந்த நூல்கள் அருந்தலாகவே வெளிவரும் அவல நிலை நிவர்த்தி செய்யப்படுதல் மிகமிக அவசியம். அப்பொழுதுதான் நமது அறிஞர் பெரும்பாலரிடையே ஊறிக்கிடக்கும் கண்மூடித்தனமான பழமைவாதம், காரணமற்ற சுயதிருப்தி, வெறுக்கத்தக்க கிளிப்பிள்ளை மனோபாவம், வீண் தற்பெருமை என்பன ஆராய்ச்சி உலகிலிருந்து நீங்கும். வரலாற்றுப் பின்னணியைத் துணைக்கொண்டும், மாக்சீயம் காட்டும் சமூகவியல் அறிவினைப் பக்கபலமாகவும் நான் கைக்கொண்டு இத்தகைய ஆய்வுகளை மேற்கொண்டதன் விளைவாக, தமிழிலக்கிய ஆய்வின்பால் ஆங்காங்கு ஈர்க்கப்பட்டதையும் நான் பல சந்தர்ப்பங்களிற் கண்டிருக்கிறேன். நமது

தமிழறிஞர்கள் எவ்வளவு தூரம் தனித்தும் ஒதுங்கியும் வாழ்ந்து வந்திருக்கின்றனர் என்பதைக் காணும்போது கவலையடையாமல் இருக்க இயலுமோ?

பொதுவாக நமது ஆய்வுலகம் பல குறைபாடுகளையுடைய தாயிருப்பினும், கடந்த பத்துப் பதினைந்து வருடங்களுக்குள் சிற்சில துறைகளில் குறிப்பிடத்தக்க ஆராய்ச்சிகள் நிகழ்ந்திருப்பதையும் நாம் கவனிக்காமல் இருக்கவியலாது. குறிப்பாகப் பல்கலைக் கழகங்களில் ஆராய்ச்சிப் பட்டங்களுக்காக நடைபெற்றுள்ள ஆய்வுகள், தமிழக வரலாறு, மொழி வளர்ச்சி, அரசியல் வரலாறு முதலிய துறைகளில் சில பல புதிய தகவல்களையும் விளக்கங்களையும் தந்துள்ளன. குறிப்பாக, தமிழ்நாட்டிலும் ஈழத்திலும் கல்வெட்டுக்களை நுணுக்கமாக ஆராய்ந்து சமூக, சமய, பொருளியல் வளர்ச்சியை மதிப்பிடும் போக்கு அண்மையில் முனைப்பாகக் காணப்படுகிறது. இவ்வாராய்ச்சிகள் சிலவற்றை இந்நூலிற் பயன்படுத்தியிருக்கலாம். அதற்கும் போதிய அவகாசங் கிடைக்கவில்லை. ஆயினும் புதிதாகத் தெரியவந்துள்ள தகவல்கள் எனது முடிவுகளுக்கு மேலும் அரண் செய்கின்றன என்பதைக் காணும்பொழுது எனது நோக்கு நேராகவே இருந்திருக்கிறது என்னும் உணர்வு மேலிடுகிறது.

இந்நூலின் முதற்பதிப்பு வெளிவந்தபின், சிந்துவெளி நாகரிகத்தைப் பற்றிச் சுவையான செய்திகள் வெளிவந்துள்ளன. சோவியத் நாட்டு ஆய்வாளர் சிலரும், டென்மார்க் தேசத்து ஆய்வாளரும் சிந்துவெளியிற் கிடைத்த சித்திர எழுத்துக்களைக் கணினியின் துணையால் வாசித்தறிந்து, அவை திராவிட மொழித் தொடர்புடையன எனத் துணிந்துள்ளனர். இது குறிப்பிடத்தக்க முடிவாகும்.

இந்தியாவில் பண்டைக் காலத்தில் நிலவிய அடிமை முறைச் சமுதாயம் பற்றியும் அண்மையில் வரலாற்றாசிரியரும், மாக்சீய அறிஞரும் மறுஆய்வுகளில் ஈடுபட்டுள்ளனர். இவ்வாய்வுகள் நமது ஆழ்ந்த கவனத்துக்குரியன. இவற்றையெல்லாம் இந்நூலில் ஆங்காங்கு பயன்படுத்துவதைப் பார்க்கிலும், புதிய நூல் ஒன்றை எழுதுவதே சிறந்தது எனக் கருதுகிறேன்.

இவ்விரண்டாம் பதிப்பு, நண்பர் மே.து. ராசுகுமார் முயற்சியால் மக்கள் வெளியீடு வாயிலாக வருவது மகிழ்ச்சிக்குரியதாகும். இப்பதிப்பிற்காகச் சில திருத்தங்களைச் செய்வதிலும், பொருள் அகராதி முதலியவற்றைத் தயாரிப்பதிலும் எனது மனைவி

சர்வமங்களம் பெரும்பங்கு வகித்தார். எனது முன்னாள் மாணாக்கர் சிலரும் ஒத்தாசை புரிந்தனர். பலரின் மனமுவந்த ஒத்துழைப்பினாலேயே இவ்விரண்டாம் பதிப்பிற்கான ஆயத்த வேலைகள் சாத்தியமாயின. இவர்களுக்கெல்லாம் என் இதய பூர்வமான நன்றி.

திருநெல்வேலி **க. கைலாசபதி**
யாழ்ப்பாணம், இலங்கை
1978

(இரண்டாம் பதிப்பின் முன்னுரை)

~ ~

'தெய்வம் என்பதோர் சித்தமுண்டாகி...'

> சைவ சித்தாந்தமானது தென்னிந்தியாவிற்கே சிறப்பாக உரிய தமிழர் சமயமாகும். தென்னிந்தியாவிலேயே வரலாற்றுக் காலத்திற்கு முற்பட்ட பழம்பெருஞ் சமயம் சைவம். ஆரியர் வருகைக்கு முற்பட்ட இச்சமயம் தமிழ் மக்கள் நெஞ்சத்தில் நிறைந்து விளங்குகிறது.
>
> – டாக்டர் ஜி.யூ. போப்பையர்

"தென்னாடுடைய சிவனே போற்றி" என்று திருவாசகம் போற்றுகின்றது. "சிவனொடொக்குந் தெய்வம் தேடினுமில்லை" என்று திருமந்திரம் கூறுகின்றது. எனினும் சைவ சமய வரலாற்றைத் தேடி நாம் பின்னோக்கிச் செல்லும்போது தென்னாட்டை விட்டுச் சிந்துநதிப் பள்ளத்தாக்கில் கிறித்துவிற்கு முன் மூவாயிரம் ஆண்டுகளுக்கு முற்பட்டுச் சிறப்புற்று விளங்கிய நகரங்களுக்குச் செல்ல வேண்டியிருக்கிறது. இன்றைய சைவசமயத்திலே காணப்படும் இலிங்க வழிபாடு, சக்தி வழிபாடு, சிவ (பசுபதி) வழிபாடு முதலியன சிந்துவெளி நாகரிகத்தின் முக்கியமான சமயப் பண்புகளாக விளங்கின என்பது பல அறிஞரின் துணிவாகும்.

சிந்துநதி தீரத்திலே அகழ்ந்து 'கண்டுபிடிக்கப் பட்ட' சில சித்திரங்கள், முத்திரைகள், களிமண்

படிவங்கள் ஆகியவற்றைப்பற்றிக் கருத்துத் தெரிவித்த சேர் ஜோன் மார்ஷல் மேல்வருமாறு கூறினார்:

> யோகிகளுக்கெல்லாம் தலையாய யோகி சிவன். அதனாலேயே அவருக்கு மஹாதபஹ், மஹா யோகி என்னும் பெயர்கள் அமைந்தன ... சைவத்தைப் போலவே யோகமும் ஆரியருக்கு முற்பட்ட மக்களிடையே தோன்றியதாகும்... சிவன் தலையாய யோகி மட்டுமல்லர்; விலங்குகளுக்கெல்லாம் தலைவர் (பசுபதி); சிவனின் இந்தப் பண்பினையே சிவனைச் சுற்றி நான்கு மிருகங்கள் நிற்பது காட்டுகின்றது. யானை, புலி, காண்டாமிருகம், எருது சிவனைச் சுற்றி நிற்கின்றன ... சிந்துவெளிக் கடவுளின் தலையில் அமைந்துள்ள கொம்புகள், பிற்காலத்தில் சிவனின் விசேட முகூர்த்தமொன்றைக் குறிக்கும் திரிசூலமாக மாறியது. இவற்றையெல்லாம் நோக்கும்பொழுது பிற்காலத்திலே சிவனுக்கமைந்த பல அம்சங்கள் தோற்ற நிலையிலே சிந்துவெளி முத்திரைகளில் காணப்படுகின்றன என நாம் கருதலாம்.

சிவ வழிபாட்டுக்குரிய சின்னங்கள் சிந்துவெளி நாகரிகத்திலே காணப்பட்டாலும், சிந்துவெளி நாகரிகத்திலே முதலிடம் பெற்று விளங்கியது பெண் தெய்வ (அன்னை) வழிபாடே என்பது ஆராய்ச்சியாளர் கருத்து. சிந்துவெளி மக்கள் வழிபட்ட தெய்வங் களை முக்கியத்துவத்தின்படி முறைபடுத்திய மார்ஷல், முதலில் அன்னைத் தெய்வத்தையும், அதற்கடுத்தபடியாக மும்முகமுடைய கடவுளையும், மூன்றாவதாக இலிங்கம் அல்லது குறியையும் எடுத்துக் கூறியுள்ளார்.

சிந்துவெளி நாகரிகத்தை வளர்த்த மக்கள் பெண் தெய்வ வழிபாட்டை யுடையராயிருந்தனர் என்பது விந்தையான தன்று. சிந்துவெளி நாகரிகத்துக்குச் சமகாலத்தனவான சிரிய, சின்னாசிய, எகிப்திய நாகரிகங்களிலும் பெண் தெய்வங்கள் முக்கியமானவையாக விளங்கின. மார்ஷல் புதை பொருளாராய்ச்சியின் விளைவாகச் சில கருத்துக்களைக் கூறுமுன்னர் சந்தா[1] என்பவர் இவ்வுண்மையைத் தொட்டுக் காட்டியுள்ளார். அவர் கூறினார்:

> சிரியாவிலே அசுத்தாத் என்னும் தத்துவமும் சின்னாசியாவிலே சிபெலேயும், எகிப்திலே இசிஸ் கோட்பாடும் தோன்றிய அதே சமுதாய

1. *R.P. Chanda, Indo-Aryan Races, p. 150.*

நிலையிலேதான் இந்தியாவில் சக்தி வழிபாடு தோன்றியிருத்தல் வேண்டும்.

பெண்தெய்வ வழிபாடு தோன்றுவதற்கு அடிப்படைக் காரணம் அது தோன்றிய சமுதாயத்திலே தாய்வழிமுறை நிலவியதே என்பது ஆராய்ச்சியாளர் காட்டும் உண்மையாகும்.[2] சிரியா, சின்னாசியா, எகிப்து முதலிய இடங்களில் பெண்தெய்வ வழிபாடு தோன்றியதற்கும் இத்தகைய சமுதாய முறையே காரணமாகும். பண்டைய திராவிட மக்களிற் பெரும்பகுதியினர் தாய்வழி உரிமை, தாயமுறை முதலியவற்றைக் கடைப்பிடித்தனர். இதன் காரணமாகப் பெண்தெய்வ வழிபாடு திராவிட மக்களிடையே பெருவழக்காயிருந்தது என்று சமூகவியல் அறிஞர் கொள்வர்.

சிவசம்பந்தம் உடையதாதல் பற்றியே தமிழர் மதம் சைவம் என்னும் பெயர் பெற்றது. சிவம் என்பதற்கு மங்கலம், சுகம், பாக்கியம், பேரானந்தம் என்னும் இன்பப் பொருளையெல்லாம் அடக்கும் தத்துவார்த்தப் பொருள் கூறப்படும்.[3] எனினும் பிற்காலச் சைவ சமயத்திலே சிவம் ஆண்தெய்வமாகவே வழிபடப்பட்டு வந்துள்ளது. சிவன் என்னும் ஆண்தெய்வ சம்பந்தமான சைவ சமயத்தின் தோற்றம் தேடிச் சிந்துவெளி நாகரிகத்தையடையும் நாம், அங்கு அன்னைத் தெய்வமே முழுமுதற் றெய்வமாக இருப்பதைப் பார்க்கிறோம். இதனைச் சிறிது கவனத்தில் தகும்.

கிறித்துவிற்கு முன் 2,500 ஆண்டளவில் சிறப்புற்று விளங்கிய சிந்துவெளி நாகரிகம் கி.மு. 1500ஆம் ஆண்டளவில் சீர்குலைந்து சிதைவுற்றது. சிந்துவெளி நாகரிகத்துக்கும் திராவிடருக்கும் நெருங்கிய தொடர்புண்டு எனச் சில வரலாற்றாசிரியர் கூறுவர். அக்கூற்றுக்குச் சாதக பாதகமான சான்றுகள் உள. முடிந்த முடிவான உண்மையென்று அறுதியிட்டுக் கூறல் முடியாது. எனினும் சிந்துவெளி நாகரிகத்தின் சிதைவிற்குப் பின்னர் வரலாற்றுத் தொடர்ச்சியானது அறுந்து காணப்படுகின்றது. கிழக்குப் பஞ்சாப்பில் ஊருபர் என்னுமிடத்திலும், சௌராட்டிரத்தில் ரங்கபூர், லொதால் என்னுமிடங்களிலும் சமீபகாலத்தில் அகழ் ஆராய்ச்சி நடைபெற்றதன் பயனாகச் சிந்துவெளி நாகரிகத்தின் தொடர்ச்சிப் பின்னலின் சின்னங்கள் காணப்பட்டன என்பது உண்மையே. எனினும் தென்னிந்தியாவிலே சிந்துவெளி நாகரிகத்தின் தொடர்ச்சியோ, வளர்ச்சியோ தொடக்கமோ இதுகாலவரை காணப்படவில்லை.

அதாவது மொகஞ்சதரை, ஹரப்பா, லொதால் முதலிய இடங்களில் காணப்பட்ட நகர நாகரிகம், இதுவரை தென்னிந்தியா வில் அகழ் ஆராய்ச்சியின் மூலம் புலப்படவில்லை.

---

2. *Encyclopaedia of Religion and Ethics, p. 115.*

3. மறைமலையடிகள், சைவசித்தாந்த ஞானபோதம், ப. 18.

வெளித் தோற்றத்திற்குப் புலப்படும் நகர நாகரிகச் சின்னங்கள் தென்னிந்தியாவிற்கும் சிந்துவெளி நகரங்களுக்கும் நேரடியான தொடர்பைக் காட்டாவிட்டாலும், சமய நம்பிக்கை சம்பந்தமான தொடர்புகள் இருப்பதையே இங்கு நாம் கவனிக்க வேண்டும். பெண்தெய்வ (சக்தி) வழிபாடும் மூலச்சிவ வழிபாடும் இருந்ததைப் பார்த்தோம். இவற்றின் பிணைப்பாக இலிங்க வழிபாடும் நிலவியது. மொகஞ்ச தரையிலும், ஹரப்பாவிலும் கணக்கற்ற, நீண்டு குவிந்த அல்லது முக்கோணக் கற்களும் களிமண் பொருள்களும் கண்டெடுக்கப்பட்டன. மார்ஷல் அவற்றைச் சிவலிங்கங்கள் என எடுத்துக் காட்டினார். இலிங்க வழிபாடானது உழவுத் தொழிலை மேற்கொண்டிருந்த பல புராதன நாகரிகங்களிற் காணப்படும் வழிபாட்டு முறையாகும். நீண்டு குவிந்த கல்வடிவு ஆண்குறியின் அடையாளமாகவும், அக்கல்லைச் சூழ்ந்த வட்டக் கல்வடிவு பெண்குறியின் அடையாளமாகவுமே முன்னையோரால் கருதப்பட்டது.[4] சிந்துவெளி நாகரிகத்துக்குச் சமமான பிற நாகரிக மக்களிடையும் இவ்வழிபாட்டு முறை நிலவியது. ஆண் பெண் குறிச் சேர்க்கையே பண்டைக் காலந்தொட்டு இலிங்க வடிவில் அமைந்தது என்பது பிற்காலச் சைவசித்தாந்த சாத்திர நூலானும் அறியக்கிடக்கின்றது.

சத்தியுஞ் சிவமுமாய தன்மையிவ் வுலகமெல்லாம்
ஒத்தொவ்வா ஆணும் பெண்ணும் உயர்குண குணியுமாக
வைத்தனன் அவளால் வந்த ஆக்கம் இல்வாழ்க்கை யெல்லாம்
இத்தையும் அறியார்பீட லிங்கத்தின் இயல்பும் ஓரார்

என்று சிவஞானசித்தியார் தத்துவ விளக்கத்தோடு உரைப்பது பண்டுதொட்டு வந்த உண்மையே யென்பதில் ஐயமில்லை. சிவனை உணர்ந்து அறிந்து வழிபடுதற்குச் சிறந்த "அடையாளம்" அல்லது "குறி" இலிங்கம் என இன்று வரை கருதப்படுவதும் மனங் கொளத்தக்கது. சைவசித்தாந்தத்தின் வளர்ச்சிக் கிரமத்தையும் படிமுறையையும் அறிந்து கொள்வதற்கு இவ்வுண்மை முக்கிய மானதாகும்.

பிற்காலத்திலே சைவசமய தத்துவ அடிப்படைகளிலே முக்கியத்துவம் பெறாவிட்டாலும் மரங்களை வழிபடுவதும் சிந்துவெளி நாகரிகச் சமய முறைகளில் ஒன்றாக இருந்திருக்கிறது. எண்ணற்ற சிந்துவெளி முத்திரைகளில் அரசமரம் இடம் பெற்றுள்ளது.[5] பெண் தெய்வ (அன்னை) வழிபாடு போலவே மரவழிபாடும் பூர்வீக மனிதனுக்குப் பொதுவான சொத்தாக

4. மறைமலையடிகள், சை.சி., ப. 217. எனினும் அவர் சிவலிங்க உண்மைக்கு வேறு விளக்கங் கொடுக்க முனைவர். அது வரலாற்று நோக்கோடு இயைபற்றுக் காணப்படுகின்றது.

5. *K.N. Sastri, New Light on the Indus Civilization, p. 15.*

இருந்து வந்திருக்கிறது. மெஸப்பொத்தேமியாவிலும் மரக் கிளைகள் தெய்வப் பண்புடன் முத்திரைகளிலே பொறிக்கப் பட்டுள்ளன. இன்றும் இந்து சமயத்தினரால் வழிபாட்டுக் குரியதாகக் கொள்ளப்படும் மரங்களில் ஒன்றான அரச மரம் சிந்துவெளி முத்திரைகளிற் காணப்படுவதால் அது ஐயாயிரம் ஆண்டுகளாக மக்கள் நெஞ்சில் வழிபாட்டுச் சின்னமாக இடம் பெற்று வந்திருப்பதைக் கவனிக்க வேண்டும்.[6] சிந்துவெளியிற் கண்டெடுக்கப்பட்ட ஓர் இலச்சினையில் இருஅரசமரக்கிளைகளுக்கிடையிலே ஆடைகளின்றிப் பெண் தெய்வமொன்று காணப்படுகின்றது. நீண்ட கூந்தலும் கைகளில் காப்புகளும் காணப்படுகின்றன. மக்கள் உருவங்களும் விலங்குருவங்களும் அவ்வன்னைத் தெய்வத்திற்கு அடிபணிந்து அஞ்சலி செய்து நிற்கின்றன. அரச மரமும் அதனுடன் சேர்ந்த அன்னை வழிபாடும் ஆரியர் காலத்துக்கு முற்பட்டன என்பதற்கு இதனையும் சான்றாகக் கொள்வர் வரலாற்றாசிரியர். தமிழ் மக்களது சமய வளர்ச்சியில் மரவழிபாடும் முக்கியமான இடத்தைப் பெற்றுள்ளது.[7] வேதகாலத்துக்கு முற்பட்ட, ஆரியர்கால வரலாற்றிற்கு முந்திய சைவசமய வரலாற்றை அணுகும்பொழுது நமக்கு இத்தகைய பல செய்திகள் தெரியவருகின்றன. சிந்துவெளி மக்கள் இற்றைக்கு ஐயாயிரம் ஆண்டுகட்கு முன்னர் கொண்டிருந்த சமய நம்பிக்கை பூரணமான சைவசித்தாந்தம் என்று எவரும் கூறமாட்டார். அது வளர்ச்சி விதிகளுக்கு முரணான கூற்றாக இருக்கும். எனினும் வரலாற்றுக் காலத்தில் வடிவம் பெற்ற தென்னிந்திய சைவசித்தாந்தம் மட்டுமின்றிப் பொதுவாகவே அகண்ட இந்தியாவில் வளர்ந்த இந்து பௌராணிகக் கருத்துக்கள், நம்பிக்கைகள் முதலியனவும் சிந்துவெளிச் சமய அடிப்படைகளினால் பாதிக்கப்பட்டுள்ளன என்பது மறக்க முடியாத வரலாற்றுண்மையாகும்.[8]

சிந்துவெளியிலே காணப்பட்ட முந்திய முதல் தோற்ற சைவசமயப் பண்புகளை நாம் பார்த்துக்கொண்டு வரும்பொழுது திடீரென அது சிதைவுற்றுவிடுவதைக் காண்கின்றோம். கி.மு. 1500ஆம் ஆண்டளவிற்குப் பின்னர் சிந்துவெளி நாகரிகம் வரலாற்றிலிருந்து மறைந்துவிடுகிறது. ஏறத்தாழ அக்காலப் பகுதியில் அலையலையாக இந்தியாவிற்குள் வந்த நாடோடி மக்களான ஆரியரே சிந்துவெளி நாகரிகத்தின் அழிவுக்குக் காரணமாயிருந்தனர் என்பது இப்பொழுது காய்தல் உவத்தலற்ற

---

6. *D.D. Kosambi, An Introduction to the Study of Indian History, p. 60.*

7. *G. Subramaniapillai, Tree Worship and Ophiolatry, p. 3.*

8. *S.K. Dikshit, The Mother Goddess, p. 2.*

ஆராய்ச்சியாளர் முடிவாகும்.[9] ஹரப்பா என்னும் நகரமே வேதத்திலே ஹரியூப்பியா (*R. V. 6. 27. 5*) என்று வடமொழி வடிவில் இடம்பெற்றிருப்பதாகக் கோசாம்பி என்னும் அறிஞர் கருதுவர். "பொன்னுலாய பலிபீடத் தூண்கள்" அமைந்த நகரம் என்று அது குறிப்பிடப்படும். சிந்துவெளி மக்களின் அழிவிற்குப் பின்னர் அதே இடங்களில் ஆரியர் குடியிருந்தனர் என்பதற்குரிய சான்றுகளைச் சில ஆராய்ச்சியாளர் காட்டியுள்ளனர்.[10] வச்சிராயுதம் ஏந்திய வேதகால ஆரியக் கடவுளான இந்திரன் மட்பாண்டத்தை உடைப்பதுபோல எதிரிகளை வென்றான் என்று வேதங்கள் பாடும். பெண் தெய்வம் (அன்னை), சிவன், இலிங்கம் முதலிய தெய்வங்களை இந்திரன், வென்றதுடன் சிந்துவெளி நாகரிகத்தின் சுற்று மதில்களும், கோட்டைச் சுவர்களும், அரணகளும், அகன்ற வீதிகளும், அன்னை ஆலயமும், தானியக் களஞ்சியங்களும் மண்ணோடு மண்ணாயின. நீண்ட நாடகம் ஒன்றின் முதலாம் அங்கம் முடிவடைந்ததுபோல மேடையில் திரை வீழ்கிறது. வெற்றி வீரனான இந்திரனும் அவனது சகாக்களும் சோமபானம் அருந்திக் களிக்கும் எக்காளச் சிரிப்பு மட்டும் எமக்குக் கேட்கிறது. ஆனால் மீண்டும் திரை விலகும்போது தோற்றவர்களை மட்டுமின்றி வென்றவர்களையுமே காணவில்லை. வேதகாலத்திற்குப் பிற்பட்ட இந்து சமய வளர்ச்சியிலே வேதகாலக் கடவுளர்கள் முக்கியத்துவமிழந்து விடுகின்றனர். இந்திரன், வருணன், மித்திரன், பிரஜாபதி, மத்தரிசுவன் முதலிய கடவுளர்கள் முதலிடம் இழந்து பின்வரிசைகளில் காணப்படுகின்றனர். சிவன், விஷ்ணு, பிரம்மா, சக்தி முதலிய புதிய தெய்வங்கள் நமது மதிப்பையும் கவனத்தையும் கவருகின்றனர்.

சிந்துவெளி நாகரிகம் சிதைவுற்று ஆயிரம் ஆண்டுகளுக்குத் தென்னிந்திய வரலாறு எவ்வாறிருந்தது என்று இன்றைய நிலையிற் கூற முடியாமலிருக்கிறது. கி.மு. ஐந்தாம் நூற்றாண்டளவிலே திரை விலகும்போது திராவிட மக்கள் ஓரளவு நாகரிகம் பெற்றுத் தென்னிந்தியாவிலே வாழ்வதனை நாம் காண்கின்றோம்.[11]

கி.மு. எட்டாம் நூற்றாண்டளவிலிருந்து தென்னிந்தியாவிலே தமிழ் மக்கள் சிறுசிறு கூட்டங்களாகப் பலதரப்பட்ட நாகரிக நிலையில் வாழத் தொடங்கிவிட்டனர் என நாம் கொள்ளலாம். கி.மு. ஐந்தாம் நூற்றாண்டளவில் மெல்ல மெல்ல ஆரிய மக்களுடைய தொடர்பு தமிழ் மக்களுக்கு ஏற்படலாயிற்று.

---

9. Wheeler, The Indus Civilization. p. 18. Kosambi, ISIH, p. 68; D. Chattopadyaya, Lokayata, p. 58.

10. V. Gordon Childe, The Aryans. p. 2

11. C.F. Haimendorf, Man in India, xxix (1949), pp. 152 - 57.

எனினும் இன்று நமக்குக் கிடைத்துள்ள பழந்தமிழ் இலக்கியங்கள், அகழ் பொருள் சான்றுகள் முதலியவற்றின் துணைகொண்டு பார்க்கும்போது சாதாரண தமிழ்மக்கள் தமக்கென அமைந்த தெய்வ வழிபாட்டுமுறையினையே கிறித்து அப்தத்தின் தொடக்கம்வரை பெரும்பாலும் கடைப்பிடித்து வந்தனர் என்று கூறத் தோன்றுகின்றது. சில சங்க இலக்கியங்களிலே ஆரியத் தெய்வங்கள் ஆங்காங்கு குறிக்கப்படுவது உண்மையே. அவை அரசர், வணிகர், சமயக்கணக்கர் முதலிய உயர் வகுப்பினரால் ஆங்காங்கு வணங்கப்பட்டிருக்கலாம். பொதுமக்கள் கொற்றவை, முருகன் முதலிய பழந் தெய்வங்களையே வணங்கி வந்தனர். பழைய இலக்கியங்களை நுணுகிப் பார்ப்போருக்கு இவ்வுண்மை புலப்படும்.[12] கொற்றவை பழந்தமிழ் மக்களின் வெற்றித் தெய்வம். சிந்துவெளிப் பெண் தெய்வத்திற்கும் கொற்றவைக்குமுள்ள உண்மையான தொடர்பினை இன்றைய ஆராய்ச்சி நிலையில் தெளிவாகக் கூறுவதற்கில்லை. எனினும் தொடர்பு நெருங்கியதாக இருக்கலாம் என ஊகிக்க இடமுண்டு. இதுபற்றி மார்ஷல் கூறியிருப்பது கவனிக்கத்தக்கது.[13]

"அன்னை" அல்லது "பேரன்னை" பிற்காலத்திலே தோன்றிய சக்தியைத் தோற்றுவித்த மூலப் பொருளின் (பிரகிருதி) முதலுருவாகும். அவளுடைய பிரதிநிதிகளே கிராம தேவதைகள் அல்லது கிராமச் சிறு பெண் தெய்வங்கள். அவற்றின் பெயர்களும் தல சரிதைகளும் கணக்கிலடங்கா. எனினும் அவை யாவும் ஒரே பொருளையே குறிக்கின்றன. அந்த மூலசக்தியே வளத்தின் தெய்வம். இப்பெண் தெய்வங்கள் யாவும் ஆரியருக்கு முற்பட்ட, ஆரியரல்லாத இனமக்களிடையே செல்வாக்குடையவாயிருந்தன என்பதில் ஐயமில்லை. ஆரியருக்கு முற்பட வாழ்ந்த பூர்வீக குடிமக்கள் சிலர், இந்து சமயத்தை ஏற்கவில்லை. அத்தகைய மக்களிடையே பெண் தெய்வ (அன்னை, தாய்) வழிபாடு நிலைத்துள்ளது. மார்ஷல் அவர்களின் இக்கூற்றானது சிந்துவெளி நாகரிகத்துடன் பெண் தெய்வவழிபாடு மறைந்துவிடவில்லை என்பதனை நினைவுறுத்துகின்றது. இதனையொட்டி ஏரன் பெல்சு[14] என்பார் இந்தியாவிலுள்ள ஆதிவாசிகளிடையே நிலவும் முக்கிய பெண் தெய்வங்களின் நீண்ட பட்டியல் ஒன்றினைத் தயாரித்துள்ளார். பிலிமக்கா, புடுபுடிக்கி, தார்ஜி, டொம், கடவா, கங்கதிக்கரை, ஒக்கரை, கங்கை, கொல்லா, அத்தி, ஏலவை, இதிகை என்று நீண்டு செல்கிறது அப்பட்டியல்.

---

12. சு. வித்தியானந்தன், தமிழர் சால்பு, ப. 106.

13. J. Marshall, Mohenjodaro and the Indus Civilization. Vol. 1, p. 51,

14, O.R. Ehrenfels, Mother-Right in India, pp. 79-80.

பழந்தமிழரது தலையாய தெய்வம் பெண் தெய்வமே என்பதில் ஐயமில்லை. சங்க இலக்கியங்கள் பலவற்றில் கொற்றவை வழிபாட்டுமுறை கூறப்படுகின்றது. அச்சம் பொருந்திய பண்பையுடைய கொற்றவையை வெறியாட்டு முறையினால் பழந்தமிழர் வழிபட்டனர். பழந்தமிழர் வாழ்க்கைக்கும் இலக்கியத்திற்கும் வரைவிலக்கணமும் விளக்கமும் கொடுக்கும் தொல்காப்பியமும், கொற்றவை நிலை என்னும் தலைப்பில் கொற்றவைக்குப் பலி கொடுத்து வணங்குதலைக் குறிப்பிடுகின்றது. சிந்துவெளி நாகரிகப் பெண் தெய்வம் பிற்கால இந்து சமயத்தில் "சக்தி"யாக மிளிர்ந்தது என்று நாம் கொள்ள முடியுமானால், பழந்தமிழரின் கொற்றவை சைவசித்தாந்தத்திலும் சக்தியாக, சிவனுடையசக்தியாக உருமாறியது என்று கொள்ளலாம். இதனைச் சிறிது ஆராய்வோம்.

பழந்திராவிடரின் மற்றொரு தெய்வம் முருகன் அல்லது வேலன். வேலன் அல்லது முருகன் பிற்காலத்திலே கந்தன், சுப்பிரமணியன், ஆறுமுகன் என்றெல்லாம் பெயர் பெறுகின்றான். ஆரியரது தந்தைவழி நாகரிகம் தமிழகத்திலே கந்து கலாச்சாரப் பிணைப்பு ஏற்பட்ட காலத்திலேயே இந்த உருமாற்றம் ஏற்பட்டது என்பது ஆராய்ச்சியாளர் முடிவு.[15] சிவனின் மகன் என்றும், தேவசேனாபதி என்றும், கார்த்திகேயன் என்றும், ஆரிய ஐதீகம் கூறும். எனினும் பல தமிழ் இலக்கியங்கள் இதே முருகனைத் தாய்வழி உரிமைபெறும் திராவிடத் தெய்வமாகக் காட்டுகின்றன. இச்செய்தி மிக முக்கியமானது என்று நாம் கருதுதல்வேண்டும். "வெற்றி வெல்போர்க் கொற்றவை சிறுவ"[16] என்றும் "மலைமகள் மகனே" என்றும் "இழையணி சிறப்பிற் பழையோள் குழவி"[17] என்றும் திருமுருகாற்றுப்படைப் புலவர் பாடுகின்றார். "பைம்பூட்சேஎய் பயந்தமா மோட்டுத் துணங்கையஞ் செல்வி"[18] என்று பெரும்பாணாற்றுப்படை பாடுகின்றது. இத்தகைய பழைய குரல்களைக் கேட்கும்போது கொற்றவை, செல்வி முதலிய பெயர்களுடன் உயரிடம் வகித்த பழம்பெரும் பெண்தெய்வத்தின் பெருமிதத் தோற்றம் நமக்குத் தோன்றுகிறதல்லவா? சிவனுடைய மகன் என்று சொல்லாமல் கொற்றவைச் சிறுவன் என்று முருகன் குறிப்பிடப்படும்பொழுது அங்கு தாய்வழி உரிமைச் சமுதாய உறவுமுறை நிலவியது என்று நாம் திடமாக நம்பலாம். தாய்க்கு இருந்த முக்கிய இடத்தையும் நாம் தெளிந்துகொள்ளலாம்.

---

15. வித்தியானந்தன், தமிழர் சால்பு, பக். 121.
16. திருமுருகு. அடி 258
17. திருமுருகு. அடி 259
18. பெரும்பாணா. 458–9

இந்த அடிப்படையிலேயே சைவம் தென்னிந்தியாவிலே அல்லது தமிழ்கூறு நல்லுலகத்திலே வளர்ந்தது என்று நாம் கொள்ளல் வேண்டும். சிவன் பரம்பொருளாகவும் முழு முதற் றெய்வமாகவும் வளர்ச்சியடைந்ததைத் தொடர்ந்தே சைவசித்தாந்தம் தத்துவ வடிவில் உருப்பெற்றது என்பது உண்மையே. எனினும், பிற்காலத்திலே சைவம் சித்தாந்தமாக வடிவம் பெற்றபொழுது மறைமுகமாகப் பெண்தெய்வம் (சக்தி) முக்கிய இடம் பெற்றுவிட்டது. சிவனே முழுமுதற் பொருளாகக் கொள்ளப்பட்டாலும், "இறைவன் தனது சித்சக்தியைக் கொண்டே மாயையைத் தொழிற்படுத்துவான் என்பதே சைவ சித்தாந்திகள் கொள்கை. இறைவன் வேறு அவனது சக்தி வேறா என வினவலாம். ஒரு விதத்தில் இறைவனும் அவனது சக்தியும் ஒன்று. இன்னொரு விதத்தில் அவை இரண்டும் வேறு என அவர்கள் கூறுவர்."[19] இந்த இடத்திலே சாங்கிய மதத்திற்கும் சைவ சித்தாந்தத்திற்குமுள்ள பல ஒற்றுமை வேற்றுமைகள் சிந்திக்கற்பாலன.

இவ்விடத்தில் விரிவாக இதனை ஆராய இயலாது. எனினும் மிக முக்கியமான அடிப்படைக்கருத்து ஒன்றைக் கூறுதல் பொருத்தமாயிருக்கும். சாங்கியம், பிரகிருதி எனப்படும் ஒரு மூலப் பொருளிலிருந்தே சட உலகம் தோன்றுகிறது எனக் கூறும். சைவசித்தாந்தமும் உலகின் தோற்றத்தைப் பற்றி ஏறத்தாழ ஒத்த கருத்தையே கொண்டுள்ளது. சாங்கியர் பிரகிருதி என்றழைப்பதைச் சைவசித்தாந்திகள் மாயை என்றழைப்பர். இவ்விரண்டுக்குஞ் சிலசில நுணுக்க வேறுபாடுகள் உண்டு. மூலச்சடப்பொருளிலிருந்து இருபத்து நான்கு (24) தத்துவங்கள் தோன்றுவதாகச் சாங்கியர் கூற, சித்தாந்திகள் முப்பத்தாறு (36) தத்துவங்கள் தோன்றுவதாய்க் கூறுவர். ஆனால் சாங்கியம் இறைவன் உண்டு என்பதை ஒப்புக் கொள்வதில்லை. சாங்கியம், ஆன்மாவுடன் ஒப்பிடத்தக்க புருடனைக் குறிப்பிடும். எனவே சாங்கியம், பிரகிருதி, புருடன் ஆகிய இரு பொருள் உண்மை கூறும். அடிப்படையில் சடவாதத்தை – ஒருவகையான புராதன பொருள் முதல் வாதத்தை – சாங்கியத்திலே ஒருவாறு இனங்கண்டுகொள்ளலாம். பல வழிகளில், புராதனப் பொருள் முதல் வாதத்தின் அம்சங்களைத் தன்னுள் அடக்கியுள்ள சாங்கியத்தைப் போலவே சைவசித்தாந்தமும் அடிப்படையான சடவாதத்துக்குமேல், கருத்து முதல்வாதம் கட்டியெழுப்பப் பெற்றுள்ளது. அதாவது, சைவ சித்தாந்தத்தின் தத்துவப் பகுதி, பிற்காலத்திற் கட்டியெழுப்பப்பட்டபொழுது, கருத்து

19. கி. லக்ஷ்மணன், இந்திய தத்துவ ஞானம், ப. 363.

முதல்வாதமே முனைப்பாயிருந்தமையால், சித்துப் பொருளாகிய இறைவனை உருவாக்கி, அவன் சடப்பொருளாகிய மாயையைத் தனது சித்சக்தியால் இயக்குகிறான் என்று அமைதிகண்டனர். உண்மையில், சைவசித்தாந்தத்தையும் சாங்கியத்தையும் ஒப்புநோக்கி நுணுகியாராய்ந்தால் தமிழ்நாட்டில் கருத்து முதல் வாதத்தின் எழுச்சியையும், பொருள் முதல் வாதத்தின் வீழ்ச்சியையும் ஓரளவு தெளியலாம். இது தனியே விரிவாக ஆராயப்பட வேண்டியதொன்று.

பழந்தமிழ் நூல்களையும் அகழ்பொருள் ஆராய்ச்சிகளையும் சான்றாகக்கொண்டு தென்னிந்தியாவிலே சைவசமயத்தின் தோற்றத்தையும் வளர்ச்சியையும் ஆராய்ந்து நூலொன்று எழுதிய சி.வி. நாராயண ஐயர் ஓரிடத்திலே மேல்வருமாறு கூறுவார்.[20] "தொல்காப்பியத்திலேயே வேதகாலத் தெய்வங்கள்சில மதிப்போடு கூறப்படுவதிலிருந்தே பொதுமக்கள் மத்தியில் அவை எவ்வளவு தூரம் இடம்பெற்றிருந்தன என்பது புலனாகும். (அக்காலப்) பொதுமக்கள் புதிய தெய்வங்களில் நம்பிக்கை கொள்ளத் தயாராக இருந்தனர். ஆனால், அதே சமயத்தில் காலாகாலமாக வந்த தமது சொந்த வழிபாட்டு முறைகளையும் அவர்களாற் கைவிட முடியவில்லை. எனவே, புதிய தெய்வங்களையும் பழைய முறையிலே சேர்த்து வழிபட்டனர்."

சிந்துவெளி நாகரிகம்பற்றிய செய்திகளும், சங்க இலக்கியம், தொல்காப்பியம் முதலிய நூல்களின் கால ஆராய்ச்சியும் தெளிவு பெறாத காலத்திலே சி.வி. நாராயண ஐயர் தமது நூலை எழுதினார். அதுமட்டுமன்று. தொல்காப்பியம் சங்க இலக்கியங்கள் பலவற்றிற்குக் காலத்தால் முந்தியது என்னும் அடிப்படைத் தவறையும் அவர் கொண்டிருந்தார். அது அவரைப் பல தவறான முடிவுகளுக்குக் கொண்டுசென்று விட்டது.

சங்க இலக்கியங்களை நுணுகி ஆராயின் தமிழ்நாட்டிலே சமயம் எவ்வாறு வளர்ச்சியும் மாற்றமும் அடைந்து வந்தது என்பது புலனாகும். கொற்றவை, முருகன் ஆகிய பழந்தெய்வங்களோடு நாகரிகக் கலப்பின் பயனாகச் சில பழைய தெய்வங்கள் புதிய உருவிலும், சில புதிய தெய்வங்கள் பழைய வடிவிலும் தோன்றுவதையும் காணலாம். இவற்றையெல்லாம் காலவகைப்படி பகுத்துப் பார்த்தாலன்றிச் சமய வளர்ச்சியின் படிமுறைகளைச் சரியான முறையில் அறிந்து கொள்ளல் முடியாது. அதுமட்டுமன்று, ஆரியக் கலப்பினால் ஏற்பட்ட மாற்றங்கள் என்றும், இலகுவான காரணம் கூறிவிட முடியாது. எத்துணைப் பிற பண்பாட்டுக் கலப்பு வந்து சேர்ந்தாலும் இருந்த

20. C.V. Narayana Iyyer, Origin and Early History of Saivism in South India, p. 105.

பண்பாட்டிலும் சில குறைபாடுகளோ தேவைகளோ இருத்தல் வேண்டும். கொற்றவைக்கு அடுத்தபடியாக நாம் சுற்றுமுற்றும் பார்க்கும்போது முருகன் வடிவம் தென்படுகிறது. கூட்டாக மனிதன் வாழ்ந்த பூர்வீக (primitive) நிலையில் வேட்டையாடுதல், மிருகங்களைக் கொல்லுதல் முதலிய செயல்கள் வாழ்க்கைக்கு அத்தியாவசியமாயிருந்தன. அது உண்மை. அதே செயல்களைச் சிலவேளைகளில் செய்து பார்த்தபோது கூத்து அல்லது ஆட்டம் பிறந்தது. உண்மை வாழ்க்கையில் செய்யும் ஒன்றை அவிநயத்துச் செய்து பார்க்கும்போது மனதிலே எழுச்சியும் துணிவும் களிப்பும் ஏற்படுகின்றன. அவ்வாறு ஒருவன் செய்யும்போது அவனிடம் மந்திர சக்தி இருப்பதாகப் புராதன மனிதன் நம்பினான். அதற்கு அஞ்சினான். இந்த அடிப்படையிலேயே புராதனத் தமிழகத்திலே வேலன் என்னும் ஒருவன் தோன்றினான் என நாம் ஊகிக்கலாம். உண்மை நிகழ்ச்சி பொய்மையாக, மனஎழுச்சியுடன் மனிதனாற் செய்யப்படும்பொழுது கலையும் பிறந்து விடுகிறது. இன்றுகூடத் தாழ்ந்த சாதியினர் என்று கூறப்படுபவர்களிற் பலரும், ஆதிதிராவிடர் எனப்படுபவர்களும் வெறியாடுவதைக் காணும்போது பண்டைய வெறியாட்டு வழிபாட்டைப் பற்றி ஒரு சிறிது அறிந்து கொள்ளலாம்.

"மாரியம்மன் வந்து கரகமாடல், பேய் பிசாசுகளை அகற்றுபவன் ஆடும் ஆட்டம், கோயில்களில் மிருகபலி கொள்ளும் ஐயனார் ஆடும் ஆட்டம் முதலியன தெய்வமேறி ஆடுதலின் பாற்படும். இவ்விநோதக் கூத்துக்கள் வேட்டுவர், இடையர், மழவர் முதலிய பாமர மக்களின் விநோதத்திற்கென வகுக்கப்பட்டன" என்று கூறுகின்றார் பி. கோதண்டராமன்.[21] பாமர மக்களுக்கென வகுப்பட்டன என்பது சரியன்று. பாமர மக்களால் வகுப்பட்டன என்பது பொருந்தும். இந்த உண்மையின் துணைகொண்டு பார்க்கும்போது பண்டையத் தமிழிலக்கியங்களில் காணப்படும் முருக வழிபாட்டுமுறை (வெறியாட்டம்) மிகப் புராதனமானது என்பதும் சமுதாயக் கூட்டு வாழ்க்கையின் அடிப்படையில் தோன்றியது என்பதும் புலனாகும். "வெறியாட்டு என்பது, பெரும்பான்மை முருக பூசனை செய்யும் வேலன் என்பவனும், சிறுபான்மை தேவராட்டி என்னும் குறமகளும் தெய்வமேறி ஆடுங் கூத்தாகும். வேலன் ஆடுங் கூத்தை வேலனாடல் என்பர். முருக பூசனை செய்வோன் முருகனுக்குரிய வேலை ஏந்தி, அதைத் தனக்கு அடையாளமாகக் கொண்டிருப்பதால்

---

21. பி. கோதண்டராமன், 'பண்டைத் தமிழரின் வெறியாட்டு' கோபாலகிருஷ்ணமாசார்யர் அறுபதாண்டு நிறைவுவிழா மாலை, பக். 3–166.

அவனுக்கு வேலன் என்னும் பெயர் வந்தது. அவன் தெய்வமேறி ஆடுவதனால் வெறியாட்டாளன் என்றும், அந்த ஆவேசத்தால் குறி சொல்லுவதனால் படிமத்தான், தேவராளன், சன்னதக்காரன் எனப் பலவாறாகவும் அழைக்கப்படுகிறான். அவன் ஆடும்போது கண்ணி, கடம்பம், காந்தள், கார்காலத்துக் குறிஞ்சி, அலரி ஆகிய முருகனுக்குரிய மலர்களுள் ஒன்றை அணிந்து கொள்வான். முருகனே அவன் உடலில் நின்று ஆடல்புரிகிறான் என்பது பக்தர் களின் கொள்கையாதலால் அவனை "வெறிபுரி ஏதில்வேலன்" என்றும், "பொய்யா மரபினூர் முதுவேலன்" என்றும் நூல்கள் கூறும்.[22]

"வேல்வடித்துக் கொடுத்தல் கொல்லற்குக் கடனே" என்றும், "வேலகைக் கொடுத்து வெளிதுவிரித்துடீஇ" என்றும் "நெடுவேல் வாய்ந்த மார்பின்" என்றும் இவைபோலப் பிறவும் சங்க இலக்கியங்கள் பலவற்றில் காணப்படுகின்றன. வேல் இரும்பினால் ஆக்கப்படுவது. சிந்துவெளி நாகரிக மக்கள் இரும்பு எனும் உலோகத்தை அறியாதவர். இரும்புக் காலம் தென்னிந்தியாவிலே ஏறத்தாழ கி.மு. ஏழாம் நூற்றாண்டு அளவிலேயே திடீரெனத் தொடங்குகிறது; புதிய கற்காலத்தின் தொடர்ச்சியாக அது காணப்படவில்லை என்று ஹைமண்டோவ் என்னும் ஆராய்ச்சியாளர் கருதுவர். மைசூர் இராய்ச்சியத்திலுள்ள பிரம்மகிரி, சந்திரகிரி ஆகிய இடங்களில் நடைபெற்ற அகழ் ஆராய்ச்சிகளை ஆதாரமாகக் கொண்டே அவர் அவ்வாறு கூறுவர். அதனைப் பிரமாணமாகக் கொண்டு ஒரு கணம் நாம் சிந்தித்துப் பார்த்தால் சங்க கால இலக்கியங்கள் நேர்முக வருணனையாகவோ அல்லது பழைய "இன நினைவுகளாக"வோ கூறும் செய்திகள், குறிப்பாக வேல்பற்றிய செய்திகள் கி.மு. ஏழாம் நூற்றாண்டிற்கு முற்படாமற் போதல் புலனாகும். முருக வணக்கத்தின் தொன்மையை இது உறுதிப்படுத்தும். வேட்டுவ வாழ்க்கை மனித வளர்ச்சியின் மிக முற்பட்ட நிலைகளில் ஒன்று. உணவு சேகரிக்கும் நிலை அது. அது குறிஞ்சி நில வாழ்க்கையாக – ஒழுக்கமாக – தமிழரிடையே குறிக்கப்பட்டு வந்துள்ளது. "கல்தோன்றி மண்தோன்றாக் காலத்தே முன்றோன்றி மூத்த குடி" எனத் தமிழர் தம்மைக் கூறிக்கொள்வதும் இதனை அடிப்படையாகக் கொண்டே. இத்தகைய குறிஞ்சி நில வாழ்க்கைக்குத் தெய்வமாக அமைக்கப்பட்டுள்ளான் முருகன்.

சேயோன் மேய மைவரை உலகமும்

என்று தொல்காப்பியத்திலே பிற்கால இலக்கண ஆசிரியர் குறிப்பிடுவர்.

---

22. கோதண்டராமன், ஷ, பக். 3–167.

கொற்றவையும், சேயோனும் (முருகன்) பழம்பெருந் தெய்வங்களாக இருந்தமையாற்றான் சிவவழிபாடு சிறப்புற்ற காலையில் கொற்றவை சிவனின் சக்தியான மலைமகளாகவும், முருகன் ஆலமர்ந்த கடவுளின் மகனாகவும் புதிய உறவுமுறையும் குலமுறையும் பெறுகின்றனர். தமிழ்நாட்டிலே சிவவழிபாடு பெருவழக்குப் பெற முருகவழிபாடு குறைவதாயிற்று.[23]

மாயோன் மேய காடுறை யுலகமும்
சேயோன் மேய மைவரை யுலகமும்
வேந்தன் மேய தீம்புன லுலகமும்
வருணன் மேய பெருமண லுலகமும்
முல்லை குறிஞ்சி மருதம் நெய்தலெனச்
சொல்லிய முறையான் சொல்லவும் படுமே[24]

என்று கிறித்துவிற்குப் பின் ஏறத்தாழ ஐந்தாம் நூற்றாண்டளவிற் றோன்றிய பழந்தமிழ்ப் பேரிலக்கணம் தமிழ்நாட்டுத் தெய்வங்களுக்கு நிலப்பாகுபாடு காட்டுகின்றது. மாயோன், சேயோன், இந்திரன், வருணன் ஆகிய நான்கு தெய்வங்களையும் கூறும் இந்நூல் பிற்காலச் சைவத்தின் பரம்பொருளாகிய சிவனைக் குறிப்பிடவில்லை. சங்க நூல்களில் மிகச் சில இடங்களிலேயே சிவனைப்பற்றிய குறிப்புக்கள் இடம்பெறுகின்றன.[25] ஆனால் சிவன் என்னும் பெயரோ, அவன் இன்ன நிலத்துக்குரியவன் என்றோ கூறப்படவில்லை. இலக்கியத்திற்குரிய பொருளை அல்லது மனிதனையும், அவனது சுற்றுச்சார்பையும், வகுத்துப் பிரித்த தொல்காப்பியம் முதற்பொருள், கருப்பொருள், உரிப்பொருள் என்று பொருளைப் பாகுபடுத்துகிறது. பொருளின் அடிப்படையில் அமைந்த ஒரு பாகுபாட்டினை நாம் இங்கு காணலாம் கருப்பொருள் என்பது திணைகளுக்குரிய தெய்வத்தைத் தவிர, உணவு, விலங்கு, மரம், புள், பறை, யாழ், தொழில் என்பனவற்றையும் கூறுவதனால் இவ்வுண்மை புலப்படும்.

சைவ சமயத்தின் தொன்மை தேடித் தொல்காப்பியத்தைத் துருவி யாராயும்போது சிவன் கருப்பொருளிலே இடம்பெறாமையைக் கண்டோம். இது கவனிக்கத்தக்கது. ஏனெனில் ஆரியவழக்கிலும் வேதகால முடிவிலேயே சிவன், விட்டுணு, பிரம்மா முதலிய இட்ட தெய்வங்கள் சிறப்படைந்தன. பக்தி மார்க்கத்தின் தொடக்கத்தைக் காட்டுவதுபோலப் பகவத்கீதையில் கண்ணன் தனித்தெய்வமாக்கப்படுகின்றான்; அதைப்போலவே, சிவனும் கால கதியிலே தனக்கென ஒரு

23. வித்தியானந்தன், ஷை, ப. 124.
24. தொல்காப்பியம், பொருள், சூ. 5.
25. வித்தியானந்தன், ஷை ப. 115.

குலமுறை இணைக்கப் பெறுகின்றான். வேத வழக்கிற்குப் பிற்பட்ட இதிகாச புராண காலத்திலேயே சிவ, விட்டுணு வழிபாடு சிறப்படைந்தது. எனவே தமிழ்நாட்டிலும் அவை பிந்திய காலத்தில் பெருவழக்கடைந்தால் வியப்பில்லையல்லவா? வேத வழக்கிலே சிவன் முதன் முதலிலே உருத்திரனோடு ஒன்றாகப் பேசப்படுவதை நாம் காணலாம். நந்தி, நாகம் முதலியவற்றோடு (இவை ஆரியருக்கு முற்பட்ட குலங்களின் சின்னங்கள்) தொடர்பு படுத்தப்பட்டுச் சிவன் தோன்றும்போது பௌராணிக வழக்கு வலுத்துவிடுகிறது. இந்தக் காலப் பகுதிக்குரிய சிவனையே பழைய தமிழிலக்கியங்களிலே நாம் காண்கிறோம்.

பத்துப் பாட்டிலே நான்கு இடங்களிற் சிவனைப் பற்றிய குறிப்புக்களைக் காண்கின்றோம்.[26] அக்குறிப்புகள் பௌராணிக மரபை நன்குணர்ந்து காணப்படுகின்றன, முப்புரம் எரித்தமை, கண்டத்திலே நீலநிறம் பெற்றிருத்தல், திங்களைத் தலையிலே தரித்தமை, நெற்றிக்கண் உள்ளமை, இடபக்கொடியை உடையராயிருத்தல், உமையொரு பாகனா யிருத்தல், ஐம்பூதங்களைப் படைத்தவனாயிருத்தல் ஆகியன சங்க இலக்கியங்களிலே சிவனைப் பற்றிக் கூறப்படும் குறிப்புகள். முக்கண்ணனாகிய சிவனது கோயில் ஒன்றும் புறநானூற்றிலே கூறப்படுகின்றது. எனினும் தெய்வங்களுக்கும் மக்கள் வாழ்க்கைக்கும் உள்ள நெருங்கிய தொடர்பினை அளவுகோலாகக் கொண்டு பார்க்கும்போது சங்க இலக்கியங்கள் காட்டும் அக்காலப் பகுதியிலே சிவவழிபாடு மக்கள் மத்தியிலே "அவ்வளவு செல்வாக்குப் பெற்றிருக்கவில்லை" என்னும் முடிவிற்கு வரலாம். இதற்குக் காரணமும் இல்லாமலில்லை. குலங்களாகவும் குடிகளாகவும் *(tribes and clans)* மக்கள் வாழ்ந்த புராதனக் கூட்டுமுறை வாழ்க்கையிலே கொற்றவை, வேலன், வருணன் முதலிய தெய்வங்களே சிறப்புடையனவாயிருந்தன. பூசாரிகள், குருமார் எவருமின்றி மக்கள் பலியிடுதல், வெறியாடல் முதலிய முறைகளினால் தாமே கூட்டாக வழிபட்ட நிலையிலே சமுதாயக் கடவுளர் தேவையாயிருந்தனர். ஓரளவிற்கு, இந்திரன், பிரஜாபதி முதலிய தெய்வங்கள் ஆரியருக்கு உகந்தவராயிருந்ததைப்போல, சமூகத்திலே தனி உடைமையும், ஆட்சி நிலைமையும் தோன்றியபோது தனிப்பட்ட இட்ட தெய்வங்களும் வகுப்புகளுக்கான தனிப்பட்ட தெய்வங்களும் உருப்பெற்றன. அந்த நிலையிலேயே சிவன், விட்டுணு முதலிய தெய்வங்கள் சிறப்புறத் தொடங்கின. கோயில் வழிபாடும்,

26. வித்தியானந்தன், ஷை, ப. 126.

புறச்சமயங்களின் தாக்குதல் காரணமாக ஏற்பட்ட பக்தி மார்க்கமும், சமுதாயத்திலே ஏற்பட்ட வர்க்க முரண்பாடுகளும் தனித்தெய்வங்கள் தோன்றுவதற்கு அநுசரணையாக விருந்தன. தமிழகத்தைப் பொறுத்தவரையில் இப்பண்பு சங்கமருவிய காலத்தில் அதாவது கிறித்துவிற்குப் பின் மூன்றாம் நான்காம் நூற்றாண்டுகளில் தோன்றுகிறது. சிவன், விட்டுணு ஆகிய இரு தெய்வங்களைப் பற்றி இன்னோர் உண்மையையும் நாம் இவ்விடத்தில் அவதானிக்கலாம். சிவன், விட்டுணு ஆகிய இரு தெய்வங்களும் சிறப்புற்ற காலையிலே, அவ்விரண்டும், தமக்கு முன்னிருந்த பல சமய நம்பிக்கைகளையும் வழிபாட்டு முறைகளையும் தெய்வங்களையும் தம்முடன் பல்வேறு வகைகளிலே தொடர்புபடுத்தி இணைத்து ஈடிணையற்ற தனிப்பெருந் தெய்வங்களாகப் பரிணமித்தன. இதற்குக் கருவியாகப் பிராமணர் அமைந்தனர். ஆரியரல்லாத கூட்டத்தைச் சேர்ந்த, கிருஷ்ண (கறுப்பு)னும், சுமேரியத் தெய்வங்களோடு ஒப்பிடக்கூடிய நாராயண, வேதக்கடவுள், விஷ்ணு ஆகிய மூன்று வேறுபட்ட தெய்வங்களும் மகாபாரதத்திலே ஒரு தெய்வமாக இணைக்கப்பட்டு ஒன்று சேர்க்கப்படுகின்றன. அன்றைய இந்தியாவிற்கு இத்தகைய முயற்சிகள் கலாசார ஒருமைப்பாட்டை அளித்தன.[27] இதைப்போலவே சிவனும் புதிய பழைய பண்புகளையெல்லாம் சேர்த்துத் தனிப்பெருந் தெய்வமாகத் தோன்றுவதையும் நாம் கவனிக்க வேண்டும். சிந்துவெளி நாகரிகத்தில் உதித்த சிவன் மிருகங்கள் புடைசூழப் பசுபதியாகி, கூட்டு வாழ்க்கையில் கணங்கள் சூழப் பூதகணங் களுக்குத் தலைவனாகி, பழைய பெண் தெய்வத்தை மணந்து மலைமகள் மணாளனாகி, மாதொரு பாகனாகி, கார்த்திகேயன் தந்தையாகி, பழைமையையும் புதுமையையும் தன்னுள்ளடக்குவதை நாம் காணலாம். தனியுடைமையை அடிப்படையாகக் கொண்டு சைவமும், வைணவமும் செழித்தோங்கியபடியாற்றான், உடைமைகளுக்கு எதிராக இருந்த சமண, பௌத்த சமயங்களுடன் மோதின. எனினும் இந்திய வரலாற்றைத் தொகுத்துப் பார்க்கும்போது காலப்போக்கிலே சிவ வழிபாடு பெரிய நிலக்கிழார்கள், பிரபுக்கள் முதலியவர்களுக்கு உரியதாயும், வைணவம் சிறுபொருள் உற்பத்தியாளர், விவசாயிகள் முதலியோர் மத்தியில் பெருவழக்குள்ளதாயும் இருப்பதைக் கவனிக்கலாம். சிவ–வைணவ மதப்பூசலின் எதிரொலி பத்தொன்பதாம் நூற்றாண்டு வரை நீடித்தது.[28]

---

27. Kosambi, ISIH, pp. 245-246

28 Kosambi, ISIH, p. 246.

சங்க காலத்தைப் பார்க்கும்போதும் இவ்வுண்மை தெளிவாகும். திராவிடரின் ஆரியருக்கு முற்பட்ட, வேறுபட்ட வழக்குகளும், ஆரியரின் வேதவழக்கும் முட்டிமோதிக் கலப்பதைச் சில சங்ககால, சங்கமருவியகால இலக்கியங்கள் எமக்குக் காட்டுகின்றன என்பதுண்மையே. அது இயல்பான கலாசார இயக்கவிதியின் பாற்படுவது. எனினும் சமணம், பௌத்தம் தமிழ்நாட்டிலும் மெல்ல மெல்லப் பெருவழக்குற்றத்தைத் தொடர்ந்து வைதிக சமயமும் வலுவடைவதற்குரிய வழி வகைகளைக் கண்டது. அந்தப் பண்பின் விளைவாகவே பக்தி மார்க்கமும், இட்டதெய்வமும், தனிப்பெருந்தெய்வமும் தமிழகத்திலும் தோன்றின. காரைக்காலம்மையார் பிரபந்தங்களில் தெளிவாக இப்பண்பினைக் காணலாம். அதற்கு முதற்படியாகப் பத்துப் பாட்டிலும் "இரட்டைக்" காப்பியங்களான சிலப்பதிகாரம் – மணிமேகலையிலும் சமயங்கள் அருகருகே யிருந்து "போட்டி"யிடுவதை நாம் காணலாம். கோயில்கள், விகாரைகள், பள்ளிகள் பெருமளவில் கட்டப்பட்டதும் போட்டிக்கு ஏதுவாக இருந்தது. பத்துப்பாட்டில் ஒன்றான மதுரைக் காஞ்சியிலே அந்தணர் பள்ளியும் சமணப்பள்ளியும் பௌத்தப்பள்ளியும் சிறப்புற்று விளங்கும் மதுரைமாநகரை நாம் காண்கின்றோம். சிலப்பதிகாரத்திலும் இதன் தருக்க ரீதியான வளர்ச்சியைக் காணலாம்.

இவ்வாறு "உடனிருந்து வாழும்" நிலையைப் பயன்படுத்திச் சமணமும் பௌத்தமும் ஒருபடி மேற்சென்ற போதுதான், வைதிக சமயங்களுக்கும் அவைதிக சமயங்களுக்கும் இடையே நேரடியான துவந்தயுத்தம் மூண்டது. அதற்குரிய அடிப்படைப் பொருளாதாரக் காரணங்களை ஆராய இது சந்தர்ப்பமன்று. எனினும், ஒன்றுமட்டும் கூறலாம்.

ஓயாத போர், கொள்ளை, மரணம், கட்டுபாடற்ற ஆண்பெண் உறவு, மிதமிஞ்சிய மது, மாமிச ஊண் முதலியவற்றின் இருப்பிடமான புராதனத் தமிழகம், சமணம், பௌத்தம் ஆகியன கொண்டுவந்த சாந்தம், சமாதானம், ஒழுக்கம், பெண்வெறுப்பு, அரசுநெறி, கட்டுப்பாடு, புலால் மது வெறுப்பு, பொருளாசை வெறுப்பு முதலிய பண்புகளைத் தொடக்கத்தில் இலகுவாகவும் விருப்பத்துடனும் ஏற்றது. காலத்தின் தேவையை, வந்த சமயங்கள் நிறைவேற்றின. எனினும் இதே துறவறச் சமயங்கள் ஒழுங்கு, ஒழுக்கம் என்னும் அடிப்படையில் மன்னருக்கு ஆதரவு அளித்துத் தமது பள்ளிகள், விகாரைகள் முதலியவற்றிற்காகப் பெரும் அளவில் பொருளும் நிலமும் சேர்த்தபோது – தமது முற்போக்கை யிழந்த

போது – அது தமிழக மக்களுக்குச் "சுமை"யாக மாறியது. பள்ளிகள் பெரிய நிலவுடைமை நிறுவனங்களாக மாறின. சமணத்தையும் பௌத்தத்தையும் சிறப்பாக ஆதரித்தவர் அக்காலத் தமிழக வணிக வர்க்கத்தினர். ஏனெனில் பலம்வாய்ந்த அரசாட்சியில் பொருளீட்டி வாணிபஞ் செய்யும் வாய்ப்பு இருந்தது. அதே சமயத்தில் கொல்லாமையையும் கடைப்பிடிக்க முடிந்தது. நிதிக்குப்பை நிறைந்த செல்வர் சமணத்தை ஆதரிப்பதைச் சிலப்பதிகாரம் காட்டும். சமண, பௌத்தப் பள்ளிகள் பெரும் நிலவுடைமை நிறுவனங்களாகிச் செல்வாக்குப் பெற்றிருந்ததைப் பல்லவ அரசன் மகேந்திரவர்மன் எழுதிய அங்கத நாடக நூலாகிய "மத்த விலாசப் பிரகசனம்" என்னும் நூல்மூலம் அறியலாம். தமது செல்வாக்கினால் அவர்கள் (சமண பௌத்தர்) நீதிபரிபாலனத்திற்கூடத் தலையிட்டனர் எனத் தெரிகிறது.

சமயகுரவர் சமண பௌத்தரைத் தாக்கும்போது காணப்படும் வேகத்தின் அடிப்படை இங்கேதானிருக்கிறது. "ஆனமாமலை ஆதியாயவிடங்களிற் பல அல்லல் சேர் ஈனர்கள்" என்றும், "பொய்த்த வன்றவ வேடத்தராஞ் சமண் சித்தர்" என்றும், நாயன் மார் பின்னர் தாக்குவது இதன் காரணமாகவே என்பது தெளிவு.

இதற்கு முன்னோடியாக, விடிவெள்ளியாகத்தான் காரைக்காலம்மையார் தமது திருப்பதிகங்களிலே சிவனைக் கருணையின் பிழம்பாகவும் கோபத்தின் சின்னமாகவும் அழிவின் சக்தியாகவும் கொண்டாடுகின்றார். பொதுமக்களும் பங்குகொண்டு வழிபடும் வண்ணம் சிவனது பண்புகளைத் தமிழகத்து வழிபாட்டு முறைகளுக்கேற்பப் பாடுகிறார் அம்மையார். அதுமட்டுமன்று. சிலப்பதிகாரம் முதலிய நூல்களிலே வரிப்பாடல்களாகக் காணப்படும் கிராமியக் கவிதைகளையும் அநுசரித்துக் கட்டளைக்கலித்துறை விருத்தம் முதலிய பாமரச் சுவை பொருந்திய இசைப்பாடல்களையும் பாடத் தொடங்கினார். சைவ சமய மறுமலர்ச்சி பக்திப் பிரவாகமாகத் தமிழகத்திலே ஓடப்போகிறது என்பதைக் காட்டி நிற்பவர் அம்மையார். அவர் வழியிலேயே நாயன்மார் சென்று பக்தி நிலையை உச்சிக்குக் கொண்டு சென்றனர். தமிழகத்திலே பக்தியானது பொருளாதார – சமூக – அரசியல் – சமயப் பேரியக்கமாக மாறியது. அது கண்டு மன்னரும் பக்கம் மாறினர்.

> வீடறியாச் மொழி பொய்யென்று மெய்யுணர்ந்த
> காடவனும் திருவதிகை நகரின்கட் கண்ணுதற்குப்
> பாடலிபுத் திரத்தி லமண் பள்ளியொடு பாழிகளுங்
> கூடவிடித்துக் கொணர்ந்து குணதர வீச்சுரமெடுத்தான்

பல்லவமன்னன் மகேந்திரவர்மன் சமணப் பள்ளிகளை இடித்துச் சிவனுக்குக் கோயில்கள் கட்டினான் என்று பெரிய புராணம் பாடும். எனினும் அது பல்லவர் காலத்துப் பக்தி இயக்கத்துக்குரிய உண்மையாம்.

ஆவுரித்துத் தின்றுழலும் புலையரேனும்
கங்கைவார் சடைக்கரந் தார்க்
கன்பராகில் அவர் கண்டீர்
நாம் வணங்கும் கடவுளாரே

என்னும் நிலை ஏற்பட்டதும், சிவன் தென்னாடுடைய தனிப்பெருந் தெய்வமாக மாறிவிடுகிறான்.

பெயர் தெரியாச் சிந்துவெளிக் கடவுள் பெயரும் குணமும் பெற்றுச் சிதம்பர நாதனாகிவிடுகிறான்.

அழிவும் ஆக்கமும்

தமிழரைப் போன்று பழைய இலக்கியச் செல்வம் படைத்த பிற சமூக மக்கள் சிலரின் இலக்கிய வரலாற்றைப் படிக்கும்பொழுது, பொதுவாகச் சமுதாயத்திற்கும் இலக்கியத்திற்கும் உள்ள தொடர்பைப் பற்றியும், சிறப்பாக வீர யுகத்திலே அரசியலுக்கும் புலவருக்குமிருந்த நெருங்கிய பிணைப்பைப் பற்றியும் சில உண்மைகள் எமக்குப் புலனாகின்றன. பண்டையக் கிரேக்கர், ஜெர்மானியர், கெல்தியர், செமித்தியர் முதலாய இனமக்களும் சான்றோர் இலக்கியத்திற்குச் சமமான இலக்கியவளம் படைத்தவர்களே. வரலாற்றுத் தொடக்கக் காலத்திலே அம்மொழிகளிற் பாடிய புலவரும் அரசவைகளில் வீற்றிருந்து செய்யுட்கள் யாத்துள்ளனர்; தமிழ்ப் புலவரைப் புரவலர் போற்றியதைப் போலவே அப்புலவர்களையும் மன்னர்கள் சிறப்பாகப் போற்றியுள்ளனர். தமிழ்ப் புலவரைப் போற்றிய பழந்தமிழ் மன்னரின் இலக்கிய ஆர்வத்தையும் வள்ளன்மையையும் தமிழிலக்கிய வரலாற்றாசிரியர் பெரிதும் புகழ்வர். ஒப்பிலக்கிய நோக்குடன் நிலைமையைப் பார்க்கும்பொழுது, மேல் நோக்கிற்குத் தெரியும் கொடைச் சிறப்பிற்கு அடிப்படையாக ஆளும் வர்க்கத்திற்கு அனுசரணையாகப் புலவன் பிரசாரஞ் செய்த பணி தெரியவருகின்றது.

சான்றோர் இலக்கியங் காட்டும் தமிழர் சமுதாயம், நாகரிக உலகின் நுழைவாயிலிலே நிற்கும் சமுதாயமாகும். கிறித்து சகாப்தம் தொடங்குவதற்கு ஏழெட்டு நூற்றாண்டுகளுக்கு முன்னர், தமிழக

வரைப்பிலே நூற்றுக்கணக்கான குலமரபுக் குழுக்கள் *(Tribes)* சிதறிக் கிடந்தன. புராதன மனித வரலாற்றாசிரியர் அநாகரிக நிலையில் *(Barbarism)* இப்புராதனக் கூட்டுச் சமுதாயங்கள் இயங்கின என்பர். இச்சிறு கூட்டுச் சமூகங்களில் இருந்த யாவரும் தமிழகம் ஒன்று என்னும் உணர்வு எழாத காலத்தில் வாழ்ந்தவர்கள் என்பதை இங்கு வற்புறுத்துதல் அவசியமன்று. ஒவ்வொரு சிறு குழுவிலும் அடங்கிய யாவரும் இரத்த உறவினால் பிணைக்கப்பட்டவர்கள். குழுவின் பொருளாதார அமைப்பைப் புராதனப் பொதுவுடைமை எனலாம். ஒளியர், ஆவியர், கோசர், அதியர், அருவர், மழவர், வழுதியர் முதலிய கூட்ட மக்களெல்லாம் இத்தகைய குலமரபுச் சமூக வாழ்க்கையிலிருந்தவரே. இவர்களது பெயர்கள் குலமரபுப் பெயர்களாம். நாளடைவில் இக்குலங்களிற் சில இரும்பு முதலிய உலோகங்களைப் பயன்படுத்தவும் வளர்ச்சி பெற்ற பண்டமாற்றிலீடுபடவும் பழகின. இது குலத்துக்குள்ளும் குலங்களுக்கிடையும் ஏற்றத்தாழ்வுகளை யுண்டாக்கியது. இப்பொருளாதாரப் புரட்சியை விரிவாக ஆராய இது ஏற்ற சந்தர்ப்பமன்று. மனித வரலாற்றில் நிகழ்ந்த பெரும் புரட்சியாகிய இம்மாற்றத்தினையே ஏங்கல்ஸ் “குடும்பம், தனியுடைமை, அரசு ஆகியவற்றின் தோற்றம்” என்னும் நூலில் விவரித்துள்ளார்.

கி.மு. ஐந்தாம் ஆறாம் நூற்றாண்டளவில் தமிழகத்தில் இப்புரட்சி தொடங்கியது. இரும்பின் உபயோகம் கி.மு. ஏழாம் நூற்றாண்டளவில் தொடங்கியது எனக் கருதலாம். வெளிநாட்டு வணிகமும் இப்புரட்சியின் வேகத்தை அதிகரித்தது என்பதில் ஐயமில்லை. இப்புரட்சியின் விளைவாகச் சிதறிக் கிடந்த குலங்கள் ஒன்றுடன் ஒன்று மோதின. சில குலங்கள் உயர்ந்தன; சில தாழ்ந்தன; சில அழிந்தன; சில புதிய கூட்டுச் சேர்ந்தன. ‘மாடுபிடி’ சண்டையினாலும் ஊர்க் கொள்ளையினாலும், குலங்கள் கலப்பதனாலும் நாளடைவில் பெரிய அரசுகள் தோன்றின. ஏங்கல்ஸ் கூறுகிறார்:

“தொடர்புடைய கிளைகளின் கூட்டணி இன்றியமையாத தாகின்றது. இக்கூட்டணி, கிளைகளின் நிலப்பரப்பின் கூட்டமைப் பாகவும் அமையவே, ஒரு தேசமாக மாறிவிடுகின்றது. மக்களின் போர்த் தலைவர் தவிர்க்க முடியாத நிரந்தரமான தலைமையாளராக நிலைக்கின்றனர் ... ஏனெனில் போரும் சமூகக் கட்டுக்கோப்பும் நாட்டின் நிரந்தரக் கடமையாகிவிடுகின்றன.”

நூற்றுக்கணக்கான குலங்களிலிருந்து காலப்போக்கிலே தமிழகத்தில் மூன்று அரசுகள் உருவாகின. முடியுடைவேந்தர் தலைதூக்கினர். தமிழகம் நாகரிக உலகில் நுழைந்தது. அதாவது அரசு தோன்றியது. அந்த நிறுவனத்தின் நிழலிலேயே, புலவனும்

தோன்றுகின்றான் அல்லது தோற்றுவிக்கப்படுகிறான் என்று கூறலாம்.

அது எப்படி?

(அழிந்த) பழைய குலங்கள் பன்னெடுங்காலமாக மரபு முறைப்படி வாழ்ந்து வந்தவை; நமது காலத்து முறையிற் கூறுவதாயின் அவற்றிற்குக் குலப்பெருமை இருந்தது. புதிய "பணக்காரரான" வேந்தர் போர், கொள்ளை, கொலை முதலிய வற்றினால் முன்னுக்கு வந்தவர்கள். அவர்கள் "வம்பவேந்தர்" (புறம் 345: 7).

வந்தோர் பலரே வம்ப வேந்தர்
பிடியுயிர்ப் பன்ன கைகவ ரிரும்பின்
ஓவுற ழிரும்புறங் காவல் கண்ணிக்
கருங்கண் கொண்ட நெருங்கல் வெம்முலை
மைய னோக்கிற் றையலை நயந்தோர்
அளியர் தாமேயிவ டன்னை மாரே
செல்வம் வேண்டார் செருப்புகல் வேண்டி
நிரலல்லோர்க்குத் தரலோ வில்லெனக்
கழிப்பிணிப் பலகையர் கதுவாய் வாளர்
குழாஅங் கொண்ட குருதியம் புலவொடு
கழாஅத் தலையர் கருங்கடை நெடுவேல்
இன்ன மறவர்த் தாயினு மன்னோ
என்னா வது கொறனே
பன்னல் வேலியிப் பணைநல் லூரே.

பெண் கேட்டு நிற்பவர்கள் செல்வம் நிறைந்த மன்னரா யிருந்தும் பழைய குலப்பெருமை, ஆண்மை முதலியவற்றால் ஒவ்வாதவராதலின் அவருக்குப் பெண் கொடுக்க மறுக்கின்றனர், பெண்ணின் மூத்தோர். எனவே தவிர்க்க முடியாதபடி போர் மூள்கின்றது. பலவகைப் படைகள் கொண்டு வந்து நிற்கும் 'வம்ப வேந்தர்' நிச்சயமாக வெற்றியடைவர் என்று பாடலைப் படிக்கும்போது புலனாகின்றது. பெண்ணின் மூத்தோர், அதாவது இரத்த உறவினர் வாளும் கேடயமும் ஏந்திக் கழுவாத தலையுடையராய் செருக்குடன் எதிர்க்கின்றனரேனும், 'ஐயோ, இவ்வழகிய நல்ல ஊர் என்னவாகுமோ தெரியாது' என்று ஏங்குகின்றார் புலவர். இத்தகைய பாடல்களை மகட்கொடை மறுப்பு, மகட்பாற் காஞ்சி ஆகிய பிரிவுகளில் அடக்குவர் பின்வந்த இலக்கணவாசிரியர்கள்.

இவ்வாறு பழைய மரபில் வந்த சில கிளைச் சமுதாயத்தினர் புதிய வேந்தருக்குப் பெண் கொடுக்கவும் மறுக்கும் சமுதாயமாற்ற நிலையில், புதிய வேந்தருக்குப் பக்கபலமாகப் பிரசாரஞ் செய்தனர் புலவர். கொள்ளையிலும் வணிக லாபத்திலும் கிடைத்த மிதமிஞ்சிய பொருட் செல்வத்தில் புலவருக்கும் உரிய

“பங்கு” கிடைத்தது. புலவர், பாணர், அகவுநர், கூத்தர் முதலியோர் பல்வேறு வகைகளிலே மன்னர் பெருமையைப் புகழ்ந்து மக்கள் மத்தியில் அரசுக்கு ஆக்கந் தேடினர். பாணருக்குப் பொருள் வழங்குவதைப் பாண்கடன் என்று இலட்சியப் படுத்தினர் மன்னர். போர்க்களத்திலேயே கைப்பற்றிய செல்வப் பொருட்களைப் புலவருக்கு அள்ளி இறைத்தனர் பலவேந்தர் என்பது புறநானூறு, பதிற்றுப் பத்து முதலிய நூல் செய்யுட்களால் தெரியவருகின்றது.

நமது காலத்திலே முதலாளித்துவ சமூக அமைப்பில் வெகுசனப் பிரசார சாதனங்களான பத்திரிகை, வானொலி, திரைப்படம் முதலியன ஆளும் வர்க்கத்துக்குச் சாதகமாக உபயோகப்படுவதை நோக்குபவருக்கு மேற்கூறிய உண்மை இலகுவில் விளங்கும். புலவர் செய்த நுண்ணிய பிரசாரப் பணியின் பண்பை இருகூறாகப் பிரிக்கலாம்.

ஆண்ட மன்னரின் தோற்றம், வலிமை, உடையழகு, கொடை முதலியவற்றைப் புகழ்தல் ஒரு வழி; அம்மன்னரது குலப்பெருமையை விரித்து விதந்து கூறுவது மற்றொரு வழி. இவ்விரு முறைகளும் தொடர்புடையன. போரின் விளைவாகப் பல ஊர்கள் இரவு பகலாக எரிந்தன; கணவரையிழந்த பெண்கள் பலர்; வயல்கள், தோட்டங்கள், நீர்நிலைகள் பாழாயின. இவை யாவும் வீரச் செயல்களாகப் புலவர் நாவில் உருமாற்றம் பெற்றன. போரிற் காணப்படும் குரூரங்களை அழகாக மாற்றிவிடுகின்றனர். அக்காலப் புலவர்கள் தக்க உவமைகளைக் கையாள்வதன் மூலம் இந்த ‘ரஸவாத’த்தைச் செய்து முடிக்கின்றனர். ஒரு உதாரணம் பார்க்கலாம்.

விளைவயல் கவர்பூட்டி
மனைமரம் விறகாகக்
கடிதுறைநீர்க் களிறுபடீஇ
எல்லுப்பட விட்ட சுடுதீ விளக்கம்
செல்சுடர் ஞாயிற்றுச் செக்கரிற் றோன்றப்
புலங்கெட இறுக்கும் வரம்பி ரானைத்
துணைவேண்டாச் செருவென்றிப்
புலவுவாட் புலர்சாந்தின்
முருகற் சீற்றத் துருகெழு குருசில்.

நெல் விளையுங் கழனியைக் கொள்ளையூட்டி, வீடுகளின் மரமே விறகாகக் காவலுடைய நீர் நிலைகளிலே யானைகளைப் படிவித்து விளக்கமுண்டாக மூட்டப்பட்ட நாடு சுடு நெருப்பினது ஒளிதான் செக்கர் வானத்தைப் போலத் தோன்றுகின்றது. இதனைச் செய்து முடிக்கும் அசகாயனான மன்னனோ முருகக் கடவுளது சீற்றத்தையொத்த சினத்தையுடையவன். இவ்வாறு மன்னனைத் தெய்வத்தோடு ஒப்பிட்டும், ‘நல்ல நாடு’

சுவாலித்து எரிவதைச் செக்கர் வானக்காட்சியுடன் ஒப்பிட்டும் புலவர் பாடும்பொழுது போரின் வெம்மையும் கொடுமையும் மறைந்து இயற்கை அழகைப் போல, ரசிக்கக் கூடிய தோற்றமாக அவை மாறிவிடுகின்றன. புறநானூறு, பதிற்றுப்பத்து முதலிய நூல்களிற் காணப்படும் பல செய்யுட்கள் அழிவில் அழகைக் காட்டுவனவே. தலையாலங்கானத்துச் செருவென்ற நெடுஞ் செழியன் படைகளுடன் காற்றென்னும்படி விரைவாகப் பறந்து சென்று பகைவர் நாடு கெடும்படி நெருப்பைப் பரப்பினான் என்று மதுரைக் காஞ்சி கூறும். அதே நூலிற் பிறிதோரிடத் திலே 'மன்னனது போர் வீரர் பகைவர் ஊரைச் சுடுகின்ற நெருப்பின் ஒளியிலே பசுநிரைகளைக் காத்திருந்தவரை வெட்டி வீழ்த்திவிட்டுப் பசுத்திரளைக் கவர்ந்து சென்றனர்' என்று கூறப்படும். சோழன் கரிகாற் பெருவளத்தானைக் கருங் குழலாதனார் என்னும் புலவர் சிறப்பித்துப் பாடும்பொழுது,

எல்லையு மிரவு மெண்ணாய் பகைவர்
ஊர்சுடு விளக்கத் தழுவிளிக் கம்பலைக்
கொள்ளை மேவலை

(புறம். 7:7—9)

என்று கூறுகின்றார். "பகலும் இரவும் எண்ணாது பகைவரது நாட்டைச் சுடுகின்ற தீச்சுவாலையின் ஒளியிலே தம் சுற்றத்தை அழைத்துக் கூவியழும் ஆரவாரத்தின் மத்தியில் கொள்ளை யடிப்பதை நீ விரும்புதலுடையை' என்பது கருத்து. அதாவது "அழுவிளிக் கம்பலை" மன்னனுக்கு மகிழ்ச்சியைக் கொடுக்கிறது என்கிறார் புலவர். பாண்டியன் பல்யாகசாலை முதுகுடுமிப் பெருவழுதியை வாழ்த்தும் காரிகிழார் "நின்பகைவரது நாட்டைச் சுடும் பல மணநாறும் புகையுறைத்தலால் நின் கண்ணி வாடுக" (புறம். 6: 21–2) என்கிறார். இவ்வாறு பல பாடல்களிற் காணப்படும் அழிவுச் செய்திகளைக் கண்ணுற்ற தற்கால ஆராய்ச்சியாளர் சிலர், சமாதானங்கூற முற்படுகின்றனர்.

"போர் நிகழுமிடத்துப் பகைவர் நாட்டு விளைவயல்களைக் கெடுப்பதும், நீர் நிலைகளைச் சிதைத்தழிப்பதும், நெல் கரும்பு முதலியன விளையும் மருத நிலங்களைப் பாழ் செய்வதும், மக்கள் குடியிருக்கும் ஊர்களைத் தீயிட்டு அழிப்பதும், அவர்தம் பொருளைச் சூறையாடுவதும் நிகழ்வது குறித்தே, இப்போர் நிகழ்ச்சி சான்றோர்களால் வெறுக்கப்படுகின்றன.இதனை இச்சான்றோர் விரித்தோதுவது வேந்தன் உள்ளத்தில் அருள் பிறப்பித்துப் போரைக் கைவிடுத்தல் கருதியேயென்றறிதல் வேண்டும்." (ஔவை. சு. துரைசாமிப் பிள்ளை, புறநானூறு, கழகப் பதிப்பு, பக். 46)

இத்தகைய வாதம் சங்கச் சான்றோர் சார்பில் எம்மிடம் மன்னிப்புக் கோரும் வகையிலமைந்துள்ளது. திருவாளர் துரைசாமிப் பிள்ளை போன்றவர்கள் கூச்சப்படுவதற்கோ, தலை குனிவதற்கோ பாடல்களில் பாரதூரமாக யாதொன்றுமில்லை. 'அருள் பிறப்பிப்பது' அக்காலப் புலவர்கள் நோக்கமாகவும் இருக்கவில்லை. அதற்கு நேர்மாறாகப் போர்க்களத்திற்கே சென்று வீரரையும் மன்னரையும் உற்சாகப்படுத்தினர். போர் விஷயத்திலே அக்காலப் புலவர்கள் எளிதில் வெறுப்படைபவராயிருந்தாரல்லர். அவர்கள் வாழ்ந்த காலம் அத்தகையது. பிற்காலத்திலே தமிழர் சமுதாயத்திலே வேரூன்றிய கொல்லாமைக் கோட்பாட்டை அடிநிலையாகக் கொண்டு வீரயுகப் பாவலர்களையும் மக்களையும் எடை போடுதல் வரலாற்றுணர்வுக்கு முரணான செய்கையாகும். இவ்விடத்திலே கிரேக்க வீரயுகக் காவியங்களான இலியாது, ஒதீசி பற்றிப் பின்லி *(Finley)* என்பார் கூறியுள்ளது நோக்கத்தக்கது.

"குறிப்பாக இலியாது காவியமானது குருதி தோய்ந்ததா யுள்ளது. இவ்வுண்மையை மறுக்கவோ மறைக்கவோ முடியாது. எவ்வளவுதான் சான்றுகளைத் திரித்தாலும் உண்மையை மறைத்தல் இயலாது. புராதன கிரேக்க பழக்கவழக்கங்களையும் நம்பிக்கைகளையும் எமது மென்மையான – பண்பட்ட – ஒழுக்கக் கோட்பாடுகளுக்கேற்ப அமைக்க முயல்வது வீண் முயற்சியேயாகும். கவிஞனும் கவி கேட்டோரும் கொலை நிகழ்ச்சிகளை ஆற அமர வருணிக்கக் கேட்டனர்."

இக்கூற்று எமது பழைய புறப்பாடல்களுக்கும் பொருந்து மாகையால், இதனை நாவலித்து வரவேற்பதோடு, எம்மிடையே காணப்படும் இலக்கிய வரலாற்று, இலக்கிய விமர்சனப் பிரச்சினைகள் பிறமொழிகளிலும் உள்ளன என்று சுட்டிக்காட்ட விரும்புகின்றேன்.

பாட்டுத் திறந்தாலே துன்பக் குரல்களையும் காட்சிகளையும் இன்பச் சொல்லோவியங்களாக்கினர் புலவர்கள். ஆனால் இவை யாவும் அக்காலப் போரின் விளைவுகள் என்பதை நாம் மறந்துவிடுதல் கூடாது. ஏன் போர்கள் நடைபெற்றன? பொதுநியதியை ஏங்கல்ஸ் விவரிக்கிறார்:

"ஆடுமாடுகளை வளர்ப்பது, விவசாயஞ் செய்வது, குடிசைக் கைத்தொழில்கள் செய்வது முதலிய துறைகளில் உற்பத்தி பெருகியது. இதனால் மனிதனின் உழைப்புச் சக்தி தனது தேவைக்கு அதிகமாகவே உற்பத்தி செய்ய முடிந்தது. ஒவ்வொரு குலத்தைச் சேர்ந்த உறுப்பினனும், ஒவ்வொரு குடும்பத்தைச் சேர்ந்த அங்கத்தினனும் நாளாந்தரஞ் செய்து வந்த வேலை

இதனால் அதிகரித்துக் கொண்டே வந்தது. இன்னும் அதிகமாக உழைப்புச் சக்தி இருந்தால் நல்லது என்று விரும்பினார்கள். இவ்விருப்பத்தைப் போர் நிறைவேற்றி வைத்தது. போரிற் பிடிப்பட்டவர்கள் எல்லோரும் அடிமைகளாக ஆக்கப்பட்டனர். ஆகவே அன்று நிலவிய பொதுவான வரலாற்று நிலையில், முதல் மாபெரும் சமுதாய வேலைப் பிரிவினை உழைப்பின் உற்பத்திச் சக்தியை உயர்த்தி, அதாவது பொருட் செல்வத்தை அதிகப்படுத்தி, உற்பத்தித் துறைகளையும் விஸ்தரித்து, அவற்றின் உடனிகழ்ச்சியாக அடிமை முறையையும் உண்டாக்கியது. எனவே இம் மாபெரும் சமுதாய வேலைப்பிரிவினையிலிருந்து முதன் முதலாகச் சமுதாயம் மாபெரும் வர்க்கப் பிரிவினைக்கு ஆளாயிற்று. தலைமக்கள் – அடிமைகள், சுரண்டுகிறவர்கள் – சுரண்டப்படுபவர்கள் என்று இரு வர்க்கங்கள் உண்டாயின. இது எம்மை நாகரிகத்தின் வாயிற்படிக்குக் கொண்டு வந்து விடுகிறது."

ஏங்கல்ஸின் கூற்றுக்கு மேலும் விளக்கந் தேவையில்லை. பண்டைத் தமிழகத்திலே நடைபெற்ற போர்களின் விளைவாகத் தலைவர்கள் தோன்றினார்கள்; அரசுகள் தோன்றின. இப்போர்களில் தலைவருக்காக அதாவது மன்னருக்காக இறப்பது சிறந்த செயல் என்று புலவர் பிரசாரஞ் செய்தனர். "வேந்துவிடு தொழில்" என்று அதனைக் கூறினர். வேந்தனுக்காகப் போரிட்டு இறந்தவர்களை உயர்த்திப் பாடுவதன் மூலம் வீரமரணத்தின் விழுமிய பண்பை நாட்டிற் பரப்பினர். "ஆயிரத்தெண்ணூறு ஆண்டுகட்கு முற்பட்ட தமிழர்" என்னும் நூலிலே கனகசபைப் பிள்ளை பின்வருமாறு கூறியுள்ளார்:

"மன்னனது புடையர் குழுவில் ஒரு பகுதியாகிய பாணரும் பொருநரும், வீரரது போர் வேட்கையை வளர்த்து அதற்கு உரமிட்டனர். வெற்றியை இலட்சியமாக்கினர். அமைதியான நேரங்களிலே மன்னனையும் அவனைச் சூழ்ந்தோரையும் தமது வீரமிக்க பாடல்களினால் மகிழ்வித்தனர். அம்மன்னரின் மூதாதையர் ஈட்டிய வெற்றிகளை நினைவில் நிறுத்தினர். யுத்தகாலத்திலே போர் வீரரோடு தாமும் போர்க்களஞ் சென்று போர் வீரரை உற்சாகப்படுத்தி அருஞ் செயல்கள் ஆற்றும்படி ஆசை காட்டினர்."

இரண்டாவது உலகப் போரின்போது, ஜெர்மனியிலும் ஜப்பானிலும் பாசிஸ்டு இரத்த வெறியர்கள் நாட்டுக்காக இளைஞர் போர்க்களத்தில் இறந்துவிடுவதை இலட்சியப்படுத்தியதை அறிந்த எமக்கு வீரயுகப் புலவரின் பிரசாரம் புதுமைத்தன்று. ஒரு சில உதாரணங்களைப் பார்ப்போம்.

ஒளிறுவாள் அருஞ்சம முருக்கிக்
களிறெறிந்து பெயர்தல் காளைக்குக் கடனே.

(புறம்: 312)

"ஒளிபொருந்திய வாளேந்திச் சென்று அரிய போரைச் செய்து யானைகளைக் கொன்று போதல் காளையாகிய மகனுக்குக் கடமை" என்று தாய் வாக்காக இளைஞருக்கு இலட்சியமாக மூட்டினர் புலவர். இவ்விலட்சியத்தின் கொடுமுடிபோல அமைந் துள்ளது ஔவையார் பாடியதாகக் கொள்ளப்படும் புறப்பாடல் ஒன்று. தாயொருத்தியின் கூற்றாக அமைந்துள்ளது அது.

வெள்ளை வெள்யாட்டுச் செச்சை போலத்
தன்னோ ரன்னே விளைய ரிருப்பப்
பலர்மீது நீட்டிய மண்டையென் சிறுவனைக்
கால்கழி கட்டிலிற் கிடப்பித்
தூவெள் ளறுவை போர்ப்பித் திலதே.

(புறம்: 286)

'வெள்ளிய நிறத்யுைடைய வெள்ளாட்டுக் கிடாய்களைப் போலத் தன்னையொத்த இளையர் பலர் நிறைந்திருக்கவும், (உண்டாட்டின் போது) அப்பலர்க்கும் மேலாக எனது மகனுக்கு நீட்டித் தரப்பட்ட கள், அவனைக் காலில்லாத கட்டிலாகிய பாடையிற் கிடத்தித் தூய வெள்ளையாடையால் மூடுவியதாயிற்று' என்பது பொருள். போருக்கு முன்னர் மன்னன் கள் வழங்குவது வழக்கம். மண்டையில் வழங்கப்படுவது பற்றிக் கள்ளினை மண்டை என்பர். அது ஆகுபெயர். அவ்வாறு மன்னனிடம் சிறப்பாகக் கள் பெற்ற தனது மகன், அம்மன்னன் பொருட்டுச் சாகும் பெற்றி பெறவில்லையே – பாடையில் அவனைக் கடத்தும் நிலை வரவில்லையே – என்று தாய் ஏங்குவதாகப் பாடல் கூறுகின்றது. "மன்னர்க்கு உடம்பு கொடுத்தாரே மூத்தார்" என்று குறிக்கோள் சமைத்தவரும் அதனைப் பிரசித்தப்படுத்தியவரும் புலவரென்பதில் ஐயமில்லை. அதைப்போலவே தலைவன் – அடிமை என்னும் பாகுபாட்டின் அடிப்படையிலே மரபு மரபாகச் சிலர் மன்னனுக்குச் சேவகஞ் செய்வதையும் சிறப்பித்துப் பாடினர் புலவர். குடிநிலையுரைத்தல் எனும் துறையின்பாற்பட்ட ஒரு பாடலாக ஔவையார் பாடியது வருமாறு:

இவற்கீத் துண்மதி கள்ளே சினப்போர்
இனக்களிற் றியானை யியறோ்க் குருசில்
நுந்தை தந்தைக் கிவன்றந் தைதந்தை
எடுத்தெறி ஞாட்பி னிமையான றச்சன்
அடுத்தெறி குறட்டி னின்றுமாய்ந் தனனே
மறப்புகழ் நிறைந்த மைந்தினோ னிவனும்
உறைப்புழி யோலை போல
மறைக்குவன் பெருமநிற் குறித்துவரு வேலே.

(புறம்: 290)

போர்ப்பறை கேட்டு மறவர்கள் குழுமினர். மன்னன் உண்டாட்டு ஒன்றினை நிகழ்த்தினான். அப்பொழுது புலவர் தனது கடமையைச் செய்கின்றார். 'மன்னனே! இக்கள்ளை முதலில் இவனுக்குத் தந்து பின்னர் நீ உண்பாயாக. இவன் தந்தைக்குத் தந்தை உனது தந்தை தந்தைக்குக் கண்ணிமையாது காத்து தச்சனால் ஆர்க்காலைச் சேர்த்து எறியப்பட்ட குடம்போலப் பகைவர் எறிந்த கலங்களைத் தான் தாங்கி நின்று மாண்டனன். அவன் பெயரைத் தாங்கும் இவனும் மழையைத் தடுத்துப் பாதுகாக்கும் குடைபோல உன்மீது குறிவைத்து எறியப்படும் வேலைத் தான் குறுக்கிட்டுத் தாங்குவான்; போர் பல கண்ட வீரப்புகழ் நிறைந்தவன் இவ்விளைஞன்' என்று பாடுகிறார் புலவர். புறப்பொருள் வெண்பா மாலையிலும் இக்கருத்தையுடைய பாடலொன்று காணப்படுகின்றது. (பு.வெ. 19). இவ்வாறு தலைவனை உயர்த்தியும் அவனுக்குத் தலைப்பட்டு வாழ்ந்து மடிவது உன்னதமான குறிக்கோள் என்றும் ஒரு சமூக உணர்வை ஏற்படுத்தினர் அக்காலச் 'சான்றோர்' எனப்படும் புலவர்கள். (உண்மையில் அவரைச் சான்றோர் எனப் பிற்காலத்தவரே வழங்கலாயினர். வீரயுகத்திலே சான்றோர் என்னுஞ் சொல் போர் வீரரையே குறித்தது. காலக்கிரமத்தில் போரிற் புகழ் எய்திய தலைவர்கள் வீரராகவும் சான்றோராகவும் கருதப்படலாயினர்.) இவ்வுண்மையைப் பண்டைக் கிரேக்க இலக்கியவாயிலாகவும் அறியலாம்.

இப்புலவர்கள், மன்னரின் குலப்பெருமையையும் ஓயாதுரைத்து அவருக்கு நிலைபேறு தேடினர். புதிய மன்னரைத் தெய்வங்களுக்கு உவமித்துச் சாதாரண மக்களின் எல்லைக்கு அப்பாற்படுத்தினர். முருகன், சிவன், மாயோன், பலராமன், மறலி முதலிய தெய்வங்களையெல்லாம் மன்னரின் பண்புகளை விளக்க உவமித்தனர்.

ஆலங் கானத் தமர்கடந் தட்ட
கால முன்ப

(புறம் 23: 16—7)

என்று நெடுஞ்செழியனை இயமனுடன் ஒப்பிடுகிறார் கல்லாடனார்.

மன்னரின் குலப்பெருமையைப் பாடும்பொழுது, ஆக்கிரமிப்பையும் "முன்னோர் செயல்" முறைகளோடு இயைபுபடுத்திக் காட்டினர். உதாரணமாகப் பாண்டியன் நெடுஞ் செழியன் என்பான் கிளைச் சமூகங்கள் பலவற்றை அழித்துப் பாண்டிய நாட்டை உருவாக்கிய மன்னருள் ஒருவன். ஏழு வேளிர் கிளைகளை ஆலங்கானத்துப் போரில் வென்றடக்கியவன்;

அவனது போர்ச் செயல்களுக்கும் ஆதிபத்தியத்திற்குஞ் சமாதானங் கூறுவதுபோலப் பாடுகிறார் புலவியனார் என்னும் புலவர்.

முழங்கு முந்நீர் முழுவதும் வளைஇப்
பரந்துபட்ட வியன் ஞாலம்
தாளிற் றந்து தம்புகழ் நிறீஇ
ஒருதா மாகிய வுரவோ ரும்பல்.

(புறம்: 18)

'கடலாற் சூழப்பட்ட பரந்து கிடக்கின்ற அகன்ற உலகத்தைத் தமது முயற்சியாற் கொண்டு, தமது புகழை உலகில் நிலைநிறுத்தித் தாமே ஆண்ட வலியோருடைய வழித்தோன்றினோய்' என்று பாடும் புலவர் புதிய 'வம்ப'ச் செயலுக்குப் பழைய மேற்கோள் காட்டி அமைதி காண்கின்றார். இவ்வாறு பழங்கால நினைவுகளையுஞ் சேர்த்து நிகழ்கால மன்னன் புகழ்பாடுதல் பொதுவாக அரசவைக் கவிஞர் யாவருக்குஞ், சிறப்பாக வீரயுகக் கவிஞரெல்லோருக்கும் அமைந்த பண்பு என்பது உலக இலக்கிய வரலாற்றில் நாம் காண்பதொன்று. பழைய வெல்ஷ் *(Welsh)* இலக்கிய வரலாற்றைப் பற்றி யெழுதும் ஓர் ஆசிரியர் மேல் வருமாறு குறிப்பிடுவர்.

"அரசவைகளில் வீற்றிருந்த வாய்மொழிப் புலவர்கள், இயன் மொழி வாழ்த்தாக மன்னர் புகழ் பாடினர்; வெல்ஷ் மக்களின் இலக்கிய மரபும், இலக்கிய வெளிப்பாடும் முதன்முதலாகத் தெளிவான வடிவத்தில் இவ்வரசவாகைப் பாடல்களிலேயே காணப்படுகின்றன. மன்னரின் நிகழ்காலப் புகழுடன் அவர் தம் குலப்பெருமையும் வமிசவழியும் புலவராற் பெரிதும் பேணப்பட்டன. இவற்றைக் கொண்ட பாடல்களே வரலாற்றுச் சான்றுகளாக அமைந்துள்ளன. அக்கால வரலாற்றாசிரியர் அரசவைப் புலவரே; எனவேதான் இறந்தகாலமும் நிகழ்காலமும் பாடல்களில் இரண்டறப் பின்னிப் பிணைந்து காணப்படுகின்றன. புலவர்கள் கூறும் சில குல முதல்வரின் பெயர்கள் கற்பனை போலத் தோற்றினும் அவற்றுள்ளும் வரலாற்று நிகழ்ச்சிகள் அடங்காமல் இல்லை."

றேச்செல் புறொம்விச் *(Rachel Bromwich)* என்னும் ஆசிரியை கூறுவன மனங்கொளத் தக்கன. சங்க காலத்தில் புலவருக்குரிய பெயர்களில் ஒன்று அகவுநர் அல்லது அகவர். அவர்கள் பாடிய யாப்பே அகவற்பா என நிலைத்துவிட்டது. அகவுநர் என்போர் யார்? உரைகாரரான நச்சினார்க்கினியர் நமக்கு விளக்கங் கூறுகின்றார். "அகவரென்றார், குலத்தோரெல்லாரையும் அழைத்துப் புகழ்வரென்பது பற்றி ஆகுபெயர்... அகவிக் கூறலின் அகவலாயிற்று. இருசுடர் தொடங்கி இன்று காறும் வருகின்ற

தம் குலத்துள்ளோர் புகழை அரசர் கேட்டற்கு விரும்புவரென்று கருதி (அகவர்) பாடுவரென்பது ஈண்டுக் கூறிற்றாம்."

புலவர் பிறர் மனத்தையறிந்து அதற்கேற்பப் பாடும் திறன் படைத்தவர் என்று பழைய தமிழ்ப் புலவன் ஒருவனே சுருக்கமாகக் கூறியுள்ளான். "கொண்டது அறிக" (பொருந: 57) என்றால் 'பிறர் மனத்துக் கொண்டதனைக் குறிப்பாய் அறிய வல்லாய்' என்பது பொருள். இத்தகைய பிரசார வல்லமை படைத்த புலவர்கள் பழந்தமிழகத்திற்றோன்றிய புதிய அரசுகளின் 'புகழ் ஏந்திகளாக' விளங்கினர். பழைய கிளை முறைச் சமுதாயங்களை நிர்மூலமாக்கித் தனியுடைமையின்மீது தனியாட்சி நிறுவிய அரசரைப் பாக்களிலே அமரராக்கினர். ஒருதாரணம்.

> கடும்பரிப் புரவி நெடுந்தேர் அஞ்சி
> நல்லிசை நிறுத்த நயவரு பனுவல்
> தொல்லிசை நிறீஇய உரைசால் பாண் மகன்

(அகம்: 352)

'மிக்க வேகத்தினையுடைய குதிரைகள் பூட்டிய நீண்ட தேரினையுடைய அதியமான் அஞ்சியின் பழைய புகழை, நல்ல இசைகளை வரையறை செய்த பாட்டினால் நிலைநாட்டிய பாடகன்' என்று நாகையார் என்னும் பெண்பாற் புலவர் பிறிதொரு புலவருக்கு "நற்சான்றுப் பத்திரம்" வழங்கியுள்ளார்.

இவ்வாறு புலவர் பிரசாரஞ் செய்வதற்கு வாய்ப்பாக இருந்தது அவர்களுக்குச் சமூகத்தில் இருந்த பெரு மதிப்பாகும். மிகப் புராதன சமூகங்களிலே புலவர்களே சமய சடங்குகளைச் செய்த மாந்திரீகராகவுமிருந்தனர்; நல்லது கெட்டது அறிந்தவராயிருந்தனர்; அதனாலேயே அறிவர் என அழைக்கப்பட்டனர்; அவர் நாக்கிலே மந்திர சக்தி இருந்தது என மக்கள் நம்பினர்; பெண்களுக்கு வந்த நோயை அறிந்து சொல்லவல்ல கட்டுவிச்சியை "அகவன் மகள்" என்று பழம் பாடலொன்று (குறுந். 23) கூறும். இத்தகைய நம்பிக்கையினடியாகவே புலவரைப் "பொய்யா நாவினன்", "செய்செந்நாவினன்", "அஞ்சொல் நுண்தேர்ச்சிப் புலவர்", "செந்நாப் புலவர்", "பொய்யா மொழி" என்றெல்லாம் வழங்கினர். புலவன் மனம் நொந்து சினத்தால் சினக்கப்பட்டவருக்குத் துன்பம் ஏற்படும் என்னும் நம்பிக்கை பெருவழக்கானதாகும். புலவன் அறம்பாடினால் அழிவுண்டாகும் என்னும் அடிப்படைக் கருத்தே நந்திக் கலம்பக வரலாற்றுடன் தொடர்புடையது. புலவன் அறம்பாடினால் பாடப்பட்டவனுக்கு உடல் எரிவு ஏற்படுமென்றும், பாடப்பட்ட ஊர் வறண்டு போகுமென்றும் பண்டைய ஐரிஷ் *(Irish)* மக்கள் நம்பினர். இத்துணைச் சக்தி நிரம்பப்பெற்ற "அறிவர்" கூட்டம் அரசு தோன்றிய வரலாற்றுக்

காலத்தில் அதன் "முழு நேரப் பிரசாரகராக" அமைந்தது. 'நாம், நின்னைப் பழிப்போர் தலை சாயவும், புகழ்வோர் பொலிவு பெறவும் என்றும் பாடிப் பரவுவோம் உன்னை' என்று சோழ மன்னன் ஒருவனை மூலங்கிழார் என்னும் அகவர் பாடுகிறார்.

யாமேநின் இகழ்பாடுவோ ரெருத்தடங்கப்
புகழ்பாடுவோர் பொலிவு தோன்ற
இன்று கண்டாங்குக் காண்குவ மென்றும்.

(புறம்: 40)

இவற்றையெல்லாம் நோக்கும் பொழுது பண்டைய கிரேக்க, ஜெர்மானிய கெல்திய சமூகங்களிலே அரசு உதயமாகிய வீர யுகத்திலே, புலவர்கள் மன்னர் குடை நிழலில் ஒதுங்கியதைப் போலவே தமிழகத்திலும் பாணரும், கூத்தரும், அகவரும் ஒதுங்கினர் என்னும் உண்மை உறுதிப்படுகின்றது. சில புலவர் சில மன்னருக்கு நெருங்கிய நண்பராயிருந்தனர். குறுநிலத் தலைவருக்கு நண்பராயிருந்தனர். பறம்புமலைத் தலைவன் இறந்தபோது அவன் மகளிர், கவிஞர் கபிலரிடம் ஒப்படைக்கப்பட்டனர் என்பது பழந்தமிழ்க் கதை. கிரேக்கக் காவியமான ஒதீசியில் *(Odyssey)* அகமெம்னன் என்னும் வீரன் போருக்குப்போகும் பொழுது தனது மனைவியாகிய கிளித்தைமெனஸ்திராவைப் புலவன் ஒருவனிடம் ஒப்படைத்துவிட்டுப் போகிறான். இச்செய்திகள் யாவும் வீரயுகத்திலே ஆட்சிப்பீடத்திற்கும் அகவலருக்குமிருந்த நெருங்கிய தொடர்பைக் காட்டுகின்றன. சங்ககாலப் பகுதியிலே வீரரைச் சான்றோர் என்றனர். சங்கமருவிய காலப் பகுதியிலேயே 'சான்றோர்' என்னுஞ் சொல்லிற்கு 'அறப்பண்புடையவர்' எனும் கருத்தேற்பட்டது. பண்டைய வீரரை 'ஹீரோ' என்றனர் கிரேக்கர். காலப்போக்கில் ஹீரோக்கள் புகழ்பாடிய புலவரையும் 'ஹீரோ' எனலாயினர். ஒதீசியிலே அல்க்கினூஸ் என்னும் மன்னன், அவைப் புலவனாகிய தெமொதொக்கோஸ் என்பவனைக் காவியகர்த்தா 'ஹீரோ' என்றே அழைக்கின்றார்.

இவ்வாறு மன்னருடன் நெருங்கிய தொடர்புடைய புலவர்கள் நிரந்தரமாக அவைகளில் வீற்றிருக்கலாயினர். அரசு வளர வளரப் புலவர்தம் பெருமையும் கடமையும் அதிகரித்தன; புலவர் தொகையும் கூடியது. நெடுஞ்செழியன் அவையில் பழங்குடி மருதன் தலைமையில் புலவர் அவையிலிருந்ததைப்போல வேறு புலவர் குழுக்கள் வேறு அவைகளில் இருந்தன என்பதற்குச் சான்றுகள் உள. இவையே பிற்கால மரபில் தமிழச் சங்கங்களாகப் பேருருப்பெற்றன. சங்கச் சான்றோரின் "தமிழ்ப்பணி" குறித்துப் பெருமைப்படுகிறவர்கள் ஒன்றை நினைவுகூரலாம். பழைய தமிழ் இலக்கியம் எமக்குக் காட்டும் நாகரிகம் வானினின்றும்

திடீரென வழுக்கி வீழ்ந்ததன்று. "யாதுமூரே யாவருங் கேளிர்" எனுந் தத்துவ நோக்கானது கணியன் பூங்குன்றனார் என்னும் புலவரின் கற்பனையில் பிறந்ததன்று. குலமரபுகள் தனித்தனியாகக் குறுகிய வரம்புகளுக்குள் வாழ்ந்த நிலைபோய், அரசுகளும் தேச உணர்வும் தோன்றும்போதே 'யாவரும் கேளிர்' என்னும் பரந்த மனப்பான்மையும் உதிக்கின்றது. மற்றெக்காலப் பெருமாற்றங்களையும் போலவே சங்ககால நாகரிகமும் உக்கிரமான போராட்டத்தின் பயனாகும். அப்போராட்டத்தின்போது கணக்கற்ற படையெடுப்புகள் நடந்தன; ஊர்களும் கிராமங்களும் எரிபுகையில் மண்டின; வீடு வாசலிழந்த பல்லாயிரக்கணக்கானோர் வெம்பி வெந்து புலம்பிச் சாம்பினர். அபலைகளின் ஓலமும் விதவைகளின் அவலமும் ஊர்களில் எதிரொலித்தன. துன்பமிக்க அப்போராட்டத்தை வழி நடத்தியது அக்கால வர்க்கப் போராட்டமாகும். இப்போராட்டம் புராதனப் பொதுவுடமையிலிருந்து முதலாளித்துவம்வரை வரும் வர்க்கப் போராட்டமான சங்கிலிப் பின்னலின் ஒரு படியாகும். இதையுணராது, கற்பனாவாதம் பேசுவது பழந்தமிழருக்கும் பெருமையன்று, எமக்குஞ் சிறப்பன்று.

வீர வணக்கம்

பழந்தமிழர் வழிபாட்டு முறைகளுள் வீர வணக்கமும் ஒன்று. போரிலே விழுப்புண்பட்டு வீழ்த்திறந்த வீரரைத் தெய்வமாகப் போற்றினர். அவர்களைக் கல்லில் அமைத்து வழிபட்டனர்.

ஒன்னாத் தெவ்வர் முன்னின்று விலங்கி
ஒளிரேந்து மருப்பிற் களிறெறிந்து வீழ்ந்ததெனக்
கல்லே பரவி னல்லது
நெல்லுகுத்துப் பரவுங் கடவுளு மிலவே[1]

என்று பாடுகின்றார் மாங்குடிகிழார். பகைவர் முன்னே அஞ்சாது நின்று அவர் மேற்செலவைக் குறுக்கிட்டுத் தடுத்து யானைகளைக் கொன்று வீழ்ந்துபட்ட வீரரது நடுகல்லைக் கடவுளாகக் கருதி வழிபடுவதல்லது, நெல்லைச் சொரிந்து வழிபடும் தெய்வம் வேறொன்றுமில்லை என்பது பாடலின் பொருள். இதனால், வீரரைத் தெய்வமாகப் பரவுதல் எத்துணைச் சிறப்புடையதாயிருந்தது என்பது தெளிவாகின்றது. பொதுவாக நம்பிக்கைகளுக்கும் சிறப்பாகத் தெய்வ நம்பிக்கை முறைகளுக்கும் காரணங் காணுதல் இலகுவன்று. ஆயினும் தக்க காரணம் இருத்தல் வேண்டும் என்னும் உறுதியுடன் தேடின் ஓரளவாவது உண்மையை அணுக உதவியாயிருக்கும்.

வீர வணக்கமானது, திடீரெனத் தோன்றிய தொன்றன்று. புராதனத் தமிழ் மக்களிடையே நிலவிய வேறு பல நம்பிக்கைளுக்கும் இதற்கும் தொடர்புண்டு என நாம் நம்பலாம். பொதுவாகவே இறந்தவர்களுக்குச் செய்யும் இறுதிச் சடங்குகள் வீர

1. புறம். 335: 9–12.

வணக்கம் தோன்றிய விளை நிலமாகும். தென்னகத்திலே இரும்புக் காலத்திற்கு *(Iron Age)* முன்பின்னாகக் காணப்படும் பெருங்கல் வளைவுப் புதைகுழிகள் *(Megalithic Monumeuts)* இறந்தவரை அடக்கஞ் செய்வதிலே அச்சமுதாயத்தினர் எத்துணைச் சிரத்தை காட்டினர் என்பதனைக் குறிப்பன. பெருங்கற்களைக் கொண்டு வட்டமாக வளைக்கப்பட்ட இடங்களையே அக்கால 'மயானங்கள்' எனலாம். ஆங்கு, தாழிகளிலோ அல்லது கல்லறைகளிலோ மனித எலும்புத் துண்டுகளும் இரும்பாயுதங்களும் மட்பாண்டங்களும் கிடைத்துள்ளன. பெரும்பேர், சாணூர், அமிருத மங்கலம் போன்ற இடங்களில் இத்தகைய புதைகுழிகள் காணப்படும்.[2] தென்னகத்திலே இதுவரை கிடைத்த புதைபொருள்களில் மிக முக்கியமான விஷயங்களைத் தெரிவிக்கும் ஆதித்த நல்லூரிலும் "ஒரு பெரியபழைய காலத்திய மயான வெளியிலிருந்து முதுமக்கள் தாழிகளும் *(urns)*, அவற்றுடன் தங்கம், வெண்கலம், இரும்பு முதலியவற்றாலான அழகிய பானை சட்டிகளும் கண்டுபிடிக்கப்பட்டன."[3]

இவற்றையெல்லாம் நோக்கும்பொழுது மிகப் பழங் காலத்திலிருந்தே இறந்தவரை அடக்கஞ் செய்வதிலும், அவர்களது தேவைக்காகப் பொருள்களைப் படைப்பதிலும் பண்டைக் கால மக்கள் மிகுந்த கவனஞ் செலுத்தினர் என்பது புலனாகும். இத்துணை நெடுங்காலங் கழிந்த பின்பு, அம்மக்களின் மனப்பாங்கைப் பூரணமாக அறிந்துகொள்வது கடினமே. ஆயினும் கிடைக்கப்பெற்ற புதைபொருள்களிலிருந்து சில விஷயங்களை ஊகித்தும், சான்றோர் செய்யுட்களில் தாழி, கல்லறை, சவ அடக்கம் பற்றிக் காணப்படுஞ் சில செய்திகளை விளக்கிப் பொருள் கூறியும் அம்மனப்பாங்கினை ஓரளவிற்குப் புரிந்துகொள்ளலாம். பொதுப்படையாக ஒன்று கூறலாம். இறந்தவர்களுக்கும் தமக்கும் தொடர்பு அறவில்லை என்றே வாழ்ந்தவர்கள் நம்பினர். இவ்வுண்மையினைப் பழங்குடி மக்களிடையே நிலவும் நம்பிக்கைகளைக் கொண்டும் தெளிந்து கொள்ளலாம். தென்னமெரிக்க இந்தியருடைய நாகரிகத்தைப் பற்றி நூலெழுதிய காஸ்தென் என்பார் பின்வருமாறு கூறியுள்ளார்:

"ஓர் இந்தியன் இறப்பின் அவன் இல்லாது போய்விட்டான் என மற்றையோர் கருதுவதில்லை. இறப்பானது வாழ்க்கையின் முடிவைக் குறிப்பதில்லை; ஒருவகை வாழ்க்கையிலிருந்து, பிறிதொரு நிலைக்கு மாறுவதையே குறிக்கின்றது. அதைப் போலவே குழந்தையொன்று பிறந்ததும் அது புதிய உயிரொன்றின்

---

2. பி.ஆர். ஸ்ரீநிவாசன், 'தென்னிந்தியாவில் புதைபொருள் ஆராய்ச்சி', மதுரைத் தமிழ்ச் சங்கப் பொன்விழா மலர், (1956) ப. 325.

3. ஸ்ரீநிவாசன், ஷெ ப. 325.

தோற்றமாகக் கருதப்படுவதில்லை; மூதாதையர் ஒருவர் குழந்தை யாகப் பிறந்துள்ளார் என்றே நம்புகின்றனர்."[4]

புராதன மனிதன் இறப்பையும் பிறப்பையும் தொடர்புடையனவாகவே நோக்கினான். ஒன்று மற்றொன்றாகவும் கருதப்பட்டது. இத்தகைய நம்பிக்கைக்கும் உயிர், கன்மம், மறுபிறவி ஆகியன குறிக்கும் எமது பிற்காலத் தத்துவத்திற்கும் ஒரு பெரும் வேறுபாடுண்டு. உடலுக்கும் உயிருக்கும் வேறுபாடு கூறினர் பிற்காலத்திலே சிலர்; உடல் அநித்தியமானது என்றும் ஆன்மா அல்லது உயிர் நிரந்தரமானது என்றும் கூறினர். எனவே அழியும் உடலைப் பற்றிக் கவலைப்படுவதில்லை. இதுவே கருத்து முதல் வாதத்தின் அடிப்படையாகும். ஆனால் புராதன மனிதனோ, அந்தளவிற்குப் பொருள் முதல்வாதி; பிரக்ஞை பூர்வமாக அல்ல, நடைமுறை அனுபவத்தின் அடிப்படையில், அவன் உடம்பு வேறு உயிர்வேறு என்று பிரித்தறியும் நிலையிலில்லை. எனவே உடலையே உயிராகவும் மதித்தான். அதன் காரணமாகவே, தாழி, கல்லறை முதலியவற்றுள் ஆயுதங்கள், உணவுப் பொருள்கள், கலங்கள் ஆகியனவற்றை வைத்தான்.

இவ்வாறு பார்க்கும்பொழுது புராதன அடக்கமுறைக்கும் மூதாதையர் வழிபாட்டிற்கும் நிரம்பிய தொடர்பிருப்பது புலனாகும். இவற்றுடன் சம்பந்தப்பட்டதே வீர வணக்கம் எனலாம். பொதுவாக இறந்த மூதாதையரைப் போற்றி அவருக்கு ஆவன செய்யும் முறையிலிருந்தே சிறிது பிற்பட்ட காலத்தில் போரிலே பட்ட வீரரை வழிபடும் முறை தோன்றியது.

வீர வணக்கமானது தமிழ்நாட்டிலே வீரயுகத்திலேயே பெருவழக்குற்றது என்று கருத இடமுண்டு. வீரயுகம் என்பது போர்களின் மத்தியிலே தனி உடைமையினடிப்படையில் தலைவரும் அரசுகளும் தோன்றும் காலம் எனலாம். எமது பழைய சான்றோர் செய்யுட்கள் இதனைத் தெளிவாகக் காட்டு கின்றன. இவற்றிலே வீர வணக்கத்தின் இரு அம்சங்களைக் காண்கின்றோம்: சடங்கு சம்பந்தமானது ஒன்று. நினைவுச் சின்னம் சம்பந்தமானது இரண்டாவது. சான்றோர் செய்யுட்களிலே காணப்படும் செய்திகளுக்குத் தத்துவ விளக்கம் காண்பதுபோல அமைந்துள்ளது தொல்காப்பியச் சூத்திரம். புறத்திணையியலில் வெட்சித்திணைத் துறைகளைக் கூறுமிடத்து,

காட்சி கால்கோள் நீர்ப்படை நடுதல்
சீர்த்தகு சிறப்பிற் பெரும்படை வாழ்த்தலென்
றிருமூன்று வகையிற் கல்லொடு புணரச்
சொல்லப் பட்ட வெழுமூன்று துறைத்தே

---

4. *R. Karsten, The Civilization of the South American Indians, p. 416.*

என்று நடுகல் அமைப்பதற்குரிய வினையமைதிகள் ஆறனையும் ஆசிரியர் கூறுவார். யாவற்றிற்கும் வரம்பு கட்டி இலக்கணம் அமைத்த தொல்காப்பியர் பழந் தமிழரிடையே பெருவழக்கா யிருந்த இவ்வழிபாட்டு முறைக்கும் இலக்கணம் வகுத்ததில் வியப்பெதுவுமில்லை.

அ. காட்சி:	*போரில் இறந்த வீரனுக்கு நடுதற்கேற்ற கல்லைத் தெரிந்தெடுத்தல்.*
ஆ. கால்கோள்:	*அவ்வாறு தெரிந்தெடுத்த கல்லை எடுத்து வரலும், நடுதற்குரிய நாள் நிமித்தம் பார்த்தலும்.*
இ. நீர்ப்படை:	*எடுத்துவந்த கல்லினை நீரிலே கழுவுதல்.*
ஈ. நடுதல்:	*வீரன் வீழ்ந்துபட்ட இடத்திலோ அன்றி வேறிடத்திலோ கல்லினை நடுதல்.*
உ. பெரும்படை:	*கல்லிலே வீரனது பீடு பொறிப்பதும் மடை கொடுப்பது முதலியனவும்.*
ஊ. வாழ்த்துதல்:	*கல்லினைத் தொழுதல்.*

இறந்தவரைக் கல்லிலே அமைத்து வழிபடும் இந்நடுகல் முறையானது, பண்டைக் காலத்தில் தமிழ் மக்களிடையே நிலவிய இழவுவினைகள் பற்றிய நம்பிக்கைகளுடன் நெருங்கிய தொடர்புடையது எனக் கூறினோம். நடுகல் வழிபாடு தோன்றியதைப் போன்று கோயிற் கட்டிடக் கலையும் இழவுவினைகளை ஒட்டியே வளர்ந்திருக்கலாம் என அறிஞர் கருதுவர்.[5] தென்னிந்தியாவிலே கோயில்களின் தோற்றத்தை ஆராய்ந்தவர்களுள் முற்பட்டவரான என். வேங்கடரமணையா அவர்களும் நடுகற்களிலிருந்தும் புதை குழிகளிலிருந்தும் சிற்சில கோயில்கள் உருவாகியதைக் காட்டியுள்ளார். சமயக் கருத்துக்கள் தத்துவ அடிப்படையில் வளர்ந்த காலத்தில் கோயிலின் அமைப்புக்குச் சாஸ்திர ரீதியான விளக்கங்கள் எழுந்தன. ஆயினும் புராதன வழிபாட்டிடங்கள் பலவற்றுக்கும் வீர வணக்க வழிபாட்டு முறைக்கும் நெருங்கிய தொடர்புள்ளமையை நாம் இலகுவிற் புறக்கணித்துவிட இயலாது. வட்டமான நிலப் படமுள்ள கோயில்களைக் கவனிக்கும்பொழுது, இவற்றின் தொடக்கம் பெருங்கல் வடிவப் புதைகுழிகளிலே அமைந்துள்ளது எனலாம். பிற்காலத்திலே வட்டமான நிலப்படம் உடைய

5. *Cf. P.R. Srinivasan, Beginnings of the Traditions of South Indian Temple Architecture, p. 6 f.*

அது குறித்தது. காலப்போக்கிலே வீரனுடைய பெயர், அவன் வீழ்ந்துபட்ட சந்தர்ப்பம் முதலியனவும் அக்கல்லிற் பொறிக்கப் பட்டன. தென்னிந்தியாவிற் காணப்படும் பழைய நடுகற்களிலே ஆநிரைகவர்தலைக் காட்டுமுகமாக அது குறிக்கும் உருவம் பொறிக்கப்பட்டுள்ளது. கி.பி. ஒன்பதாம் நூற்றாண்டிலே நிறுவப் பட்ட நினைவுச் சின்னம் ஒன்றில் ஆநிரை கவர்தலின்போது ஏற்பட்ட போரிலேயே அவ்வீரன் வீழ்ந்ததாகக் குறிக்கப்படும். பண்டைக் காலத்தில் பெரும்பாலான சண்டைகள் “மாடுபிடி” சண்டையிலிருந்து தொடங்கியது யாவருமறிந்ததே. பண்டைக் காலத்திலே பசுநிரைகளையும் எருது மந்தைகளையும் நிறையப் பெற்றிருந்தவனே செல்வனாகக் கணிக்கப்பட்டான். அதன் காரணமாகப் பசுவுக்கும் எருதுக்கும் பொதுவாக வழங்கும் பெயரான ‘மாடு’ என்பது நாளடைவில் செல்வம் என்னும் பொருளையும் குறிப்பதாயிற்று.[8] தமிழ்நாட்டில் மட்டுமன்றி, உலகின் பல பகுதிகளிலும் மாடே அக்காலத்தில் செல்வப் பொருளாகக் கொள்ளப்பட்டு வந்தது. நாணயப் பழக்கம் ஏற்பட்ட பின்னரும், முன்னர் செல்வமாகவும் பண்டமாற்றுப் பொருளாகவும் விளங்கிய மாடு தொடர்ந்து செல்வம் என்னும் பொருளில் வழங்கியது. செல்வத்தைப் பற்றிக் கூறவந்த பொய்யா மொழியார்,

> கேடில் விழுச்செல்வம் கல்வி ஒருவற்கு
> மாடல்ல மற்ற யவை

என்றார்.

இவ்வாறு அக்காலத்திலே செல்வப் பொருளாக மாடு அமைந்த காரணத்தினாலேயே அது சமுதாயத்திலே போருக்குக் காலாயமைந்தது. பசுவைக் கவருவோரும் கவருவோரைத் தடுக்க முனைவோரும் மூர்க்கமான போரில் ஈடுபட்டனர். புறநானூற்றுப் பாடல்களைக் ஒட்டுமொத்தமாகப் பார்க்குமிடத்துக் கரந்தை, வெட்சி முதலாய திணைகளைச் சேர்ந்த பாடல்களே வீரத்தின் கொடுமுடியைக் காட்டுவனவாயமைந்துள்ளதைக் காணலாம். வீரயுகப் பாடல்களாகக் கொள்ளத்தகும் புறப்பாடல்கள் பலவும் “மாடுபிடி” சண்டையை மையமாகக் கொண்டனவே. மாடே செல்வமாகவும், வாழ்க்கைக்கு ஆதாரமாகவும் இருந்ததால் அவற்றைக் காப்போர் தமது உயிரைக் கொடுக்கவும் பின்னிற்கவில்லை. வேறு மொழியிலக்கியங்களிலும் இதனைக் காணலாம். வீரம் விளைவதற்கான காரணமும் அதுதான். அவரே பெருவீரராகக் கருதப்பட்டனர். யாருக்கு நடுகல் வழிபாடு ஏற்பட்டது என்பதை அகப்பாட்டொன்றிலிருந்து அறியலாம்.

---

8. மயிலை. சீனி வேங்கடசாமி, அஞ்சிறைத்தும்பி, பக். 1–6.

அரம்போழ் நுதிய வாளி அம்பின்
நிரம்பா நோக்கின் நிரையங் கொண்மார்
நெல்லி நீளிடை எல்லி மண்டி
நல்லமர்க் கடந்த நாணுடை மறவர்
பெயரும் பீடும் எழுதி அதர் தொறும்
பீலி சூட்டிய பிறங்குநிலை நடுகல்.[9]

நெல்லிமரங்களையுடைய இடங்களில் இருளிலே கடுகிச் சென்று கூரிய முனையையுடைய பற்களையுடைய அம்பினையும் குறிபார்க்கும் பார்வையினையுமுடையராய், தமது நிரையை மீட்கவேண்டிய உக்கிரமான போரிலே வீழ்ந்துபட்ட மானமிக்க வீரர்களது பெயரையும் பெருமையையும் பொறித்து, பாதைகளிலே மயிற்றோகையணிந்து விளங்கும் நடுகற்கள் என்பது பாடற்பொருள். இங்கே நிரைமீட்கும் போரும் அதிலே தமது உயிரை யிழந்தவரும் கூறப்படுகின்றனர். அத்தகையோருக்கே நடுகல் உரியது.

நுழைநுதி நெடுவேற் குறும்படை மழவர்
முனையாத் தந்து முரம்பின் வீழ்த்த
வில்லோர் வாழ்க்கை விழுத்தொடை மறவர்
வல்லாண் பதுக்கைக் கடவுட் பேண்மார்
நடுகற் பீலி சூட்டித் துடிப்படுத்துத்
தோப்பிக் கள்ளொடு துருஉப்பலி கொடுக்கும்
போக்கருங் கவலைய புலவுநா றருஞ்சுரம்.[10]

இதன் பொருள்:'கூரிய முனையுடைய நெடிய வேற்படையையுடைய மழவர் போர் வென்று பசுக் கூட்டங்களை மீட்டு வெட்சியாரை மேட்டு நிலத்தே வீழ்த்தினர்; வில்லையே ஏராகக் கொண்ட சிறந்த அம்பினையுடைய மறவர்கள் தமது வலிய ஆண்மையாலிட்ட பதுக்கைக் கண்ணுள்ள கடவுளை வழிபடற்கு, அந்நடுகல்லில் மயிற்றோகைகளைச் சூட்டித் துடிப்பறையை யடித்து நெல்லாற் செய்த கள்ளொடு மறியறுத்துப் பலி கொடுக்கும், வழி போதற்கு இயலாத பிரிந்து செல்லும் பாதைகளையுடைய புலால் வீசும் அரிய காட்டுப்பாதை.'

இங்கே நடுகல்லிற்கு மயிற்பீலி முதலியன சூட்டுவதுடன் நெல்லாலாக்கிய கள்ளையும் செம்மறிக் குட்டியிறைச்சியையும் பலியாகப் படைப்பதைப் பார்க்கின்றோம்.

நடுகற் பீலி சூட்டி நாரரி
சிறுகலத் துகுப்பவுங் கொள்வான்[11]

என்று பிறருங் கூறுவது காண்க. இவற்றை நோக்கும்போது இறந்தவரைப் பேணிப் போற்றும் மனப்பான்மை நிலவியது

---

9. அகம். 67: 5–10.

10. அகம். 35: 4–10.

11. புறம். 232: 3–4.

புலனாகும். இவ்வாறு நடுகல்லானவர்கள் தம்மை வழிபடு வோருக்கு வேண்டும் 'வரம்' அளிப்பர் என நம்பினர். தழைத்த மெல்லிய கூந்தலையும் ஒளி பொருந்திய நெற்றியையுமுடைய அரிவையொருத்தி நாளும் தவிராமல் நடுகல்லைக் கைகூப்பித் தொழுது தனது கொழுநன் போரில் வெற்றிபெற வேண்டும் என்று வேண்டினாள் என்று அள்ளூர் நன்முல்லையார் என்னும் பெண்பாற் புலவர் பாடியுள்ளார்.[12] நடுகல்லாயினோர் குலதெய்வமாகவும் காவற் றெய்வமாகவும் விளங்கினர். ஆநிரையைக் கண்ணுங் கருத்துமாகக் காத்ததுபோலவே, தமரையுங் கண்காணிப்பர் என்பது நம்பிக்கை. எனவே, இந்நடு கற்கள் இறந்தவரின் உறவினராலோ, நெருங்கிய நண்பராலோ ஏற்படுத்தப்பட்டன என்று நாம் கருதலாம். மலரும், மதுவும், ஊனும், சோறும் நடுகற்களுக்குப் படைக்கப்பட்டதை நோக்கு மிடத்து, பிற்காலத்திலே (இன்றுவரை) 'தாழ்ந்த சாதியினர் எனக் கருதப்படுவோர்' வேள்வி நடாத்தி மடைகொடுத்துச் சிறு தெய்வங்களை வழிபடுவது எமது நினைவிற்கு வரும். ஐயனார், மதுரை வீரன், இருளன், கறுப்பன், நொண்டி முதலியன நடுகற்றெய்வங்களை ஒத்தனவாயுள்ளன.[13]

பழந்தமிழரிடையே நிலவிய நடுகல் வழிபாடானது காலப்போக்கில் சமுதாய வளர்ச்சியை யொட்டிச் சில மாற்றங் களைப் பெற்றது. சமுதாயத்திலே உயர்ந்தோர் தாழ்ந்தோர், மேலோர் கீழோர், பெரியவர் சிறியவர் முதலாய பாகுபாடுகள் தோன்றி வளர்ந்ததைத் தொடர்ந்து மனிதரது நிலைமையைப் பிரதி பலிப்பது போலத் தெய்வங்களும் பெருந்தெய்வம் சிறுதெய்வம் எனப் பகுக்கப்பட்டன. இது வெட்டொன்று துண்டிரண்டான பாகுபாடன்று. ஆயினும் முக்கியமான பாகுபாடே. அதனைச் சிறிது விளக்குவோம்.

வீரயுகத்தின் முற்பகுதியிலும் அதற்கு முன்னரும் தமிழ்ச் சமுதாயம் குலமரபுக் குழுக்களினடிப்படையில் அமைந்தது. இக்குழுக்கள் கூட்டு வாழ்க்கையிலீடுபட்டிருந்தன. குழுவிற்குள் வயது, அனுபவம் முதலியவற்றாலே தலைமை பெற்றோர் – முதியோர் – இருப்பினும் பொதுவாகச் சமத்துவமும் ஒற்றுமையும் நிலவின. இத்தகைய குலங்கள், குடிகள் முதலியன முட்டி மோதிக் கலந்ததன் விளைவாகவும் போரில் அழிக்கப்பட்டதன் விளைவாகவுமே அரசுகள் தோன்றின. அதன் தோற்றம் தனியுடைமை, தனியாட்சி, தனியதிகாரம் ஆகியவற்றி னடிப்படையி லமைந்தது. கூட்டு வாழ்க்கையிலிருந்த மக்கள் நடுகல் வழிபாட்டைக் குலமரபிற்கேற்பக் கைக்கொண்டுவந்தனர்.

12. புறம். 306: 3–7.

13. சு. வித்தியானந்தன், தமிழர் சால்பு, ப. 112.

எனினும் புதிய அரசுகள் தோன்றியதும் குலமரபுக் குழுக்கள் நாகரிகத்தில் பின்தங்கியனவாகக் கருதப்பட்டன. அவற்றின் நம்பிக்கைகள், வழிபாட்டு முறைகள் முதலியன குறைவாக மதிக்கப்பட்டன. ஒருதாரண விளக்கம் பார்ப்போம். வீரயுகத்தின் பிற்பகுதியில் இளவரசன் ஒருவன் போரில் இறந்தால் அவன் துஞ்சினான் என்று மங்கல வழக்கினாற் கூறினர். அவன் துஞ்சிய (வீழ்ந்த) இடத்திலே அவனது புகழிற்கும் தகுதிக்கும் ஏற்பப் பெரிய பள்ளிப்படை எழுப்பியிருப்பர். அவ்வரசன் வீழ்ந்துபட்ட இடத்தையும் அவன் பெயரோடு சேர்த்து வழங்கினர். சோழன் குராப்பள்ளித் துஞ்சிய கிள்ளிவளவன், சோழன் குளமுற்றத்துத் துஞ்சிய கிள்ளிவளவன், சோழன் குராப்பள்ளித் துஞ்சிய பெருந்திருமாவளவன், பாண்டியன் வெள்ளியம்பலத்துத் துஞ்சிய பெருவழுதி முதலியன அத்தகைய சில பெயர்களாம். சோழப்பேரரசு நிலவிய காலத்திலே ஆதித்தன் போன்றாரது கல்லறைக்குமேல் ஆலயங்கள் கட்டினர்.

பின்தங்கிய சமூகங்களில் வீழ்ந்து பட்டவர்கள், 'அநாமதேய'ங்காய்த் தெருவோரத்திலும் காட்டுவழியிலும் ஊர்ப்புறத்திலும் ஆங்காங்கு நடுகற்களாக நின்றனர்; கிராம தேவதைகளாக மாறினர். இப்பொழுது தமிழ்நாட்டிற் பலவிடங்களிலும் காணப்படும் ஐயனார் கோயில்கள் இச்சிறு தெய்வவழிபாட்டை ஒட்டியெழுந்தவையே. பழைய நடுகல் வழிபாட்டுடன் தொடர்புடையதே இது.[14] சிறு தெய்வங்கள் அச்சந்தருவனவாயும் கொடியனவாயும் பலி, மடை முதலியன கொடுத்துத் திருப்திப்படுத்த வேண்டுவனவாயும் கருதப்பட்டன. கீழுலகத் தெய்வங்களாக இவை விளங்கின *(Spirits of the Underworld)*. சான்றோர் செய்யுட்களிலே நடுகல் வருணிக்கப்படுமிடத்துச் சில சமயங்களில் கற்களிடையே பாம்பு குடிகொள்வதாகக் கூறப்படும். இது ஆழ்ந்து சிந்திக்கற் பாலது. புராதன கிரேக்க சமயச் சடங்குகளை ஆராய்ந்த ஜேன் ஹரிசன் *(Jane Harrison)* என்னும் அம்மையார் இதுபற்றிப் பின்வருமாறு கூறியுள்ளார்:

"இறந்தவருக்கும் பாம்பிற்கும் தொடர்பு கூறப்படுவதன் காரணத்தைக் காண்பது கடினமன்று; நிலத்துவாரங்களிலிருந்து வருவதும் போவதும் அந்த ஜந்துவின் சுபாவம். பழைய கல்லறை களிலே அது காணப்பட்டிருக்கலாம். புளூத்தார்க் என்னும் ஆசிரியர் கூறுவதைப் போல இறந்த மனிதனின் முதுகெலும்பு பாம்பைப் போலத் தோற்றியிருக்கலாம். இறந்தவருக்கும் பாம்பிற் கும் தொடர்பு கூறுவது கிரேக்கர் மட்டுமல்லர். பேராசிரியர் பிரேசர் *(Frazer)* கூறுவதுபோல, ஆபிரிக்க மக்கள் கூட்டத்தினர் சிலர், இறந்த மனிதன் பாம்புருவிலே தனது இல்லத்திற்கு

---

14. சு. வித்தியானந்தன், ஷெ ப. 113.

வருகின்றான் என்று நம்புவர். இதன் காரணமாக அவர்கள் நாகங்களுக்குப் பால் வார்த்துப் பயபக்தியுடன் நடந்து கொள்வர்."[15]

ஹரிசன் அம்மையார் கூறுவது எமக்குப் புதியதொன்றன்று. பழங்காலத்திலிருந்தே நாக வழிபாட்டிலும் ஈடுபட்டு வந்த திராவிடர் மத்தியிலும் இத்தகைய நம்பிக்கைகள் வழக்கிலிருந்தன. 'தாழ்ந்த மக்கள்' தாழ்ந்த தெய்வங்களை வழிபட்டனர். அதே சமயத்தில் உயர்ந்தோர் 'உயர்ந்த' தெய்வங்களை வழிபடலாயினர்.

இதனை இன்னொரு வகையாகவும் நாமுணரலாம். இன்று நாம் தேவர்களின் உறைவிடமாகக் கருதும் மேலுலகத்திற்கே சான்றோர்கள் அல்லது வீரர்கள் மரணத்தின் பின் செல்வர் என்பது பண்டைய நம்பிக்கை. வீரசுவர்க்கம் என்று பிற்றை நாளில் இதனைக் குறிப்பிட்டனர். வீரசுவர்க்கத்தைக் குறிக்கும் பழந்தமிழ்த் தொடர்கள் வருமாறு:

'உயர்ந்தோர் உலகம்; மேலோர் உலகம்; உயர்நிலை உலகம்; அரும்பெறல் உலகம்; தொய்யா உலகம்; வாரா உலகம்; பெரும் பெயர் உலகம்; தேவர் உலகம்.'

இதன் பொருள்: 'புலவராற் பாடப்படும் புகழுடையோர் ஆகாயத்தின்கண் சாரதியினாற் செலுத்தபடாத விமானத்தைப் பொருந்துவார் என்று சொல்லுவர் அறிவுடையோர்.'

இவ்வுண்மையை நாம் அதிகம் வற்புறுத்த வேண்டிய அவசியமில்லை. வர்க்கப் பாகுபாடுகள் சமுதாயந் தோன்றிய காலந்தொட்டே 'உலகமென்பது உயர்ந்தோர் மாட்டே' என்ற ஒரு நியதி நிலைத்துவிட்டது. அதற்கேற்ப, மறு உலகமும் 'உயர்ந்தோர் மாட்டே' என்பது கூறாமலே போதரும்.

பழந்தமிழிலக்கியத்திற் காணப்படும் வீரசுவர்க்கமானது அதாவது உயர்ந்தோருலகமானது. பண்டைய வடஜெர்மானிய பழமரபுக் கதைகளிற் *(myths)* காணப்படும் 'வல்ஹல்லா' *(Val-halla)* என்பதை ஒத்துள்ளது. வல்ஹல்லா என்றால் (போரில்) இறந்தவர் மண்டபம் என்று பொருள். ஜெர்மானிய பழமரபுக் கதைகளிலே அம்மண்டபத்தைப் பற்றிய மோகனமான வருணனைகள் உள. காலையும் மாலையுமற்ற அம்மண்டபத்துள் சுத்த வீரர்கள் ஓயாது களித்துக்கொண்டிருப்பர். ஓதின் என்பான் அங்கு தலைமை வகிப்பான். 'வல்க்கிறிஸ்' எனப்படும் கன்னிப் பெண்கள் வீரருக்கு மனமுவந்து உபசாரஞ் செய்து கொண்டிருப்பர். இத்தகையதொரு நம்பிக்கை எமது நாட்டிலும் நிலவியதாகத்

---

15. Jane Harrison, Themis 268-9.

தெரிகின்றது. போர்க்களத்தே வீழ்ந்துபடின் வீரர் புகும் துறக்க வுலகத்துக் குற்றமில்லாத மகளிரை மணந்து எல்லையற்ற இன்பம் நுகரலாம் என்ற கருத்தைச் சாத்தந்தையார் பாடியுள்ளார்.[16]

. . . . படினே
மாசின் மகளிர் மன்ற னன்றும்
உயர்நிலை யுலகத்து நுகர்ப.

இவற்றையெல்லாம் கூர்ந்து கவனிக்கும்பொழுது, தலையாய வீரர்களே உயர்ந்தோருலகஞ் செல்லுந் தகுதியடையவராய்க் கருதப்பட்டிருப்பர் எனத் துணிந்து கூறலாம். சமூக அடிப் படையில் இதனை நோக்கின் பல செய்திகள் புலப்படும். ஏனெனில் தலையாய வீரராவோர் தலைமக்களாயுமிருந்தனர். அதாவது, வேளிர், கிழார் அரசர் போன்றவரே புகழ்பெற்ற வீரராயிருந்தனர். எனவே அவ்வுயர் குடிகளிற் பிறந்து புகழ் பெற்றவறே மேலுலகஞ் செல்லப் பெரிதும் தகுதியுடையர் எனக் கொள்ளப்பட்டனர். போரில் இறந்த பல சாதாரண மறவரும் வீரரும் தம்மை வழிபடுவோரைப் பாதுகாக்கும் சிறு தெய்வங்களாக *(Tutelary Spirits)* மண்ணுலகிலேயே கல்லாகவும் மரமாகவும், கற்குவியலாகவும் மண் படிவங்களாகவும் நின்றனர் போலும். முன்னர்க் கூறிய 'வல்ஹல்லாவும்' யாவரும் சென்று சேரக்கூடிய, 'அடையா நெடுங் கதவம்' உள்ள மண்டபமன்று. தகுதி நோக்கியே அனுமதி கிடைத்தது; அழைப்பு வந்தது. எல்லிஸ் டேவிட்ஸன் அம்மையார் கூறியுள்ளதுபோல[17] "ஒதினுடைய மண்டபத்திலே வாசஞ் செய்பவர்கள் அரச குடும்பங்களைச் சேர்ந்த வீரர்கள், மன்னர்கள், சிறப்புமிக்கப் பிற தலைவர்கள் ஆகியோரேயாவர்." ஸக்சோ *(saxo)* என்னும் மத்தியகால ஐரோப்பிய இதிகாசகாரனும் இக்கருத்தையே கூறியுள்ளார். "வடிவேல் எறிவதும் வரிவில்லேந்துவதும் மன்னர்தம் குமரர்க்கன்றி மற்றவர்க்காகுமோ? போர்த் தொழில் உயர்குடிப் பிறந்தாரது தனிச்சிறப்புரிமையாகும்; தொல்குடிப் பிறப்பினரே போரினை நடத்துபவர்கள்." நிஜ வாழ்க்கையைப் பிரதிபலிப்பதாவே இப்பெயர்கள் அமைந்துள்ளன. உதாரணமாகப் பெயர்ச் சாத்தன்[18] என்றொரு தலைவன் அழைக்கப்படுகின்றான். நீண்ட புகழையுடைய சாத்தன் என்பது பொருள். பெரும்பெயர் உலகம்[19] என்பது வீரசுவர்க்கத்தின் பரியாயச் சொல். இரண்டனுக் கும் உள்ள உறவு வெளிப்படை. இவ்வுலகத்திலே வாழும்

16. புறம். 287: 10–12.

17. H.R.E. Davidson. Gods and Myths of Northern Europe, p. 48.

18. புறம். 178: 5.

19. குறுந். 83: 2.

புகழாளர்களே மறுமையிலும் புகழுலகில் வாழ்பவர் என்பது நம்பிக்கையின் அடிப்படை. புகழ், தலை மக்களது தனிச் சிறப்புரிமையாயிருந்தது. பாணர், பொருநர், அகவுநர் முதலிய அக்காலப் புலவரெல்லாம் தலைமக்களைச் சார்ந்து அவர் வழி நின்றனர்; அவர்தம் புகழையே நாத்தழும்பப் பாடினர். புலவராற் பாராட்டப்படும் பெருமக்கள் நேரே மேலோர் உலகம் செல்லுவர் என்னும் நம்பிக்கையும் நிலவியது.

> புலவர் பாடும் புகழுடையோர் விசும்பின்
> வலவ னேவா வான வூர்தி
> எய்துப வென்ப . . . . . .[20]

இதுகாறுங் கூறியவற்றால், வீரவணக்கம் என்பது பழந்தமிழர் வழிபாட்டு முறைகளில் ஒன்று என்பதும், அது பண்டையத் தமிழரின் இழவு வினைகள் பிரேத அடக்கமுறை முதலியவற்றுடன் தொடர்புடையதென்பதும், போரிலே வீழ்ந்துபட்டவரை வணங்கும் வழக்கம் காலகதியில் சிறு தெய்வ வணக்கமாக மாறியது என்பதும், இது சமுதாய மாற்றத்தை அடிநிலையாகக் கொண்டது என்பதும், உலகம் என்பது உயர்ந்தோர் மாட்டே என்னும் கொள்கைக்கு ஏற்பத் தெய்வ உலகமும் மாறியது என்பதும் பெறப்படும். எமது பழைய இலக்கியங்களில் எத்தனையோ சமுதாய உண்மைகள் புதைந்து கிடக்கின்றன. குறுகிய மனப்பான்மையை விடுத்து அவற்றைக் கண்டறிதல் எமது கடமை.

---

20. புறம். 27: 7–9.

பேய்மகளிர்

பாரதியார் படைத்த பாஞ்சாலி சபதத்திலே திரௌபதை ஓரிடத்திற் பின்வருமாறு கூறுகின்றாள்.

பேயரசு செய்தால், பிணந்தின்னும் சாத்திரங்கள்

இக்கூற்றிலே பேய்களுக்கும் பிணத்திற்கும் ஒரு தொடர்பு கூறப்படுகின்றது.

பெருமிழலைக் குறும்பர்க்கும் பேயார்க்கு மடியேன்

என்று காரைக்காலம்மையாரைப் போற்றுகின்றது திருத்தொண்டத்தொகை.

செத்த பிணத்தைத் தெளியா தொருபேய்
சென்று விரல்சுட்டிக்
கத்தி யுறுமிக் கனல்விட் டெறிந்து
கடக்கப் பாய்ந்துபோய்
பத்தல் வயிற்றைப் பதைக்க மோதிப்
பலபே யிரிந்தோடப்
பித்த வேடங் கொண்டு நட்டம்
பெருமா னாடுமே

என்று மூத்ததிருப்பதிகத்திலே பேயோடாடும் சிவனைப் போற்றிப் புரவுகின்றார் பேயார். சுடலை மாடன் வில்லுப்பாட்டிலே,

பிச்சு நல்ல பிணத்தையெல்லாம்
மேலெடுத்துப் போட்டுக் கொண்டான்
பிச்சுப் பிச்சுத் தின்னலுற்றான்
பேய்களுக்கு விருந்தளித்தான்
தோளதிலே சிலது பிணம்
தொங்க மாலை போட்டுக்கொண்டான்
கையதிலே சிலது பிணம்
கட்டியாக எடுத்துக் கொண்டு
வாயதிலே ஊன் வடிய
வாரானே சுடலைக் கண்ணு

என்று பிண நாற்றம் வீசவரும் சிவன் மகன் சுடலைக் கண்ணுவைக் காண்கின்றோம்.

பேச்சியம்மன் திருவடிவங்கள் பாண்டி நாட்டின் சில பகுதிகளில் இன்றும் காணப்படுகின்றன. திருநெல்வேலி மாவட்டத்திலே கழுகுமலைக்கு அணித்தாகப் பேச்சியம்மன் மலையொன்றும் இருக்கிறது. அங்கு குழந்தையொன்றைக் கடிக்கும் கோலத்தில் பேச்சியம்மன் காணப்படுகின்றாள் என்பர். பேச்சிமுத்து, பேச்சியம்மாள் முதலிய பெயர்கள் இன்றும் தமிழ் மக்களிடையே பெருவழக்காயுள்ளன.

இவையெல்லாம் பிற்கால வழக்குகள் என்று நாம் கருதல் கூடுமாயின் தமிழ் மக்களின் மிகப் பழைய இலக்கியமான சங்க நூல்களுக்குப் போவோம்.

களிற்றுக் கோட் டன்ன வாலெயி றழுத்தி
விழக்கொடு விரைஇய வெண்ணிணச் சுவையினா்
குடா்த்தலை மாலை சூடி யுணத்தின
ஆனாப் பெருவளஞ் செய்தோன் வானத்து
வயங்குபன் மீனினும் வாழியா் பலவென
உருகெழு பேய்மக ளயா்[1]

என்று புறநானூற்றுப் புலவர் கல்லாடனார் பாடியுள்ளார். பன்றியின் கோடு போன்ற வெள்ளிய பற்களாற் கடித்து ஈர்த்து, தசையோடு கலந்த வெள்ளிய கொழுப்பைத் தின்று சுவை காண்பவளாய், குடர்களைத் தன் தலையில் மாலையாக அணிந்து, 'யாம் நிரம்ப உண்ணவும் தின்னவும குறையாதவாறு மிக்க பிணங்களாகிய பெரிய வளங்களைக் கொடுத்த அரசன் பல்லாண்டு வாழ்வானாக' என்று அச்சம் பொருந்திய பேய்மகள் பாடிக் குரவைக் கூத்தாடுவதை நாம் கல்லாடனார் காட்டும் ஓவியத்திற் காண்கின்றோம். புறநானூறு, பதிற்றுப்பத்து, சிறுபாணாற்றுப்படை, மதுரைக்காஞ்சி, திருமுருகாற்றுப்படை முதலிய பழந் தமிழிலக்கியங்களிலே இத்தகைய செய்திகள் ஆங்காங்கு காணப்படுகின்றன. தசையும் கொழுப்பும், குருதியும் குடரும் உண்டு, குரவைக் கூத்தாடும் பேய்மகள் அச்சத்தைத் தரும் வகையில் இலக்கியத்தில் இடம் பெற்றிருக்கின்றாள். பேய் மகள் சங்க காலப் புலவன் கற்பனையிற் றோன்றிய பாத்திரம் என அமைதி காண்போமா? அல்லது பழந்தமிழ் மக்களின் மூட நம்பிக்கைக்கு உதாரணமாகவிருக்கிறது எனச் சமாதானங் கூறுவோமா? அல்லது உண்மையில் அது பேயைக் குறிக்கிறது என விளக்கம் விளம்புவோமா? உன்னதமான கருத்துக்கள் சிலவற்றையும் சங்க இலக்கியங்களிற் காண்கின்றோம். பிற்காலத்திலே கொல்லாமை நமது சமய அடிப்படைகளிலே

1. புறநா. 371: 21–26.

ஒன்றாக அமைந்துவிட்டது. இந்நிலையிற் சங்க இலக்கியத்திலே ஆங்காங்கு காணப்படும் குரூரமான இப்பேய்மகள் யார் என்று அறிய முற்படுவது பயன்தரும் முயற்சியாகும் என்பதில் ஐயமில்லை.

பேய்மகள் பற்றிச் சங்ககாலப் புலவர் தரும் செய்திகள் சிலவற்றை முதலிற் பார்ப்போம்.

களரி பரந்து கள்ளி போகிப்
பகலுங் கூவுங் கூகையொடு பேழ்வாய்
ஈமவிளக்கிற் பேஎய் மகளிரொ
டஞ்சுவந் தன்றிம் மஞ்சுபடு சுடுகாடு.[2]

காடுபடர்ந்து கள்ளி மிகுந்து பகற்காலத்திலும் கூகைகள் கூவும் சுடுகாட்டிலே பிணஞ்சுடு தீ கொழுந்துவிட்டெரியும்; அங்கு அகன்ற வாயையுடைய பேய்மகளிர் காண்போர்க்கு அச்சம் உண்டாகும் முறையில் இயங்குவர் என்று பாடுகின்றார் கதையங் கண்ணனார்.

பாறுபடப் பறைந்த பன்மாறு மருங்கின்
வேறுபடக் குரல வெவ்வாய்க் கூகையொடு
பிணந்தின் குறுநரி நிணந்திகழ் பல்ல
பேஎய் மகளிர் பிணந்தழூஉப் பற்றி
விளரூன் றின்ற வெம்புலான் மெய்யர்
களரி விளக்கின் கால்பெயர்த்தாடி
ஈம விளக்கின் வெருவரப் பேரும்
காடு . . . .[3]

முற்றவும் கெட்டுத் தேய்ந்தமிழ்ந்த பல முட்கள் கிடக்கின்ற பக்கத்தில், வேறுபட்ட குரலினையும் வெவ்விய வாயையுமுடைய கூகையொடுங் கூடி, பிணங்களைத் தின்னும் நரிகள் தசையொட்டிய பற்களையுடையவாய்த் தின்றுகொண்டிருக்க, பேய்ப் பெண்டிர் பிணங்களைத் தழுவிப் பற்றிக் கொண்டு, வெள்ளிய தசையைத் தின்றதனால் புலால் நாறும் மெய்யினை யுடையராய்ப் பிணம் வைத்துச் சுடும் களர் நிலத்தில் காலைப் பெயர்த்து வைத்துக் கூத்தாடும் சுடுகாட்டின் சித்திரத்தை நமக்குக் காட்டுகின்றார், காவிட்டனார்.

பிணக்கோட்ட களிற்றுக் குழம்பி
னிணம்வாய்ப் பெய்த பேய்மகளி
ரிணையொலியிமிழ் துணங்கைச் சீர்ப்
பிணையூப மெழுந்தாட
வஞ்சுவந்த போர்க்கள(ம்)[4]

---

2. புறநா. 356: 1–4.
3. புறநா. 359: 1–8.
4. மதுரை. 24–28.

போரிலே வீழ்ந்த நல்ல தந்தங்களையுடைய யானைப் பிணங்களின் குருதியைக் குடித்து, சிதறிக் கிடந்த குறைத் தலைப் பிணம் எழுந்து தன்னோடு ஆடும்படி பேய்மகள் துணங்கைக் கூத்தாடுவள் என்று பாடுகின்றார் மாங்குடி மருதனார்.

இத்தகைய பாடற் பகுதிகளிலிருந்து நாம் சில செய்திகளை அறிய முடிகின்றது.

1. பேய்மகளிர், காண்போர்க்கு அச்சத்தைக் கொடுப்பவர்.
2. அவர் பிணந்தின்பவர்; குருதி குடிப்பவர்.
3. சுடுகாட்டை விரும்புபவர்.
4. மிருகங்களின் பிணத்தையும் தின்பவர்; குடரை மாலையாகப் போடுபவர்.
5. கூத்தாடுபவர் (துணங்கை).

பேய்மகளிரைப் பாடும் சங்கச் செய்யுட்களிலிருந்து மேலும் பல செய்திகளை நாம் அறிகின்றோம். எனினும், முன்னர் கண்டவையே முக்கியமானவை எனக் கொள்ளலாம். இச்செய்திகளை ஆதாரமாகக் கொண்டு, புராதன மக்கட் கூட்டத்தினரிடையே வழங்கிய பழக்க வழக்கங்கள், நம்பிக்கைகள் முதலியவற்றின் துணையுடன் இத்தகைய பேய்மகளிரின் செயல்களுக்கு விளக்கங்காண முயலுவோம்

முதன் முதலிலே, பேய் என்று பாடிய பழங்காலப் புலவன் யாது கருதினான் என்றறிய முயலுதல் பொருத்தமாகும். பெரிய புராணத்திலே காரைக்கால் அம்மையார் பெற்ற பேய் வடிவத்திற்கு விளக்கம்கூறும் உரைகாரர் மேல்வருமாறு குறிப்பிட்டுள்ளார்.

> பேய்வடிவு – வாயுவவுடம்புடன் கூடித் திரிந்து மக்களை அலைத்து வரும் பேய்வடிவமன்று. அவை, ஐம்பூதச் சேர்க்கையாலாகிய உடற்கூட்டில் ஏனையப் பகுதிகள் மறைய வாயு ஒன்றுமே மிகுத்துக் கண்ணுக்குத் தோன்றாவகை திரியும் பாசவுடம்புகள். இங்கு அம்மையார் வேண்டிப் பெற்றது. மானிட உடம்பினுள் ஏனையவை ஒழித்து எலும்புக்கூடு ஒன்றுமே காணப்பெற்றதும், காற்றுப் போற் கடிது செல்லும் தன்மை வாய்த்ததும், மண் என்ற ஒரு பூதச் செயல் மிகுந்த எலும்பு வடிவாயினும் களிம்பு நீங்கிப் பொன்னான செம்பு போலப் பாச நீக்கித் தூய்மை யாக்கப்பட்ட சுத்தமாயாவுருவம் வாய்ந்ததும்,

> ஆனால் மக்கள் கண்ணுக்குப் புலப்படுவதுமாகிய ஓர் ஒளி பெற்ற திருவுடம்பு என்க.[5]

காரைக்காலம்மையார் பாசமாம் பற்றறுத்துச் சிவனருளாற் பெற்ற வுடம்பு 'இயலும் இசையும் பாடுதற்குரிய, வாக்கு முதலிய புறக்கரணங்களையும் மனம் முதலிய உட்கரணங்களையும் உடைய திருவடிவம்,' என்பது உரைகாரர் கருத்து. ஒளியுருவான மானவயாக்கை என்றுங் கூறுவர். ஆனால், சாதாரணமான பேய்களோவெனின் வடிவற்ற வாயுவுடம்பு அல்லது சூக்கும உடம்பு உடையன என்பது கருத்தாகும். அதுவே பொதுமக்கள் நம்பிக்கையாகவும் நிலவி வருகின்றது. சிவனருளால் காரைக்காலம்மையார் ஒளியுடம்பு பெற்றார் என நாம் அமைதி காணலாம். ஆனால், அத்தகைய சமய நம்பிக்கை நிலவாத காலத்திலே சுடுகாட்டிற் போய்த் தழுவிய பேய்மகள் சூக்கும வடிவமின்றிச் சாதாரண மானிட வுடம்பு பெற்றிருந்ததையே பழைய இலக்கியங்கள் நமக்குக் காட்டுகின்றன. எனவே, சங்க இலக்கியங்கள் காட்டும் பேய்மகள் தூல உடல் பெற்றிருந்ததாகவே நாம் கொள்ள வேண்டும். அவ்வாறாயின் பேய் என்னும் சொல்லுக்கு வழக்கமாக நாம் கூறும் பொருள் இங்கு பொருத்தமாகாமற் போகின்றது. சங்க இலக்கியங்கள் காட்டும் பேய்மகளும் ஒரு விதத்திற் காரைக்காலம்மையாரைப் போல, மக்கள் கண்ணுக்குப் புலப்படும் உடம்பினையே பெற்றிருந்தாள். அவள் உருவற்ற 'ஆவி'யுமல்லள்; தெய்வ அருள் பொருந்தியவளுமல்லள். அப்படியாயின் பேய்மகள் என்பவள் யார்?

பேய்மகள் கொண்டிருந்த தோற்றத்தையும் அவளது 'கொடிய' செயலையும் கண்டு அக்கால மக்கள் அஞ்சினர் என்பது பாடல்களினின்றும் புலனாகின்றது. எனவே, பேய் மகளிர் பற்றியும் அவர்களுக்கிருந்த வல்லமை பற்றியும் மக்கள் சில நம்பிக்கைகள் கொண்டிருந்தனர் என்பது தெளிவாகின்றது. அந்த நம்பிக்கையைப் பற்றி நாம் அறிந்து கொண்டாலன்றிப் பேய்மகளிர் பற்றித் தெரிந்துகொள்ள முடியாது. ஆனால், நம்பிக்கையை விளங்கிக் கொள்வதற்குச் செயல்களே ஆதாரமாகவுள்ளன. புராதன மக்களின் நம்பிக்கைகளை ஆராய்ந்தவர் பலரும் இவ்வுண்மையை வற்புறுத்தியுள்ளனர். சிமித் என்பார் இதுபற்றிக் கூறியுள்ளது மனங்கொளத்தக்கது.

> புராதனச் சமயங்களின் 'சித்தாந்தம்' கட்டுக் கதைகளிலேயே தங்கியிருந்தது. இக்கட்டுக் கதைகள், சடங்குகளிலிருந்தே (ritual) எழுந்தன. சடங்குகள்

---

5. சி.கே. சுப்பிரமணிய முதலியார், காரைக்காலம்மையார் புராணமும் அவரது அருணூல்களும், ப. 52.

> செய்தல் புராதன மக்களுக்கு இன்றியமையாததா யிருந்தது. ஆனால், கட்டுக் கதைகளில் நம்பிக்கை வைப்பது தனிப்பட்டவரைப் பொறுத்திருந்தது. எனவே, புராதனச் சமயங்களைப் பற்றி அறிய முனையும் ஒருவர் கட்டுக் கதைகளை விட்டுச் சடங்குகள் அல்லது மக்களின் வழக்கங்கள் ஆகியவற்றை ஆராயத் தொடங்கல் வேண்டும்.[6]

அக்காலத் தமிழ் மக்கள் பேய்மகளிரின் சக்தியில் நம்பிக்கை கொண்டிருந்தனர் என்று கூறிவிடின் ஆராய்ச்சி தோன்ற இடமில்லாது போய்விடுகின்றது. பேய்மகளின் செயல்கள் ஏன் அவ்வாறு அமைந்தன எனக் கேட்டால் காரணகாரியத் தொடர்புடன் கருத்து வளர இடம் ஏற்படுகின்றது.

பேய்மகளிர் செயல்கள் சங்ககாலச் செய்யுட்களிலே குறிப்பிடத்தக்களவு தெளிவாகவும் விவரமாகவும் வருணிக்கப் பட்டுள்ளன என்பது உண்மையே. எனினும், சங்க இலக்கியங் களாக இன்று நாம் கொள்ளும் செய்யுட்கள் சில ‘இலக்கிய மரபு’களுக்கிணங்கவே இயற்றப்பட்டன என்பதையும், பேய் மகளிரின் செயல்கள் சமயச் சடங்குகள் முதலியவற்றைப் பற்றிக் கூறுவதையே தமது பிரதான நோக்கமாக அவை கொண்டிருக்கவில்லை என்பதனையும் நாம் மறத்தலாகாது. வடமொழி வேதங்களையடுத்து வேள்விக்கிரியைகள் (சடங்குகள்) பற்றிக் கூறும் பிரமாணங்களைப் போலல்லாது சங்கச் செய்யுட்கள் இலக்கியங்களே. எனவே, பேய்மகளிரின் சடங்குகள் தற்செயலாகவே அவற்றில் இடம்பெற்றுள்ளன என்பதை நாம் நினைவில் இருத்திக் கொள்வது நலம். அவ்வாறாயின் பேய்மகளிரின் செயல்களைப் போல வேறு மக்கட் கூட்டத் தினரிடையே காணப்படின் அவற்றையும் நாம் சேர்த்து ஆராய்தல் பொருத்தமுடைத்தாகும். பழந்தமிழரைப் போலப் புராதன வாழ்க்கை நிலையிலிருந்த மக்கட் கூட்டத்தினர் சிலர் மிகச் சமீபகாலம்வரை அந்த நிலையிலிருந்திருக்கின்றனர். அவர்களிடத்து இத்தகைய வழக்கங்கள் காணப்படுகின்றனவா? காணப்பட்டால் எமது பழைய செய்யுட்கள் உண்மையே கூறின என்பது முற்றிலும் உறுதிப்பட்டுவிடுமல்லவா? அதற்குச் சான்றுகள் இல்லாமலில்லை.

அமெரிக்கா, ஆபிரிக்கா, இந்தோனீசியா முதலிய தேசங் களிலே வாழும் திருந்தாத – நாகரிகங் குறைந்த மக்கட் கூட்டத்தினரிடையே பெண் மந்திரவாதிகளே பெரும்பான்மை யினராகக் காணப்படுகின்றனர்.[7] சைபீரியாவிலும் (ரஷ்யா)

---

6. W. Robertson Smith, Lectures on the Religion of the Semites, rev. ed, pp. 17-18

7. Hutton Webster, Magic–A Sociologicl Study, p. 191.

ஒரு காலத்தில் பெண் மந்திரவாதிகளே இருந்ததாகச் சில ஆராய்ச்சியாளர் கூறியுள்ளனர். பெண்களுக்கே முதன் முதலில் மந்திர சக்தி அளிக்கப்பட்டதாக அங்கு வாழ்ந்த மக்கள் குலங்கள் நம்பியதாகத் தெரிகிறது.[8] புராதன மங்கோலியப் புராணக் கதைகளிலிருந்தும் பெண்களை நோய் தீர்க்கும் மாந்திரீகராக இருந்தனரெனத் தெரியவந்துள்ளது.[9] வேறு பல மக்கட் கூட்டத் தினரிடையே ஆண்கள் மாந்திரீகராகக் கடமை யாற்றும் போதும் பெண்ணுடையை யணிந்து பெண்களைப்போல நடந்து கொள்கின்றனர்.[10] முன்னொரு காலத்திற் பெண்களே அச்செயல் களைச் செய்தனர் என்பதை அது காட்டி நிற்கும் என ஆராய்ச்சியாளர் கருதுவர்.

இவ்வாறு பெண்கள் மந்திர சக்தி படைத்தவராக விளங்கும் மக்கட் கூட்டங்களிலே நடப்பதென்ன? மடகஸ்காரிலுள்ள தனலா என்னும் மலைச்சாதியினர் மத்தியிலே மந்திரவாதிகள் இருக்கின்றனர்; அவர் இரவிலேயே இயங்குவர்; தலைப்பாகை ஒன்றனைத் தவிர ஆடையெதுவும் அணியார். இடுகாடுகளிலே திரிந்து நடனமிடும் இவர்கள் மனிதரைக் கொல்லும் தமது சக்தியை அங்கு அதிகரித்துக் கொள்வர். பிணங்களைத் தோண்டி எடுத்து அவற்றிலிருந்து (தாயத்து முதலாய) மந்திர உறுப்புப் பொருள்கள் செய்து கொள்வர். உடல் நலங்குன்றியிருக்கும் ஒருவர் வீட்டு வாயிலில் கூடி நின்று ஒப்பாரி வைப்பர். நோயாளியும் இறந்துவிடுவான்.[11]

தென்னாப்பிரிக்காவிலே திரான்ஸ்வால் பிரதேசத்திலுள்ள பவெந்தா என்னும் சாதியினரிடையே பெண்மாந்திரீகர் உள்ளனர். இவரின் கீழ்த்தரமான செய்கைகள் இரவு நேரத்திலேயே நடந்தேறு கின்றன. ஒரு பெண் ஆடையின்றித் திரிவாள். தழலைப்போல அவள் கண்கள் பிரகாசிக்கும்; சில பெண்கள் சேர்ந்ததும் அவர்கள் மனித மாமிசந் தேடி விருந்துண்டு களிப்பர். இவர்கள் செய்யாத கொடுந் தொழிலில்லை என்றே கூறிவிடலாம்.[12]

ஆஸ்திரேலிய ஆதிமனிதரிடையேயுள்ள மாந்திரீகராற் பிணத்தின் கொழுப்புப் பெரிதும் மதிக்கப்படுகின்றது. பிணத்தின் குடரையும் கொழுப்பையும் தமது உடலின்மீது போட்டுக் கொண்டு திரிவர். போரில் வெற்றி கிடைப்பதற்காக இச்சடங்கு

8. *Marie A Czaplicka, Aboriginal Siberia. p. 243.*

9. *Ibid. p. 244..*

10. *Webster, Ibid. 191.*

11. *Ralph Linton, The Tanala, p. 2-27.*

12. *H.A. Stayt, The Bavenda, p. 273.*

செய்யப்படுகின்றது. செத்த மனிதனது கொழுப்புடன் அவன் சக்தியும் தமக்குக் கிடைப்பதாக இவர்கள் நம்புகின்றனர்.[13]

மேற்கு இரியானில் வாழும் மறின்டு சாதியினர் மத்தியிலே மாந்திரீகத் தொழில் பழகும் ஒருவருக்குப் பிணங்களிலிருந்து பிழிந்தெடுத்த சாறு பருகக் கொடுக்கப்படுகிறது. அச்சாற்றினை மூக்கிலும் கண்ணிலும் விடுவர். இதன் விளைவாகச் சாதாரண மக்களுடைய புலன்களுக்கு எட்டாத மணமும் காட்சியும் மாந்திரீகருக்குத் தோற்றும் என்று நம்புகின்றனர்.[14]

நயாசலாந்து நாட்டிலுள்ள வயோவோ சாதி மக்களும் வேறு குழுவினரும் “பேய்கள்” பிணந்தின்னும் என்னும் நம்பிக்கை யுள்ளவர்.[15] இம்மக்கட் கூட்டத்தினரிடையே மாந்திரீகங் கற்கும் மாணவர் குழந்தையின் நெஞ்சையும் ஈரலையும் சுட்டுச் சாப்பிடல் வேண்டும்.[16]

மேற்கு இரியானிலேயுள்ள கெராக்கி சாதியினரிடையே ஒருவர் மனிதப் பிணத்தைத் தின்பதனால் பிறர் கண்ணுக்குத் தோற்றாத உணவைப் பெறலாம் என்னும் நம்பிக்கை நிலவுகின்றது.[17]

மெலனீஷியாவிலே சில தீவுகளில் இருபாலையுஞ் சேர்ந்த மாந்திரீகர் பிணந்திருடித் தின்பதால் பிசாசுகளின் வல்லமையைப் பெறுவதாக நம்புகின்றனர். அப்பிணத்திற்குரிய ஆவியானது, உண்டவருடைய நெருங்கிய நண்பனாகி, அவர் ஏவிய கட்டளையைச் செய்யும் என நம்புகின்றனர்.[18]

சம்பியாவிலே முற்காலந் தொட்டு வாழ்ந்துவரும் வகநிமு என்னும் சாதியினரிடையே ‘பேய்மகள்’ ஒருத்தி இடுகாட்டிலே கிடக்கும் பிணத்தை எழச்செய்து அதைத் தன்னுடன் சேர்த்துப் பற்றிக் கொண்டு கூத்தாடுவாள். அதனைத் தொடர்ந்து அங்குக் கூடிய மற்றைய பேய்மகளிருடன் சேர்ந்து பிணத்தைப் புசிப்பள்; பெருவிருந்து நடைபெறும்.[19]

மனிதவியல் ஆராய்ச்சியாளரும் சமூகவியல் ஆராய்ச்சி யாளரும் விவரிக்கும் இத்தகைய பிணந்தின்னும் வழக்கம் சங்க இலக்கியங்களிலே காணப்படும் பேய்மகளிரின் செயல்களோடு

---

13. A.W. Howitt, The Native Tribes of South East Australia, p. 367.

14. Webster, Ibid. p. 223.

15. H.S. Stannus, Harvard African Studies III, p. 293.

16. W.H. Garbutt, Witchcraft in Nyasa, Journal of the Anthropological Institute (1911) p. 301.

17. F.F. Williams, Papuans of the Transfly, p. 342.

18. R.H. Codrington, The Melanesians, p. 221.

19. Webster, Ibid, pp. 424 -25.

ஒத்திருப்பதை இப்பொழுது காண்கின்றோமல்லவா? இலக்கியத் திலே தற்செயலாக இடம்பெற்றுள்ள செய்தியானது புராதன மக்களுடைய வழக்கத்தினால் அரண் செய்யப்படுகின்றது என்பதனையும் நாம் அவதானித்தல் வேண்டும்.

ஆஸ்திரேலியாவில் இருந்து மேற்கே வட அமெரிக்காவரை ஒரு காலத்தில் நிலவிய புராதன சமூகங்களிற் காணப்பட்ட எண்ணற்ற பழக்கவழக்கங்களுக்குள் ஒன்று பெண் 'பேய்கள்' பிணந்தின்னும் செயல். நரமாமிசம் உண்ணும் இம்முறைப்பற்றி வேறு பல ஆராய்ச்சியாளரும் குறிப்பிட்டுள்ளனர்.[20]

பெண்கள் (பேய்) பிணந்தின்னிகளாக இருப்பதற்குப் போதிய உதாரணங்களைப் பார்த்த நாம், இனி இச்செயல் தோன்றியதற்கான காரணம், அதன் பண்பு ஆகியன பற்றிச் சிறிது நோக்குவோம். பழந்தமிழ் இலக்கியங்கள் காட்டும் பேய் மகளிர் செயல்கள் உண்மையில் ஒரு மக்கட் கூட்டத்திலே காணப்படும் பொழுது அச்செய்கையை (Magic, Witchcraft) மந்திரச் சடங்கு அல்லது சூனியம் என்று மனிதவியல் ஆராய்ச்சியாளர் வருணிப்பர். இவ்விரண்டிற்கும் வேறுபாடுண்டு. எனினும், அதனைப் பின்னர் நோக்குவோம்.

பேய்மகளிர் பெண் மாந்திரீகர் என்பது அவரது செயலால் தெரியவில்லை. ஆனால், அதே செயல்கள் உலகின் பிற பகுதிகளிலே மாந்திரீகமாகக் கொள்ளப்படுவதை நோக்கும் பொழுது பேய்மகளிர் மாந்திரீகராயிருந்திருப்பர் என்று கொள் வதில் தவறிருக்காது. அது மட்டுமன்றி, உலகின் பல பகுதிகளிலே புராதன மக்கட் கூட்டங்களிலே பெண்களே மந்திர சக்தி பெற்றவராக விளங்கினர். சுருங்கக் கூறின் மந்திர சக்தி புராதன சமூகங்களிலே பெண்களின் தனியுரிமையாயிருந்தது.[21]

இந்தச் சந்தர்ப்பத்திலே புராதன மக்கட் கூட்டத்தினர் மந்திரம் என்று கருதியது யாது என்பதனைக் கவனித்தல் தகும். இதுபற்றி ஜாக் லின்ஸே என்பார் மேல்வருமாறு கூறியுள்ளார்:

"புராதன மனிதன் கூட்டு வாழ்க்கையின் மூலமாகவும் விளைவாகவும் கருவிகளின் உபயோகத்தை மெல்ல மெல்ல அறிந்து கொண்டான். அந்நிலையில் தனக்குப் புறம்பாக இயற்கை இயங்குவதைக் கண்டான். தனக்குள்ள சிற்றறிவின் துணைக் கொண்டு தன்வசமிருந்த மிகச் சில கருவிகளின் உதவியோடு

---

20. William Graham Sumner, Folkways, pp 283 - 294.
21. R. Briffault, The Mothers, 2: 620-3.
    Cf. George Thomson, Studies in Ancient Greek Society, pp. 212-13.

இயற்கையைச் சமாளிக்க வேண்டியவனாயிருந்தான். அவனது கருவிகள் திருந்தத்திருந்த இயற்கையின் உணர்வும் அதிகரித்தது. கருவிகள் செம்மைப்படச் செம்மைபடக் கூட்டு வாழ்க்கையும் வலிமைபெற்றது. தனது கூட்டம் விரிவடைவதைப் போலவே இயற்கையும் பரந்து விரிந்து கிடந்ததைக் காணலுற்றான். அவனது அகலக் காட்சி விரிவடைந்தது. அதற்கியையச் சிந்தனையும் உணர்வும் விரிந்தன.

"ஒருபுறம் இயற்கையின் சிறு பகுதிகளில் தனது சக்தி பயன்படுவதைக் கண்டான். மறுபுறம் அவனுக்கு அப்பாற்பட்ட சிக்கல் நிறைந்த இயற்கைச் சக்திகள் அவனை அச்சுறுத்திக் கொண்டிருந்தன. அவற்றைப் பற்றி அவனுக்கு எதுவும் தெரிய வில்லை. தான் வெற்றி கண்ட பகுதியில் தனது செயல்கள் காரணகாரியத் தொடர்புடன் இயங்குவதைக் கண்டான். இவ்வுணர்வின் அடிப்படையிலே இயற்கையின் முழுத் தன்மையையும் அறிந்து கொள்ளும் பெருமுயற்சியில் இறங்கினான். தான் காணும் பிரபஞ்சத்தின் இரகசியத்தை அறிய விழைந்த மனிதன் ஏறத்தாழப் பின்வருமாறு சிந்திக்கலானான். தான் சில கருமங்களை நினைத்துச் செய்யும் நிலையிலிருந்தான். தனது உணர்ச்சி, தனது நோக்கம் முதலியன இயங்கியதைப் போலவே தான் வாழும் கூட்டத்தினரின் உணர்ச்சியும் நோக்கமும் இருந்ததை அவன் ஓரளவிற்குப் புறநிலையில் நின்று அறிந்து கொண்டான். தான் இவ்வாறு அறிந்து கொண்ட உண்மையின் அடிப்படையிலேயே எஞ்சிய பரந்த பிரபஞ்சமும் இயங்க வேண்டும் என எண்ணினான். தன்னைப் போலவே இயற்கைக்கு உணர்ச்சிகளும் ஆசைகளும் இருத்தல் வேண்டும் என்ற முடிவிற்கு வந்தான். சூரிய ஒளியில் குதூகலித்துப் புன்முறுவல் செய்தும், சூறாவளியிற் கடுஞ்சினமுற்றுக் கர்சித்தும் இயற்கை இயங்குவதாக அதற்கு உணர்ச்சி நிலையும் உயிர் நிலையும் கற்பித்தான். இந்தக் கற்பனையிலிருந்துதான் மந்திரம் தோன்றியது. தனக்குள்ள ஆசாபாசங்கள், அச்சம் முதலியனவற்றைப் போலவே, இயற்கைக்கும் உண்டு என்ற நிலையில் தனக்கும் இயற்கைக்கும் பிணைப்பொன்றை ஏற்படுத்திக் கொள்கின்றான். தனக்குள்ளே இருந்து, உணர்ச்சி, அச்சம், ஆசை முதலியவற்றைக் கொடுப்பது யாது என்று அவனுக்குத் தெரியாது. அது ஒரு "ஆவி" என்று எண்ணினான். எனவே, இயற்கைக்கும் பெரியதோர் ஆவி உண்டென்ற முடிவிற்கு வந்தான். மந்திரச் சடங்குகளினால் அந்த ஆவியைத் திருப்திப் படுத்தவும் கட்டுப்படுத்தவும் முடியும் என்று முனைந்தான். ஆனால், மந்திர சக்திகள் என்று அவன் கருதியதெல்லாம் அவனுடைய சிந்தனைக்குத் தப்பிய உணர்வுகளே. தனது அன்றாட வாழ்வில் கூட்டு வாழ்க்கையினால்

பயன் பெறுவது கண்டு, மந்திரத்தையுங் கூட்டாகச் செய்ய முனைந்தான்”[22]

மனிதன் தன்னுடைய சக்தியை அடிப்படையாகக் கொண்டு தனக்குப் புறம்பாக உள்ள இயற்கையிலும் அதே சக்திகளைக் கண்டு அவற்றை உபயோகித்து அடக்கக் கண்ட கருவி மந்திரம் என்பதனை லின்ஸே மிகத் தெளிவாக விளக்கியுள்ளார். அதே அருபமற்ற சக்தியானது காலப்போக்கில் மனித வடிவம் பெறும்பொழுது மனிதர்க்கு மந்திர சக்தி இருக்கிறது என்னும் கருத்துத் தோன்றுகிறது. அதன் தருக்கரீதியான இலட்சியமயமான கருத்து வடிவத்திலேயே குறள் கூறுகின்றது.

நிறை மொழி மாந்தா் பெருமை நிலத்து
மறைமொழி காட்டி விடும்[23]

ஆனால், குறள் நிலையான சமயங்களும் தத்துவங்களும் உலகிலே தோன்றி மக்களிடையே பரவியதன் பின்னர் எழுந்த ஒரு நூல். நாம் புராதன மனிதனது இயற்கையை உயிர் நம்பிக்கை நிலையில் ஆராய்ந்து கொண்டிருக்கிறோம்.

இவ்வாறு தோன்றிய மந்திரச் சடங்குகள் முதன் முதலிலே கூட்டு வாழ்க்கையில் நடைபெற்றன. குலங்களாகவும் சிறுச்சிறு குழுக்களாகவும் வாழ்ந்த மனிதன் மந்திரத்தைக் கூட்டு வாழ்க்கைக்குப் பயன்படுத்தினான். புதியதொரு மனிதப் பிறவியை உலகிற்குத் தருபவளாகக் காணப்பட்ட தாயும் அசாதாரணமான சக்தி படைத்தவளாக இருந்தமையால் பெண்ணிடமே அந்த மந்திர சக்தியும் இயல்பாகக் குடிகொண்டது. சக்தி வழிபாடு அல்லது பேரன்னை வழிபாடு உலகமெங்கும் ஒரு காலத்திலே தோன்றியதற்குரிய காரணமே, பெண்களைத் தலையாய மாந்திரீகராகவும் ஆக்கிவைத்தது.

“மனித வாழ்க்கை நிலைபேறுடையதாயிருப்பதற்குப் போதிய சந்ததி விருத்தியும், உணர்வும் தேவையாயுள்ளது. இதன் காரணமாகவே, பழைய கற்காலத்திலிருந்து இற்றை நாள்வரை, உயிரைப் பாதுகாத்தலும் வளர்த்தலும் மனிதனது அடிப்படை உணர்ச்சிகளில் ஒன்றாக இருந்து வந்துள்ளது. இதுவே, மந்திரச் சார்புள்ள சமய நம்பிக்கையாகப் பல புராதன நிரந்தரமான வழிபாட்டு முறைகளில் இடம்பெற்றுள்ளது. உயிர் போற்றும் புராதன மந்திரச் சடங்குகளிலிருந்தே பெண்களுடன் நெருங்கிய தொடர்புள்ள நம்பிக்கை, அன்னை வழிபாடாகப் பரிணமித்தது என்பதில் ஐயமில்லை. பின்னர் பிறப்புடன்

---

22. Jack Lindsay, A Short History of Culture, pp. 29-32.

23. குறள், 28

மட்டுமின்றி இறப்புடனும் அன்னை வழிபாடு தொடர்பு பெற்றது. மனித உயிரை மட்டுமின்றிக் காலப்போக்கில் மனிதனுக்குத் தேவையான விலங்குகளையும் அவற்றின் வளத்தையும் பெருக்கவும் இவ்வழிபாட்டு முறை பயன்பட்டது."[24]

அன்னை வழிபாட்டு முறையைப் போற்றி வந்த மக்கட் கூட்டம் ஒரு காலத்திலே மத்திய கிழக்கு முழுவதும் பரவியிருந்தது. பூர்வீகத் திராவிட மக்களும் இக்கூட்டத்தைச் சேர்ந்தவர்களே. திராவிடரின் நாகரிகம் என்று கருதக் கூடிய சிந்துவெளி நாகரிகத்திலும் பெண் தெய்வ வழிபாடு முக்கியத்துவம் பெற்றிருந்தது என்பது யாவருமறிந்த உண்மை. இந்த ஒரு பரந்த புராதன மனித வரலாற்று வளர்ச்சிப் பின்னணியிலேதான் பேய் மகளிரின் மந்திரச் சடங்குகளை நாம் நோக்குதல் வேண்டும்.

இந்தச் சந்தர்ப்பத்திலே நாம் மீண்டும் சங்கச் செய்யுட்களைப் பற்றிச் சிறிது கூற வேண்டியிருக்கிறது. அன்னை வழிபாடு முதலியன புராதன சமுதாயங்களிலே காணப்பட்ட சமய நம்பிக்கையாகும். அது கிறித்துவிற்கு முன் ஐயாயிரம் ஆண்டளவிலே தொடங்கி ஏறத்தாழ மூவாயிரம் ஆண்டுகள் வரை நிலவிய ஓர் உலகளந்த சமய நெறி. ஆனால், சங்க இலக்கியங்களோ, கிறித்துவிற்கு முன் இரண்டாம் மூன்றாம் நூற்றாண்டளவிலும் கிறித்து அப்தத்திற்குப் பின்னர் சில நூற்றாண்டு அளவிலும் தோன்றிய இலக்கியங்கள். சங்க காலத்துச் சமுதாயம் முற்று முழுதான புராதனச் சமுதாயம் என நாம் கொள்ள முடியுமா? இல்லை. ஏனெனில், தாய்வழிச் சமூகம் சங்க காலத்தில் மாறத் தொடங்கிவிட்டது. சங்க காலத் தமிழகம் "நாகரிகப்" பாதையிலே நடைபோடத் தொடங்கியிருந்தது. அப்படியாயின் புராதனச் சமுதாயத்திற்குரிய மந்திரச் சடங்குகள் தமிழர் சமுதாயத்திலே செல்வாக்குப் பெற்றிருந்தன. என நாம் கொள்வது பொருத்தமாகுமா? சங்க காலச் சமுதாயம் நகர நாகரிகத்தையும் அறிந்திருந்தது. அங்குக் குலங்களும் குடிகளும் மறைந்து, அரசுகள் தோன்றியிருந்தன. அந்த நிலையிலே கூட்டு வாழ்க்கையிற் காணப்பட்ட மந்திரச் சடங்குகள் காணப்பட்டன என நாம் துணிந்து கூறலாமா? இத்தகைய முக்கியமான – பாரதூரமான – கேள்விகள் நம்மை எதிர் நோக்குகின்றன. இவற்றிற்கு விடை காண்பது இலகுவன்று.

இக்கேள்விகளுக்கு விடை காண்பதற்கும் சில சங்கச் செய்யுட்களே எமக்கு வழிகாட்டுகின்றன. பேய்மகளிரின் செயல்களைக் கூறும் புறநானூற்றுப் பாடல்கள் சிலவற்றைப் பார்ப்போம்.

---

24. *E.O. James, The Cult of the Mother Goddess, pp. 13-17.*

விசிபிணத் தடாரி விம்மென வொற்றி
ஏத்திவந்த தெல்லா முழுத்த
இலங்குவா ளவிரொளி வலம்பட மின்னிக்
கணைத்துளி பொழிந்த கண்கூடு பாசறைப்
பொருந்தாத் தெவ்வ ரருந்தலை யடுப்பிற்
கூவிள விறகி னாக்குவரி நுடங்க
ஆனா மண்டை வன்னியந் துடுப்பின்
ஈனா வேண்மா ளிடந்துழந் தட்ட
மாமறி பிண்டம் வாலுவ னேந்த
வதுவை விழவிற் புதுவோர்க் கெல்லாம்
வெவ்வாய்ப் பெய்த புதுநீர் சால்கெனப்
புலவுக்களம் பொலிய வேட்டோய் நின்
நிலவுத்திக ழார முகக்குவ மெனவே.[25]

குறைவின்றி விளங்கும் வாளினுடைய மிக்க ஒளி வெற்றியுண்டாக மழை மின்னுப் போல மின்னி, அம்புகளாகிய மழையைப் பெய்த இடம் நிறைந்த பாசறைக் கண்ணே, பகைவர் உடலினின்றும் நீங்கிய அரிய தலைகளாற் செய்யப்பட்ட அடுப்பிலே, கூவிளங் கட்டையாகிய விறகிட்டெரித்து ஆக்கப்படும் கூழிடையே வரிக்குடர்கள் பிழந்து பொங்க, தலையிற் பொருந்தாது நீங்கிய மண்டையோட்டை அகப்பையாகவும் வன்னி மரத்தின் கொப்பையதிற் செருகப்பட்ட காம்பாகவும் கொண்ட துடுப் பினால் ஈனாத பேய்கள் தோண்டித் துழாவிச் சமைத்த, மாக்களும் உண்ண மறுக்கும் ஊன் சோறாகிய பிண்டத்தைப் பேய்மடையன் எடுத்துக் கொற்றவைக்குப் படைப்பானாய் ஏந்திக் காட்டப் போர்க்கள வேள்வி செய்த மன்னவனைப் பாடுகின்றார் மாங்குடி கிழார் என்னும் புலவர். இதே கருத்தும் நயமும் உள்ள வேறு செய்யுட்களும் உள.[26] மற்றொரு செய்யுளிலே ஏர்க்களத்திலே நடப்பதைப் போலவே போர்க்களத்திலும் நடப்பதாகப் புலவர் பாடியுள்ளார். அவை கவி நயம் வாய்ந்தவையாயுள்ளன என்பதில் ஐயமில்லை. அவற்றிற்கு உரை செய்த பழைய உரைகாரர், மறக்கள வேள்வி, மறக்கள வழி, ஏர்க்கள உருவகமுமாம் என்று குறிப்பெழுதிப் போயினர். இலக்கியக் குறிப்பிற்கு மேல் அவர்கள் எதுவும் கூறிலர். ஆனால் மேல் நோக்காகப் பார்க்கும் பொழுது இலக்கிய இரசிகருக்குத் தோற்றும் ஏர்க்கள உருவகத்திற்குப் பின்னால் ஆழ்ந்த உண்மை இருக்கிறதென்று நாமுணரலாம். இச்செய்யுளிலிருந்தும் இதுபோன்ற பிற செய்யுட்களிலிருந்தும் பின்வரும் செய்திகள் புலனாகின்றன.

1. போர் நடந்த இடம் களமாகக் கொள்ளப்பட்டது.

2. அங்கு களவேள்வி ஒன்று நடந்தது.

---

25. புறநா. 372.

26. புறநா. 26, 370, 371, 379, 392.

3. அதிலே ஈனா (பிள்ளை பெறாத அல்லது இல்லாத) மகள் ஒருத்தி வேள்வியிலே முக்கிய பாகந் தாங்கி நடத்தி வைத்தாள்.

4. அது ஏர்க்கள வேள்வியொன்றனைப் போலி ருந்தது.

இந்த நான்கு சாதாரணமான செய்திகளுமே மிக முக்கியமான சமூகவியல் உண்மைகளைத் தம்முள்ளடக்கியுள்ளன என நான் கருதுகின்றேன்.

போர்க்களத்திலே நடந்த வேள்வியைப் பாடிய புலவன் உருவகத்தை அமைத்த பொழுது அதனை எங்கிருந்து பெற்றான்? அதிலே பெண்ணொருத்தி சிறப்பான இடத்தை எவ்வாறு பெற்றாள்? இவ்விரண்டு கேள்விகளுக்கும் முதலில் விடை காண முயலுவோம். தொல்காப்பியப் புறத்திணையுள் வாகைக்குரிய துறை பதினெட்டையும் வகுத்துக் கூறிய ஆசிரியர்,

ஏரோர் களவழியன்றிக் களவழித்
தேரோர் தோற்றிய வென்றியும்[27]

என்று இரு களவழிகளைக் கூறியுள்ளார். இதற்கு உரை கூறப் போந்த நச்சினார்க்கினியர் கூறியுள்ளவை மனங்கொளத்தக்கன.

"என்றது, நெற்கதிரைக் கொன்று களத்திற் குவித்துப் போர் அழித்து, அதரிதிரித்துச் சுற்றத்தோடு நுகர்வதற்கு முன்னே கடவுட் பலி கொடுத்துப் பின்னர்ப் பரிசிலாளர் முகந்துகொள்ள வரிசையின் அளிக்குமாறு போல, அரசனும் நாற்படையையும் கொன்று களத்திற் குவித்து, எருது களிறாக வாண்மடலோச்சி அதரிதிரித்துப் பிணக்குவையை நிணச் சேற்றொடு உதிரப் பேருலைக்கண் ஏற்றி, ஈனா வேண்மாள் இடத்துழந்தட்ட கூழ்ப்பலியைப் பலியாகக் கொடுத்து எஞ்சி நின்ற யானை குதிரைகளையும் ஆண்டுப் பெற்றன பலவற்றையும் பரிசிலர் முகந்துகொள்ளக் கொடுத்தலாம்."[28]

நச்சினார்க்கினியரது இவ்வுரை குறிப்பிடத்தக்க பல உண்மைகளைத் தெளிவாக்குகின்றது. போர்க்கள வேள்வியானது ஏர்க்கள வேள்வியை நோக்கி எவ்வாறு எழுந்தது என்பதனை விளங்கிக் கொள்வதற்கு உதவியாகவிருக்கின்றது. மறக்கள வேள்வி என்றொரு நிகழ்ச்சியினைத் தொல்காப்பியர் கூறிற்றிலர் என்பதுண்மையே. எனினும், புறப்பொருளைச் சிறப்பாகக் கூறும் புறப்பொருள் வெண்பாமாலை வாகைப் படலத்துள்

27. தொல். புறத். சூ. 21: 2–3 (கணேசையர் பதிப்பு).

28. தொல். புறத்திணை. 21. சூ. உரை.

மறக்கள வழியை யடுத்துக் களவேள்வி என்றொரு நிகழ்ச்சியைக் கூறுகின்றது.

அடுதிற லணங்கார
விடுதிறலான் களம் வேட்டன்று
பிடித்தாடி யன்ன பிறழ்பற்பே யாரக்
கொடித்தானை மன்னன் கொடுத்தான் – முடித்தலைத்
தோளொடு வீழ்ந்த தொடிக்கை துடுப்பாக
மூளையஞ் சோற்றை முகந்து[29]

இதிலிருந்து களவேள்வியென ஒன்றிருந்தது என்பது தெளிவாகும். அது மட்டுமன்று, மறக்கள வேள்வியானது ஏர்க்கள வேள்வியை நோக்கியே பிறந்தது என்றும் நாம் நிரூபிக்க முடியும். நாகரிக வளர்ச்சிப் படிமுறையை நோக்கினால், மருத நில மேம்பாட்டிற்குப் பின்னரே – உடைமைகளின் தோற்றத்தையடுத்தே – அரசுகள் தோன்றின என்பது போதரும். மருத நிலம் உழவுக்குரியது. எனவே, ஏர்க்களமே முதலிற் போற்றப்பட்டிருக்க வேண்டும். அரசுகளின் தோற்றத்தையொட்டியே போர்க்கள வேள்வி முதலியவற்றை மன்னர் செய்திருக்கலாம். இது மொழி வழக்காலும் இலக்கிய ஆதாரங்களினாலும் உறுதிப்படுத்தப்படுகின்றது. பேராசிரியர் எஸ். வையாபுரிப் பிள்ளை இதுகுறித்து எழுதியிருப்பதை ஈண்டுக் கூறுகின்றேன்.

> தமிழ் மக்கள் உழவுத் தொழிலில் பண்டைக் காலந் தொட்டே ஈடுபட்டவர்கள் என்பது,
>
> பொருபடை தருஉங் கொற்றமும் உழுபடை
> ஊன்றுசால் மருங்கின் ஈன்றதன் பயனே
>
> என்ற புறநானூற் றடிகளால் விளங்கும். அரசர் கொள்ளும் போர் வெற்றி உழவுத் தொழிலால் விளைவதாகும் என்பது பொருள். இதனால் நெற்களம் என்ற பொருளிலிருந்து போர்க்களம் என்ற பொருள் அடுத்துத் தோன்றியதாதல் வேண்டும்... தொழில் ஒற்றுமைகளால், ஏர்க்களம் என்ற பொருள் பெறப்பட்டதெனல் வெளிப்படை. களவழி, களவேள்வி என்பன இப்பொருளடியாகப் பிறந்த தொடர்கள். வாளேருழவர் (புறம். 368), வில்லேருழவர் (குறள். 872) என்பனவும் உருவக வகையாற் பிறந்தனவாம். இத்தொடர்களும் உழவுத் தொழிலின் அடியாகப் பிறந்து அத்தொழிலின் முதன்மையையும் பழமையையும் விளக்குகின்றன.[30]

---

29. பு. வெ. மா. 8: 6.

30. எஸ். வையாபுரிப் பிள்ளை, சொற்களின் சரிதம், பக். 8–10.

இத்தகைய முக்கியத்துவமும் தொன்மையும் வாய்ந்த உழவுத் தொழிலின் ஆரம்பத்திற் பெண்களே அதில் முக்கிய பங்கு எடுத்துள்ளனர். இன்றும் சிறு தோட்டப் பயிர்ச் செய்கையிற் பெண்கள் ஆண்களோடு சரி நிகர் சமானமாகப் பங்கு கொள்வதை நாம் எங்கும் காணலாம். அன்றைய புராதன நிலையில் பெண்கள் கமத் தொழிலில் தலையாய பங்கு வகித்தனர். பேராசிரியர் ஜோர்ஜ் தொம்சன் மேல் வருமாறு கூறியுள்ளார்:

> உழவுத் தொழிலின் தொடக்க காலத்திலே பயிர்ச் செய்கை முறை வளர்ச்சியடையாத நிலையில் காட்டைத் திருத்திப் பாதுகாப்பது மிகப் பெரிய வேலையாக இருந்தது. குடியிருப்புகளைச் சுற்றி எத்தனையோ இன்னல்கள் நிறைந்திருந்தன. தொற்று நோய்களும் வனவிலங்குகளும் உயிர்ச் சேதத்தையும் பொருட்சேதத்தையும் உண்டாக்கின. ஒருபுறம் காட்டைத் திருத்த, மறுபுறம் அவை தாக்கிக் கொண்டிருந்தன. இத்தகைய சூழலிலே தனியொரு குடும்பம் குடியேறுவது முடியாத காரியமாக இருந்தது. தொகையிலேயே காப்பு இருந்தது. பெண்கள் பலவாறு கண்ணுங் கருத்துமாய்க் காவல் செய்த பயிர்களைப் பிள்ளைப் பேறளிக்கும் பெண்தெய்வம் வாடவோ, வளரவோ செய்தது. இதன் காரணமாகப் பெண்களின் சந்ததி விருத்திச் சக்தி மந்திர வலிமை பெற்றதாகக் கருதப்பட்டது.[31]

எமது பழைய இலக்கியங்களிலும் குறிஞ்சி நிலப் பெண்கள் தினைப்புனங் காத்தல் முதலிய தொழிலைச் செய்தனர் என்பதும் அதுவே இலக்கியத்தில் நாடக வழக்கிற் காணப்படுகின்றது என்பதும் ஈண்டு மனங்கொளத் தக்கது.

புராதன மக்கட் கூட்டத்தினர் கருவளத்தையும் பயிர் வளத்தையும் (Fertility) ஒருங்கே பெறுவதற்காகவே மந்திரங்களைக் கையாண்டனர் என்றும் அதன் தருக்க ரீதியான முடிவாகப் பேரன்னை வழிபாடு தோன்றியது என்றும் முன்னர்ப் பார்த்தோம். அதற்கு இப்பொழுது தக்க விளக்கங் கிடைத்துவிட்டதல்லவா?

எனவே, போர்க்களத்திலே அல்லது சுடுகாட்டிலே பிணங்களைத் தின்று தழுவிக் கூத்தாடும் பேய் மகளிர் செயல்கள், உழவுத் தொழில் வளர்ச்சியினூடாகவே தோன்றியவை என்று நாம் கொள்ள இடமுண்டு. பிணந்தின்னும் வழக்கம் உழவுத்

---

31. Thomson, op. cit., p. 204.

தொழில் வளர்ச்சிக்கு முன்னரும் இருந்திருக்கலாம். ஆனால், மறக்கள வேள்வி எவ்வாற்றானும் மருத நில நாகரிக வளர்ச்சிக்குப் பிந்திய தொன்றாகவே இருத்தல் வேண்டும்.

மனித உயிர்த் தோற்றத்திற்குக் காரணமாக அல்லது புதிய ஓருயிரைப் படைக்கும் கர்த்தாவாகப் பெண் காணப்பட்ட படியாலேயே, பயிர்கள், மிருகங்கள் ஆகியவற்றின் வளம், பெருக்கம் முதலியவற்றிற்கும் பெண் தெய்வமே காரணமாக அமையலாயிற்று என்று முன்னர்ப் பார்த்தோம். பிறப்பைப் போலவே இறப்பும் காலகதியில் பெண் தெய்வ வணக்கத்துடன் வந்து கலந்தது. இது கூட்டு வாழ்க்கையின் அடிப்படையிலேயே அமைந்தது என்பது அவதானிக்கத்தக்கது. பேராசிரியர் ஜேம்ஸ் இதுபற்றித் தெளிவாகக் கூறியுள்ளார்.

> கூட்டு வாழ்க்கையிலிருந்த மக்கள் இயற்கையதீதச் சக்திகளின் துணைக்கொண்டு பொது நலனுக்காகப் பாடுபட்டதையே இச்சடங்குகள் குறித்து நிற்கின்றன. உணவு தேடுதல், பிறப்பு, சந்ததி விருத்தி, இறப்பு முதலிய எந்தத் துறையிலாயினுஞ் சரி மக்கள் நலத்துடன் இவ்வுலகிலும் பின்னரும் வாழ விரும்பியதையே மந்திர மரபு காட்டுகிறது. எனவே, மக்களின் அன்றாட வாழ்க்கையிற் தோன்றிய ஆபத்தான, கவர்ச்சிகரமான, கவலைக்கிடமான அநுபவங்களை அடிப்படையாகக் கொண்டு கூட்டு வாழ்க்கைப் பண்பினைப் பெற்று அதிலே காணப் பெறும் சிக்கல்கள், இன்னல்கள், தண்டனைகள் ஆகியவற்றைச் சமாளிக்கும் வகையிலே தோன்றி யனவே இச்சடங்குகள்.[32]

சிற்சில வேறுபாடுகளுடன் புகழ்பெற்ற மனிதவியல் ஆராய்ச்சி யாளரான துர்க்கைம் (*Durkheim*) என்பவரும் இதுபோன்ற கருத்தினையே கூறியுள்ளார்.[33]

தமிழ்நாட்டு வரலாற்றிலே மருத நில நாகரிகத்திற்கு முன்னதாகக் காணப்படும் மக்கள் வாழ்க்கை பெரும்பாலும் கூட்டு வாழ்க்கை முறையாகவே இருந்தது. அதவாது அரசுகள் தோன்று முன்னர் மக்கள் சிறுச்சிறு கூட்டங்களாக வாழ்ந்தனர்.[34] தனியரசனோ, தனியுடைமைப்

32. *James, Ibid. pp. 19-20*

33. *D.N. Majumdar and T.N. Madan, An Introduction to Social Anthropology, p. 158.*

34. சு. வித்தியானந்தன், தமிழர் சால்பு, பக். 40–42; *K.N. Sivaraja Pillai, Agastya in the Tamil Land, pp. 23-4.*

போட்டியோ, தனியொரு ஆண்தெய்வமோ தோன்றாத காலமது. குறிஞ்சி நில வாழ்க்கையிலும் ஓரளவிற்கு முல்லை நில வாழ்க்கையிலும் இப்பண்புகளைப் பிற்கால இலக்கியங்களான சங்கச் செய்யுட்களின் வாயிலாக ஓரளவிற்கு அறிந்துகொள்ளலாம். கடவுளர்களில் ஏற்றத்தாழ்வோ வரிசைக் கிரமமோவின்றிப் பூசை செய்யும் தனி வகுப்பாருமின்றி மக்கள் கூட்டாக வழிபடும் முறையே முருக வழிபாட்டு முறையாகும். வேலையுடைய ஒருவன் வெறிகொண்டு ஆடும் இடத்திற்கும் களம் என்னும் சொல் உபயோகிக்கப்பட்டிருப்பது மனங்கொளத்தக்கது.

> . . . . வேலன்
> வெறியயர் வியன் களங் கடுக்கும்
> பெருவரை நண்ணிய சாரலானே.[35]

பூர்வீகத் தமிழ் மக்கள் முருகனுக்குப் பலி கொடுத்து வணங்கிய இடமும் 'வெறி அயர் களம்' என்று பண்டைப் புலவர்களாற் குறிக்கப்பட்டிருப்பது பொருள் பொதிந்த பிரயோகமாகும். முருகனின் தாயாகிய கொற்றவைக்கும் பலியிடும் வழக்கம் பண்டைத் தமிழரிடையே யிருந்தது.

கொற்றவை பழந்தமிழரின் தலையாய பெண்தெய்வம். அவளுக்குரிய வழிபாட்டைப் பற்றிப் புறப்பொருள் வெண்பாமாலையும் தொல்காப்பியமும் கூறுகின்றன.[36]

எனவே, இதுகாறுங் கூறியவற்றால், புராதன உலகின் முக்கிய தெய்வங்களுள் ஒன்று பேரன்னை என்றும் அது தமிழர் (திராவிடர்) தெய்வமாக இருந்தது என்றும் அது மந்திரச் சடங்குகளினால் வழிபடப்பட்டது என்றும், அதன் பின்னர் அது உழவுத் தெய்வமாகவும் மாறியது என்றும், அவற்றின் அடிப்படையில் இறப்பு, பிறப்பு முதலியவற்றின் தெய்வமாகப் பிற்காலத்தில் நிலவியது என்றும் காணலாம். பிற்காலச் செய்யுட்களான சங்க இலக்கியங்கள் அத்தகைய பழைய செய்திகள் சிலவற்றை 'இனநினைவுகளாகவோ அல்லது எஞ்சியிருந்த வழிபாட்டு முறையாகவோ' எமக்குக் காட்டுகின்றன. பேய்மகளிர் உண்மையான மகளிரே. ஆனால், பெண் தெய்வ வழிபாட்டிற்காகப் பிணந்தின்னிகளாகவும் இருந்தனர். அந்த வழக்கம் பின்னாளிலே சிவ வழிபாட்டுடன் கலந்தது. எனினும், அதனை யாராய இது ஏற்ற சந்தர்ப்பமன்று.

---

35. அகநா. 182: 16–8.

36. தொல். புறத். சூ. 3; பு.வெ.பா. 3: 40–41.

நாடும் நாயன்மாரும்

பல்லவர்கால இலக்கியம் பற்றிய ஆராய்ச்சி

தமிழிலக்கிய வரலாற்றிலே பல்லவர் காலம் எனப்படும் பகுதி தனிச்சிறப்புடையதாகும். சிவநேயச் செல்வரான நாயன்மாரும், திருமாலடியார்களாகிய ஆழ்வாரும் தமது தெய்வமணங்கமழும் திருப்பாடல் களினால் நெஞ்சுருக்கும் வண்ணம் பக்தி மார்க்கத்தின் கொடுமுடியைக் கண்டனர். ஒரு வாசகத் திற்கும் உருகாதவரையும் உருக்கும் திருவாசகம் போன்ற மணிவாசகங்கள் தோன்றியது இக்காலப் பகுதியிலேதான் என்பதை யாவருமறிவர். எனினும் கனிந்த இதயங்களிலிருந்து ஊற்றெடுத்துப் பொங்கிய மதுரத் திருப்பாடல்களிற் கடுமையும், வன் சொல்லும் கலந்திருக்கக் காண்கிறோம். சங்க காலத்திலிருந்தே வைதிக, பௌத்தரும், சமணரும், எத்தகைய குரோதவுணர்வுமின்றித் தமிழிலக்கியங்கள் படைத்து வந்தனர். மதுரைக் காஞ்சி என்னும் பழந்தமிழ் நூலிலே அந்தணர் பள்ளியும், அமன் பள்ளியும் பௌத்தப் பள்ளியும் அடுத் தடுத்துக் கூறப்படுகின்றன.[1] எனினும் பல்லவர் காலத்திலே தோன்றிப் பக்திச் சுவை நனி சொட்டச் சொட்டப் பாடிய பாவாணர்களாகிய நாயன்மாரும் ஆழ்வாரும் புறச்சமயத்தவராகிய பௌத்தரையும் சமணரையும் பலவாறு எள்ளி நகையாடியும் வெறுத்தும் பாடல்கள் பாடியுள்ளனர். நாயன்மாருள் ஒருவராகிய ஞானசம்பந்தப் பெருமானுடைய பதிகங்களிலே சமண பௌத்தரைப் பற்றிக் காணப்படும் கண்டனச்

1. மதுரைக் காஞ்சி 466–487.

செய்திகளைக் கண்ணுற்ற ஆராய்ச்சியாளர் ஒருவர் மேல்வருமாறு குறிப்பிட்டார்:

> ஞானசம்பந்தர் முதலிய அருளாளர் உள்ளத்தில் சமண புத்தர்களாகிய பிற சமயத்தவர்கள்பால் அளவற்ற வெறுப்பு வேரூன்றி யிருந்ததற்குக் காரணம் இருந்திருக்க வேண்டும். இத்துணை நெடுங்காலம் கழிந்த பின்பு நாம் அதனை அறிந்துகொள்வது கடினமே. புத்த சமயம், அசோக மன்னனது ஆதரவால் வடநாட்டிலும், அவர்க்குப் பின்வந்த வலிய ஆட்சியாளர் சிலருடைய முயற்சியால் தென்னாட்டிலும் பரவி நிலைபேறு பெற்றுப் பின்னர்க் காலப்போக்கில் நிலை குலைந்து போயிருக்கலாம். அரசியற்கட்சிகள் போலச் சமயங்களும் அரசியல் வலிமை பெறு வரையில் மக்கட்கு நல்லனவாகத் தோன்றும். அவ்வலி பெற்றதும். அவை தம்முடைய நலங்குலைந்து சீரழிவது உலகியலில் இயல்பே. புத்த சமயமும் இவ்வாறே சீரழிந்து போயிற்று எனலாம். ஆயினும் வேற்றுச் சமயங்களிடத்து ஞானசம்பந்தருக்குத் தீராத சகிப்பின்மை உண்டானதற்கு அது ஒன்று மட்டும் காரணமாக இருக்க முடியாது. அக்கால நிலையினை நாம் தெளிய அறிந்துகொள்வதற்கு வேண்டிய சான்றுகள் போதி யளவு கிடைக்காத இந்நிலையில் அதுபற்றி நாம் பல்வேறு காரணங் களை கற்பித்துக்கொள்வது பொருத்தமன்று. தெளிவும், மெய்ம்மையும் நிறைந்த சான்றுகளால், அக்கால நிலை விளக்கமுறப் புலப்படுமாயின், அது கொண்டு உண்மை உணர்ந்து நாம் பெருமகிழ்ச்சி கொள்ளலாம்.[2]

சென்ற நூற்றாண்டின் இறுதிப் பகுதியிலே (1891) எழுதிய பேராசிரியர் சுந்தரம் பிள்ளை, சீவகாருண்யத்தையும் அருளையும் பொருளாகக் கொண்டு ஒழுகும் சமண புத்தர்கள்பால் சம்பந்தர் முதலிய நாயன்மார், மாறாப் பகையுணர்ச்சியுடன் நடந்து கொண்டமைக்கு விளக்கங்காணுமுகமாக இவ்வாறு குறிப்பிட்டார். தமிழிலக்கிய வரலாற்றுக்கு வழிவகுத்தவர்களில் ஒருவரான சுந்தரம்பிள்ளை முக்கியமான ஒரு கேள்வியை எழுப்பி அதற்கு விடையுங் காண முயன்றார். எனினும் அன்றைய நிலையில் தக்க விடைகாண முடியாமலிருந்ததை ஒப்புக்கொண்டுள்ளார். அவர் இக்கட்டுரையை வெளியிட்டு எழுபது ஆண்டுகளுக்கு

---

2. P. Sundaram Pillay, The age of Tirujana Sambanda. The Tamilian Antiquary, pp. 8-9.

மேலாகின்றன. ஆனால் அவர் எழுப்பிய கேள்வி இன்னும் தக்க விடை காணாமலே இருக்கின்றது.

பல்லவர் காலத்தில் தமிழ்மொழிக்கும் சிவநெறிக்கும் பெருந்தொண்டாற்றி, நிறைபுகழாளர்களாகத் திகழ்ந்த அப்பர், சம்பந்தர் முதலியோருடைய சரித்திர முக்கியத்துவத்தை எவரும் மறுக்க முடியாது. இலக்கிய வரலாற்று ஆசிரியர்களும், சமய வரலாற்றாசிரியர்களும் இவ்வுண்மையைப் பலவாறாகவும் வற்புறுத்தி வந்துள்ளனர். நம்பியாண்டார் நம்பியிலிருந்து, ஜே.எம். நல்லசாமிப்பிள்ளை வரை, நாயன்மாருடைய பக்தி வைராக்கியத்தைத் தெளிவுறுத்தி வந்திருக்கின்றனர்.

> ... பல்லவ மன்னர்களைத் தமிழ் மொழியிலும் சிவ நெறியிலும் மிகவும் ஈடுபட்டின்புறுமாறு திருத்தி உய்யக் கொண்ட பெருஞ் சிறப்புக்கு உரியவர்கள் திருநாவுக்கரசரும் திருஞான சம்பந்தருமே யாவர். அவ்விரு பெருமக்களின் செயலாண்மைத் திறம் *(Heroism)* பெரிதும் வியக்கற்பாலது. அவ்விரு பெருமக்களையும், 'பொருட்சமய முதற் சைவ நெறிதான் பெற்ற புண்ணியக் கண்ணிரண்டு' எனச் சேக்கிழார் பெருமான் புகழ்ந்து பாராட்டியதில் வியப் பொன்றுமில்லை.[3]

நாயன்மாருடைய செயலாண்மைத் திறத்தைப் பாராட்டும் அதே சமயத்தில் அவர்களுடைய உணர்வும் கருத்துக்களும் எங்கிருந்து வந்தன என்னுங் கேள்வியைக் கேட்க வேண்டியவராகின்றோம், பேராசிரியர் சுந்தரம்பிள்ளை எழுப்பிய கேள்வியும் அதுதான். நாயன்மாருடைய கருத்துக்கள் எங்கிருந்து தோன்றின என்னுங் கேள்விக்குச் சாதாரணமான விடை கூறுபவர்கள் சொல்வதென்ன? நாயன்மாருடைய செயலால் வரலாறு வளர்க்கப்பட்டது. அச்செயல்களை அவர்களுடைய சித்தங்கள் தூண்டிவிட்டன; சித்தங்கள் அவர்களுடைய கருத்துக்களைப் பிரதிபலித்து வெளிவந்தன; கருத்துக்களோ மனித மூளையிலிருந்து பிறக்கின்றன; அல்லது இறையருளால் கிடைக்கப்பெறுகின்றன. கருத்துக்கள் எங்கிருந்து தோன்றின என்னும் கேள்விக்கு மேலெழுந்த வாரியான பதில் கிடைத்து விட்டது என்பது உண்மை தான். "ஆனால் அந்த மூளையில் ஒரு குறிப்பிட்ட கருத்து உதிப்பதற்குப் பதிலாக வேறு கருத்து ஏன் உதிக்கவில்லை என்ற கேள்விக்கு அது விளக்கம் தரவில்லை யல்லவா?"[4]

---

3. புலவர் முருகவேள், சைவ சமயச் சொற்பொழிவுகள், ப. 49.

4. ஜோர்ஜ் பொலிட்ஸர், மார்க்ஸிய மெய்ஞ்ஞானம், ப. 203.

சுருங்கக் கூறின் நாயன்மாருடைய சிந்தனைத்திறன் காரணமாகவோ, இறையருள் காரணமாகவோ கருத்துக்கள் தோன்றின என நாம் கொண்டாலும் வேற்றுச் சமயத்தவர் பால் மாளாத வெம்பகைமை தோன்றுவதற்குக் காரணம் என்ன என்பதற்கு விடை கண்டவர் ஆகமாட்டோம். அவ்வாறாயின் நாயன்மாருடைய பக்தியுணர்வும் பரசமய விரோத கருத்துகளும் எங்கிருந்து தோன்றி இலக்கிய வாயிலாக வெளிவந்தன? பேராசிரியர் சுந்தரம்பிள்ளை கேட்ட கேள்வியும் இது தான்.

> மத்த யானையின் ஈருரி மூடிய
> அத்த னேயணி ஆலவா யாய்பணி
> பொய்த்த வன் தவ வேடத்த ராஞ்சமண்
> சித்தரை யழிக் கத்திரு வுள்ளமே[5]

என்று சமணரை வாதில் வென்று அவரை அழிக்கச் சிவபிரானது, 'திருவுள்ளத்தின் அருட் குறிப்பினை அறிய'ப்பாடிய சம்பந்தரும்,

> வெறுப்பொடு முண்டர்
>   விதியில்சாக் கியர்கள் நின்பால்
> பொறுப்பரி யனகள் பேசில்
>   போவதே நோயதாகிக்
> குறிப்பெனக் கடையு மாகில்
>   கூடுமேல் தலையை யாங்கே
> அறுப்பதே கருமங் கண்டா
>   யரங்கமா நகரு ளானே[6]

என்று, "புலையறமாகிநின்ற புத்த – சமண சமயங்களைத் தலையறுக்க' விரும்பித் திருவரங்கத்தானைப் பாடிய தொண்டரடிப்பொடி யாழ்வாரும், நாயன்மார், ஆழ்வாருடைய உளக்கொதிப்பிற்கு உதாரணக் குரல்களைத் தந்துள்ளனர் எனலாம். பக்திவலையிற் படுவோன் இறைவன் என்று அன்பு நெறி போதித்த அருளாளராகிய இவர்கள், 'தலையறுக்கும்' வெங்கொடுமைத் தொழிலைக் கூசாது பேசுமளவிற்குக் கருத்துக்கள் ஏன் வலிமையடைந்தன; அந்த மனநிலை எவ்வாறு சிறந்த இலக்கியமாகப் பரிணமித்தது; என்பன போன்ற கேள்விகளுக்கு நாம் முதலில் விடை காணல் வேண்டும்.

பல்லவர் காலம் பற்றிய ஒரு கேள்விக்கு நாம் தக்க விடை கூறுவதற்குச் சங்க காலத்திலிருந்தே நமது பார்வையைத் தொடங்கல் வேண்டும். பழந்தமிழிலக்கியங்களான எட்டுத்தொகை, பத்துப்பாட்டு ஆகிய சங்கச் செய்யுட்களிலேயே சமண பௌத்த தத்துவக் கருத்துக்களின் செல்வாக்கை ஆங்காங்கு நாம் காண்கின்றோம். சமண பௌத்த மதத்தைப் பின்பற்றிய புலவர்களது

---

5. ஞானசம். 298–302.
6. தொண்டரடிப். திருமாலை 8.

செய்யுட்கள் தொகை நூல்களில் இடம் பெற்றுள்ளன.[7] அது மட்டுமன்று; தமிழ் வரலாற்றை நோக்குமிடத்துச் சமண பௌத்த மதங்கள், வைதிகம் தமிழகத்தில் வேரூன்றுவதற்கு முன்னரே பரவத் தொடங்கிவிட்டன எனக் கொள்ளலாம். கிறித்து அப்தத்திற்கு முந்திய இரண்டொரு நூற்றாண்டுகளிலேயே சமண பௌத்தர் தமிழகத்திற்கு வந்திருக்கலாம். பழந்தமிழிலக்கியம் இதனைக் காட்டும்."[8]

சமணமும், பௌத்தமும் அவற்றையடுத்துப் பிராமணீய வைதீகமும் தமிழகத்திற்கு வந்த காலத்தில் மக்களிடையே மதப்பிரசாரஞ் செய்வது சுலபமான காரியமாக இருக்கவில்லை.[9] "சிறுச்சிறு குலங்களாகவும், குடிகளாகவும் குலங்களின் இணைப்புகளாகவும் சிதறிக் கிடந்த தமிழகத்து மக்கள் ஓயாத போரில் ஈடுபட்டிருந்தனர். ஓயாத போர், படையெடுப்பு, ஊர் அழிவு, அரசுரிமைச் சண்டை ஆகியவற்றின் அடிப்படையிலே சங்ககாலத் தமிழகத்தில் மெல்ல மெல்ல அரசுகள் தோன்றலாயின. "சங்க காலத்தில் அரசு செலுத்திய பேரரசரும் தொடக்கத்தில் சிறு கூட்டத்தினருக்குத் தலைவராக இருந்திருத்தல் வேண்டும். சங்க காலத்தின் நடுப்பகுதியில் அவர் அரசராய் மாறும் நிலையை அடைந்தனரென அக்கால நூல்கள் வாயிலாக அறிகின்றோம். ஈற்றில் பொருளாதாரத்திலும் தொகையிலும் சிறந்த உழவர் (மருதநிலத்) தலைவனே தமிழ்நாட்டு அரசியலில் வலிமை சிறந்து விளங்கினான்."[10] புராதன வாழ்க்கையிலே முதலிற்றோன்றிய குலங்கள், அவற்றின் விரிவாக வமைந்த குடிகள், அத்தகைய குடிகள் சில சேர்ந்த இணைப்புக் குலங்கள் ஆகியன முட்டி மோதிப் பொருதிய நிலையிலே, அளவு மாறுபாடு குணமாறுபாடாக உருமாறியதே சங்ககால அரசியல் நிறுவனமாகும். அந்த உருமாற்றம் மகத்தான மாற்றமாகும். ஆனால் தவிர்க்க முடியாத அந்த மாற்றம் துன்பத்தின் மத்தியிலேயே நடந்தேற வேண்டியிருந்தது. துன்பம் மலிந்த அக்காலப் பகுதி யிலேயே தான் சமணமும் பௌத்தமும் தமிழகத்திற்கு வந்து சேர்ந்தன.

கி.மு. ஆறாம் நூற்றாண்டளவில் வடஇந்தியாவிலே கங்கா நதிப் பள்ளத்தாக்கில் இருந்த நிலைமை தமிழகத்திலே சமணமும் பௌத்தமும் வந்து சேர்ந்த காலப் பகுதியிலே நிலவியது. ஆறாம் நூற்றாண்டில் கங்காநதிப் பள்ளத்தாக்கிலே

---

7. S. Vaiyapuri Pillai, History of Tamil Language and Literature, pp. 40-44.

8. K.N. Sivaraja Pillai, Agastya in the Tamil Land, p. 22.

9. Sivarapillai Ibid., pp. 23-24.

10. சு. வித்தியானந்தன், தமிழர் சால்பு, பக். 40, 41.

வேறுபட்ட வளர்ச்சி நிலையிலிருந்த சமுதாயக் குழுக்கள் அருகருகே வாழ்ந்தன.[11] சில பகுதிகள் கணங்களாக இருந்தன; சில பிரதேசங்கள் அரசுகளாக விருந்தன. கணங்களைப் புராதனக் கூட்டாட்சி நிறுவனங்கள் எனக் கொள்வர். "தானே செயற்படக்கூடியதும் ஆயுதம் தரித்ததுமான தாபனமாக"க் கணம் என்னும் நிறுவனத்தைச் சிலர் வருணித்துள்ளனர். அரசு என்பது பிரத்தியேகமான பலாத்கார அமைப்பாகவிருந்தது. இத்தகைய வேறுபாடும், மாறுபாடுமுடைய சமுதாயக் குழுக்கள் அருகருகே இருந்தமையினால் முரண்பாடும் அதன் காரணமாகப் போரும் தவிர்க்க முடியாததாயின. அன்றைய நிலையிற் சில அரசர்கள் கணங்களையும் அவற்றின் பிரதேசங்களையும் கைப்பற்றித் தமது நிலப்பரப்பை விஸ்தரிப்பதற்காகச் சுதந்திரமாக வாழ்ந்து வந்த கணங்களைக் கொன்று குவித்தனர். "இதன் விளைவாகப் புதிய அரசுகளின் எல்லைக்குள் பேராசை, மிருகத்தனம், புலனுணர்ச்சி, இன்பவேட்டை, பேரவா, சுயநலப்பித்து முதலிய குணங்கள் தலைவிரித்தாடலாயின. கூட்டாட்சி முறையில் இயங்கிய பழைய குழுக்களில் (கணங்களில்) இப்பண்புகள் இல்லாதிருந்தன."[12] இரத்தக் களரியிலே தோய்ந்தெழுந்த புதிய அரசுகள் படைப்பலம், அதிகாரிகள் – உத்தியோகத்தர் பலம் ஆகியவற்றைக் கொண்டனவாக விருந்தன. போர் வீரரையும், அதிகாரிகளையும் மன்னனே ஊதியம் கொடுத்து வைத்திருந்தான், அவர்களுக்குச் சம்பளமாகப் பெருந்தொகைப் பணம் தேவையாயிருந்தது; வரிகள் விதிக்கப்பட்டன. கடன், வட்டி, கடுவட்டி முதலிய புதிய வழக்கங்கள் தோன்றின. தனியுடைமையின் அடிப்படையில் சமுதாயம் அதிகாரவர்க்கம், இராணுவவர்க்கம், வணிகவர்க்கம் என்றெல்லாம் பிரியலாயிற்று. மக்களுக்கு வாழ்க்கை பெருதுன்பச் சுமையாக மாறியது. எங்கு நோக்கினும் துன்பத்தின் பிரலாபமே கேட்டது. இந்திய வரலாற்றிலே முக்கியமான அக்காலக் கட்டத்திலே தான் பகவான் புத்தர் தமது போதனைகளை மக்களுக்களித்தார். பேராசிரியர் சட்டோபாத்தியாயர் இதுபற்றிக் கூறியிருப்பது மனங்கொள்ளத்தக்கது.

> "தனது காலத்து மக்களின் பருப்பொருளான துன்பங்களை அரூபமாக்கிப் புலன் கடந்த நுண்பொருளாக்கிய தோடமை யாது, அதனை உலகப் பொதுவான – முழு மொத்தமான – கோட்பாடாகவும் வகுத்து விளக்கமும் கொடுத்தார்."[13]

---

11. Kosambi, An Introduction to the Study of Indian History. p. 140.

12. D. Chattopadhyaya, Lokayata, p. 468.

13. Ibid, p. 458.

தன்னைச் சுற்றி ஓயாது நிகழ்ந்துகொண்டிருந்த மெய்ம்மையான புற உலக நிகழ்ச்சிகளைக் கட்டுப்படுத்தி அரசியல் சமுதாய பொருளாதார தார்மீகத் துறைகளிலே மக்களுக்குச் சாந்தி யளிக்கப் புத்தபிரானால் முடியாமலிருந்தது. அது அவரின் சக்திக்கு அப்பாற்பட்ட பௌதிக நிலையாகும். ஆனால் புற உலகத் தினின்றும் நீங்கி ஆமை தன்னுள் அடங்கிக் கொள்வதுபோலப் பௌத்த சங்கம் என்னும் கூட்டு வாழ்க்கை நிறுவனம் ஒன்றைப் புத்தர் மக்களுக்கு அளித்தார். உடைமை, உரிமை, உறவுமுறை முதலியவற்றால் உலகிலே துன்பம் ஏற்பட்டதைக் கண்ட புத்தர், உடைமை, உரிமை, உறவுமுறை எல்லாம் கூட்டாக அமைந்த புராதனக் கண நிறுவன வடிவத்தில் தனது சங்கத்தை நிறுவினார். கணங்கள் அரசுகளால் அழிக்கப்பட்டன; ஆனால் பௌத்த சங்கமோ இலட்சியமயமான கணக்கூட்டமாக விருந்தது; புற உலகில் துன்பம் சுழன்றடித்தது; ஆனால் வாழ்க்கையே துன்பம் எனக் கருதிய பௌத்தத் துறவிகளுக்கு இன்பமேயல்லாற் றுன்பமில்லாதிருந்தது. தனி உடைமை காரணமாகவும் தம் செல்வம், சுகம் காரணமாகவும் புற உலகிற்பாதகங்கள் நடைப்பெற்றன. ஆனால் சங்கத்திலோ உடைமைகள் யாவருக்கும் பொதுவாக இருந்தது. பொருளோடு – பணத்தோடு துறவிகளுக்குத் தொடர்பில்லாமல் செய்தார் புத்தர். இவ்வாறான தத்துவத்தையும் நடைமுறையையும் வகுத்த புத்தர் தனது காலத்திற்கு ஏற்ற பொய்ம்மை *(Illusion)* ஒன்றினைச் சிருட்டித்தார். இந்த நிலையிலேயே அன்றைய வடஇந்திய மக்கள் பௌத்தத்தைப் போற்றலாயினர். ஆயிரமாயிரமாக மக்கள் சங்கத்திற் சேரலாயினர். சாந்தியும், சமாதானமும், அமைதியும், ஒழுங்கும் வேண்டிய உலகிற்குப் பொய்ம்மை வடிவிலேனும் அவற்றைக் கொடுத்தார் புத்தர்.

கி.மு. ஆறாம் நூற்றாண்டளவில் கங்கைநதி தீரப்பிரதேசங்களிலே நடந்தேறிய இவ்வரலாற்று நிகழ்ச்சிகளுடன் சங்ககாலத் தமிழ்நாட்டை நாம் ஒப்பிட்டுப் பார்த்தால் நிலைமை அதிகம் வேறுபாடியின்றியிருப்பதை உணரலாம்.

> கிறித்து அப்தத்திற்கு முந்திய நூற்றாண்டுகளில் தமிழ் மூவேந்தர்கள் சின்னஞ்சிறு கூட்டங்களாகவும் நிலத் தலைவர்களை ஒழித்து அவர்தம் நிலங்களைத் தமதாக்கும் திட்டத்தில் ஈடுபட்டிருந்தனர். கிழார் என்றழைக்கப்பட்ட கிராமத் தலைவராலும், தலைமைக்காரராலும் கண்காணிக் கப்பட்ட எண்ணற்ற கிராமக் கூட்டாட்சி குழுக்களும், வேளிர் அல்லது கோ என்றழைக்கப்பட்ட குறுநில மன்னர் ஆணைக்குட்பட்ட குடிகளும் அக்காலத் தமிழக

மெங்கும் விரவியிருந்தன. இச்சிறு நிலத்தலைவரும் குறுநில மன்னரும் மூன்று நான்கு நூற்றாண்டுகள் கொண்ட ஒரு காலப்பகுதிக்குள் இருந்த இடந்தெரியாமல் மறைக்கப்பட்டனர். இடைவிடாத போரும், தாக்குதலும், கொள்ளையடித்தலுமே இதற்குக் காரணமாக அமைந்தன.[14]

குலங்கள் குடிகள் நிறைந்த புராதன நிலையிலிருந்து அரசு தோன்றும் நிலைக்கு ஒரு சமுதாயம் மாறுவதைப் பிரெடரிக் ஏங்கல்ஸ் குடும்பம் தனி உரிமை அரசு ஆகியவற்றின் தோற்றம் என்னும் நூலிலே தெளிவாக வருணித்துள்ளார்.

ஆதிக் காலத்துச் சமூகங்களின் அதிகாரம் தகர்த்தெறியப் படல் அவசியமாயிருந்தது; அது அவ்வாறே தகர்த்து எறியப்பட்டது. அவ்வாறு தகர்தெறிய உருவான சக்திகள் தொடக்கத்திலிருந்தே கீழ்த்தரமானவையாக எமக்குத் தோற்றமளித்து வந்துள்ளன. புராதன சாதிகளுக்கிருந்த எளிமை யான உயர்ந்த தார்மீக நிலையிலிருந்து வீழ்ந்த தாகவே தோற்றமளித்து வந்துள்ளது. மிகவும் இழிவான உணர்வுகளான பேராசை, மிருகத் தனம், புலனுணர்ச்சி, இன்பவேட்கை, பேரவா, சுயநலப்பித்து முதலிய குணங்கள் புதிய வர்க்க பேதமுள்ள சமுதாயத்தைத் தள்ளிவிடுகின்றன. நாகரிகமடைந்த இப்புதிய சமுதாயம் களவு, கற்பழித்தல், சூது, ஏமாற்று, நம்பிக்கைத் துரோகம் முதலிய குணங்களினால் புராதன வர்க்க பேதமற்ற சமுதாயத்தைப் புரட்டிக் கீழே வீழ்த்திவிடுகின்றது.[15]

தமிழ் நாட்டிலே இத்தகைய பண்புகள் தாண்டவமாடிய காலப்பகுதியிலேயே சமண பௌத்தர்கள் ஒழுக்கம், அறம் முதலிய ‘நற்’ பண்புகளைப் பிரசாரம் செய்யலாயினர். எனினும் தனி உடைமையை ஆதாரமாகக்கொண்டே சமண பௌத்தரின் போதனைகள் அமைந்தன என்பதை நாம் மறந்துவிடலாகாது. பதினெண்கீழ்க்கணக்கு நூல்கள் என்று நாம் கூறும் சங்கமருவிய காலத்து நூல்களிற் பல இத்தகைய அறம் போதிக்கும் ஒழுக்க நூல்களேயாம்.

சங்க காலத்தின் பிற்பகுதியிலும் , சங்கமருவிய காலப் பகுதியிலும் பலம் வாய்ந்த அரசுகள் தோன்றியதன் விளைவாகத் தனியுடைமையின் பேரில் அரசுகள் நிலைநிறுத்துப்பட்டன. சமுதாயத்திலே வேலைப் பிரிவினை ஏற்படலாயிற்று. பிறநாட்டு

14. Sivaraja Pillai, op. cit, pp. 23-24; வித்தியானந்தன், *op. cit, pp. 40-41.*

15. Engels, The Origin of Family, Private Property and the State, p. 147.

வணிகமும் இக்காலப் பகுதியிலே தமிழ் நாட்டுச் 'செல்வ' நிலைக்கு உதவிற்று. கைத்தொழிலும் விவசாயமும் பிரிந்தன. நகரம் நாட்டுப்புறத்திலிருந்து வேறுபட்டது. பெருகிவந்த உற்பத்தியின் விளைவாக உற்பத்தியிலே பங்கெடுத்துக் கொள்ளாத ஒரு வர்க்கம் தோன்றியது. "உற்பத்தியில் பங்கெடுக்காமல் உற்பத்தி செய்த பொருட்களைப் பரிவர்த்தனை செய்வதில் மட்டும் ஈடுபடும் வர்க்கத்தைச் சிருட்டித்தது இக்காலப்பகுதி; அந்த அவர்க்கந்தான் வியாபாரிகள் வர்க்கம்."[16]

வணிகவர்க்க சமுதாயத்திலே முக்கியமான தானத்தை வகித்த காலப்பகுதியிலேயே திருக்குறள், சிலப்பதிகாரம் முதலிய சிறப்பு மிக்க நூல்கள் தோன்றின. இவற்றின் முதற் றோற்றத்தைப் பட்டினப்பாலை, மதுரைக்காஞ்சி முதலிய பிற்காலச் சங்க நூல்களிலே காணலாம்.

வலுக்கொள்ளையின் அடிப்படையிலே தோன்றிய அரசுகளின் பிரசவ காலத்திலே வந்து சேர்ந்த சமணமும் பௌத்தமும் சொத்துரிமை, சமுதாய ஒழுங்கு, சாதிப் பாகுபாடு ஆகியவற்றை வெவ்வேறு வழிகளில் ஏற்றன. சமண துறவியான தொல்காப்பியன் இயற்றிய நூலிலே இவை யாவும் அங்கீகாரம் பெறுவதை நாம் காணலாம். மனிதனது அக வாழ்க்கைக்கும் புற வாழ்க்கைக்கும், 'இலக்கணம்' அமைத்த தொல்காப்பிய நூலார் சாதிப்பாகுபாட்டினை ஏற்றுக்கொண்டே (சாதியும் வர்க்கமும் இக்காலப் பகுதியில் கலக்கின்றன) தமது வரைவிலக்கணங்களைக் கூறுகின்றார். கொல்லாமையைக் கையாளும் வர்க்கத்தினரான வணிகர் மற்றைய வர்க்கங்களின் மேல் ஆதிக்கம் செலுத்த முடிந்தது. பொருளாதாரத்துறையில் காணப்பட்ட இந்தச் செல்வாக்கின் காரணமாகச் சமுதாயத்துறையிலும் வைசியர் அல்லது வணிகரின் ஆதிக்கம் வலுத்திருந்தது. சிலப்பதிகாரம் இதனை நேரடியாகவும் மறைமுகமாகவும் பிரதிபலித்துக் காட்டுகின்றது.

> பெருநில முழுதாளும் பெருமகன் தலைவைத்த
> ஒரு தனிக் குடிகளோ டுயர்ந்தோங்கு செல்வத்தான்[17]

என்று மாசாத்துவானை வருணிக்கும் போதும்,

> முரசியம்பின முருடதிர்ந்தன முறையெழிந்தன
> பணிலம் வெண்குடை
> அரசெழுந்த தொர்படி யெழுந்தன[18]

---

16. பொலிட்ஸர், *op. cit,* ப.215.
17. சில. 1: 31–31.
18. சிலப். 1: 46–47.

என்று கோவலன் மணவிலையை யறிவித்தகாலை வெண்குடைகள் அரசன் உலா எழுந்ததுபோல எழுந்தன எனக் கூறும்போதும், இளங்கோ மன்னர்க்குச் சமானமான இருநிதிக் கிழவரை உயர்த்திப் பாடுவதை நாம் கவனிக்கலாம். அது மட்டுமன்று. அரசர்க்குச் சமானமாகவன்றி அவர்க்கு மேலாகவும் வணிகரை உயர்த்தி விடுகின்றார் கவிஞர்.

> உரைசால் சிறப்பின் அரைசுவிழை திருவிற்
> பரதர் மலிந்த பயங்கெழு மாநகர்
> முழங்குகடல் ஞால முழுவதும் வரினும்
> வழங்கத் தவாஅ வளத்ததாகி
> அரும்பொருள் தரூஉம் விருந்திற் றேஎம்
> ஒருங்குதொக் கன்ன உடைப்பெரும் பண்டம்
> கலத்தினுங் காலினுந் தருவன ரீட்டக்
> குலத்திற்குன்றாக் கொழுங்குடிச் செல்வர்[19]

என்று பாடும் இளங்கோ, புகழமைந்த சிறப்பினையுடைய அரசரும் விரும்பும் செல்வத்தையுடைய – வழங்கத்தொலையாத வளத்தினையுடைய – வணிக வர்க்கத்தினரின் 'பெருங்குடி வணிக'ரின்[20] சமூகப் பெருமையைத் தெளிவாக்கி விடுகின்றனர்.

இத்துணைச் சிறப்புப் பொருந்திய வணிகரிற் பெரும் பாலானோர் சமண மதத்தவராயிருந்தனர்.

> தமிழ்நாட்டிலே சமண சமயம் பரவுவதற்கு இன்னொரு காரணமும் உண்டு. மீன் பிடித்தல், வேட்டையாடுதல் போன்ற உயிர்க்கொலை செய்யும் தொழில்களைத் தவிர ஏனைய தொழில்களை எல்லாம் இந்தச் சமயம் சிறப்பித்துப் போற்றி வந்தது ... வாணிபம் செய்யும் வணிகரும் ஏனைய தொழிலாளரும் இந்த மதத்தை மேற்கொண்டிருந்தனர்; எந்நாட்டிலும் எக்காலத்திலும் பொருளாதாரத் துறையில் செழிப்புற்றுச் சிறப்பும் செல்வாக்கும் பெற்றிருப்பவர் வணிகரும் விவசாயிகளும் ஆவர். இவர்கள் சமண சமயத்தைச் சேர்ந்திருந்தபடியால் ஏனைய மக்களும் இச் சமயத்தைத் தழுவுவாராயினர். சேர, சோழ, பாண்டிய, பல்லவ அரசர்களில் பலர் சமண சமயத்தைச் சேர்ந்திருந்தனர். இவர் களால் சமண சமயத்துக்கு ஆதரவும் செல்வாக்கும் ஏற்பட்டமையால் இந்து மதத்தின் செல்வாக்கைக் கண்டு, சமண சமயத்தவரல்லாத அரசருங்கூடச் சமணப் பள்ளிகளுக்கும் மடங்களுக்கும் நில

19. சிலப். 2: 1–8.
20. சிலப். 5: 41.

புலன்களையும், பொன்னையும், பொருளையும்,
'பள்ளிச் சந்த'மாகக் கொடுத்து உதவினார்கள்.[21]

வணிக வர்க்கத்தினர், மன்னர் ஆகிய இரு பகுதியினரும் சமண பௌத்த சமயங்கள் ஆதரித்ததைப் போலவே அவையும் மன்னரையும் வாணிகரையும் ஒழுக்கம், அமைதி என்னும் போர்வையில் ஆதரித்தன; "பொருளிலார்க்கு இவ்வுலகமில்லை" என்று குறள் சொத்துரிமையை அங்கீகரித்தது. "இடையிருவகையோர் அல்லது நாடிற், படைவகை பெறாஅர் என்மனார் புலவர்" என்று அரசர்க்கும் வணிகருக்குமே படைக் கலவகை கூறப்படும் என வரையறுத்தது தொல்காப்பியம். அரசரும் வணிகரும் போட்டிபோட்டுக் கொண்டு சமண பௌத்த மதங்களை ஆதரித்ததற்கு ஒப்ப அவ்விரு சமயங்களும் அரசபீடத்துக்கும் வணிகவர்க்க சக்திகளுக்கும் பக்கமாக நின்றன.

புகழ்பெற்ற சீன யாத்ரீகனான யுவான் சுவாங் எழுதிய சரித்திரக் குறிப்புகளின்படி, காஞ்சியைத் தலைநகராயுடைய திராவிட தேசத்தில் ஏறத்தாழ நூறு பௌத்த விகாரைகளும் பத்தாயிரம் பௌத்தத் துறவிகளும் காணப்பட்டதாகத் தெரிகிறது. பல்லவ மன்னன் மகேந்திரவர்மன் எழுதிய, "மத்தவிலாசப் பிரகசனம்" என்னும் அங்கத நாடக நூலிலும் பௌத்தத் துறவிகள் பற்றிய செய்தி காணப்படுகின்றது.[22] காஞ்சி நகரிலே உள்ள "இராச விகாரம்" ஒன்றனைப்பற்றி நாடகத்திலே வரும் துறவியொருவர் குறிப்பிடுகின்றார். பழைய பல்லவ மன்னன் எவனோ கட்டி ஆதரித்ததாக அது இருக்கலாம். மணிமேகலை கச்சிமாநகரில் வலம் வந்து தொழுத சைத்தியமும்[23] இதுவேயாக இருக்கலாம் எனச் சிலர் கருதுவர். மத்தவிலாசம் இந்த இராசவிகாரம் பற்றிய சில முக்கியமான தகவல்களையும் தருகின்றது. சுற்றுப்புறங்களிலுள்ள வேறு பல விகாரைகளுக்கும் இது தலைமை விகாரை என்றும் அவற்றிலிருந்து இதற்குப் பெருந்தொகை வருவாய் வருகின்றது என்றும், தனதாசன் என்னும் பெரு வணிகன் இவ்விகாரைக்குப் பெரும் பொருள் வழங்கினான் என்றும் தேவசோமா என்னும் பாத்திரவாயிலாக நாம் அறிகின்றோம்.[24] மத்தவிலாசத்திலிருந்து இத்தகைய விகாரைகள் எத்துணைச் செல்வாக்குடையவனாக இருந்தன என்பதும் புலனாகின்றது. இருவர்க்கிடையிலே ஏற்பட்ட பிணக்கைக் காஞ்சியிலுள்ள அதிகரணத்தில் (நீதிமன்றம்) தீர்த்துக் கொள்ளலாமே என்று பாசுபதன் கூறத் தேவசோமா வாயிலிருந்து

---

21. மயிலை சீனி. வேங்கடசாமி, சமணமும் தமிழும், பக். 50–51

22. C. Minakshi, Administration and Social Life Under the Pallavas, p. 223.

23. மணிமேகலை 28: 172–175.

24 Minakshi, op. cit, pp. 223-224.

மேல்வரும் சொற்கள் வெளி வருகின்றன. "பல சங்கங்களிலிருந்து பெற்ற வருவாயை உடையவன் இவன். பெருந்தொகையான அப்பணத்தின் துணை கொண்டு தன்னிச்சைப்படி நீதிபதிகளின் வாயை அடைத்துவிடுவான். நானோ ஏழைக் கபாலினியின் தோழி. எந்தச் செல்வத்தைக் கொண்டு நான் நீதிமன்றம் ஏறுவேன்?" என்று பிரகசன் நூல் நீதி பரிபாலன மயக்கம் பற்றிக் குறிப்பிடுகின்றது.[25]

வணிக வர்க்கத்தினரும், முடிமன்னரும் சமண, பௌத்த மதங்களுக்கு இவ்வாறு மதிப்பும் பொருளுதவியும் செய்ததன் விளைவாகப் பல்லவராட்சியின் முற்பகுதியிலே இச்சமயங்கள் சமுதாய முக்கியத்துவம் பெறலாயின. மதுரை, புதுக்கோட்டை, காஞ்சி முதலிய இடங்களில் காணப்படும் பழைய சமணக் கல்வெட்டுகளும், கோயில்களும், விக்கிரகங்களும் அவை சிறப்பாக வழிபடப்பட்ட காலத்தை எமக்கு நினைவூட்டுகின்றன. இன்றைய காஞ்சிபுரத்திலிருந்து இரண்டு மைல் தொலைவிலுள்ள ஜீனகாஞ்சி அல்லது திருப்பருத்திக்குன்றம் பல்லவர் காலத்திலே செழித்தோங்கிய இடமாகும். சோழர் காலத்துக்குரிய பிற்காலத்திய கல்வெட்டுக்களிற்கூடத் திருப்பருத்திக் குன்றம் பள்ளிச்சந்தம் எனக் குறிப்பிடப்பட்டுள்ளது. திருப்பருத்திக்குன்றம் என்னும் அக்கிராமம் திரிலோகநாதசுவாமி என்று அழைக்கப்படும் பகவான் வர்த்தமானர் எழுந்தருளியிருக்கும் சமணக் கோயிலுக்குரியது என்பதையே "பள்ளச்சந்தம்" என்னும் தொடர் விளக்குகின்றது.[26] பிற்காலக் கல்வெட்டுக்கள் பலவற்றிலிருந்தும் சமணப் பள்ளிகளுக்காக இறையிலியாகவும் மானியமாகவும் கொடுக்கப்பட்ட பல பொருள்கள், நிலங்கள், கிராமங்கள் முதலியவற்றைப் பற்றி அறிகிறோம்.[27]

கி.பி. ஐந்தாம் நூற்றாண்டளவிலிருந்து ஏழாம் நூற்றாண்டு வரையில் சமணம் பொருளாதார அடிப்படையில் வர்க்கத்தினரின் ஆதரவைப் பெறாமையாலும் வேறு பல காரணங்களாலும் பல்லவர் காலத்தின் முற்பகுதியிலேயே பௌத்தம் தனது செல்வாக்கையிழக்கத் தொடங்கியிருந்தது. கி.பி. ஐந்தாம் நூற்றாண்டளவில் பௌத்தம் தனது செல்வாக்கை இழந்து விட்டதெனலாம்.[28] சமணம் மேலும் செழித்துவளரலாயிற்று. எனவே பல்லவர் காலத்தின் பிற்பகுதியிலே நாயன்மாரும் ஆழ்வாரும் சமணரையே பெரிதும் கண்டித்தனர்.

---

25. Ibid, 58.

26. P.B. Desai, Jainism in South India and Some Jaina Epigraphs, p.35.

27. ARE 381 of 1929.

28, Desai, op. cit. p. 36; M.S. Ramaswami Ayyangar, Studies in South Indian Jainism, p. 59.

சாக்கியரையும் நாயன்மார் பலவிடங்களிற் குறிப்பிட்டுள்ளன ரேனும், சமணரையே பெரும்பாலும் தாக்கிப் பாடியுள்ளனர். திரு ஆலவாய்ப் பதிகத்திலே தம்மைப் பாலன் எனப் பயந்த மங்கையர்க்கரசியாரை நோக்கிக் கூறும் பாடல்களில் "ஆனைமாமலை ஆதியாய இடங்களிற்" குடிகொண்ட சந்துசேனன், இந்துசேனன், தருமசேனன், கந்துசேனன், கனகசேனன் முதலிய ஆகதர்களையே சம்பந்தர் குறிப்பாகப் பாடியுள்ளார். பொதுவாகத் தமிழ்நாட்டு வரலாற்றிலே, பௌத்தத்தைவிடச் சமணமே செல்வாக்குடன் விளங்கியதென்பது யாவரும் ஏற்றுக்கொள்ளும் உண்மையாம்.

கள் செல்வாக்குப் பெற்றார்கள் என்று கூறும்போது நாம் எதனைக் கருதுகின்றோம்? சமணத் தத்துவம் செல்வாக்குப் பெற்றது; சமணமத தாபனங்கள் பலம் பெற்றன என்பதே உடனே நமக்குத் தோன்றுகிறது. வணிகர்கள் ஒரேவிதமான பௌதீக வாழ்க்கை நிலைமையில் வாழ்ந்து, ஒரே வகையான வேலையைச் செய்தனர். அதன் காரணமாக அவர்கள் ஒரு வர்க்கத்தினராக அமைந்தனர். அந்த வர்க்கத்தினரின் பௌதீக வாழ்க்கை நிலைமைகளிலிருந்து அவர்கள் கருத்துக்கள் பிறந்தன. சமணம் அக்கருத்துக்களை உள்ளடக்கிப் பிரதிபலித்தது. எனவே சமணத் தத்துவம் வணிக வர்க்கத்தினரின் தத்துவமாக நிலவியது. "கருத்துக்களுக்கு அடியிலே வர்க்கங்கள் இருக்கின்றன" என்னும் உண்மைக்குச் சமணத் தத்துவம் சிறந்த சான்றாகத் திகழ்கிறது.

'ஒரு மூன்று அவித்தோனாகிய தீர்த்தங்கரனின் ஞானத் திருமொழி' எவ்வளவுதான் உன்னதமானதாக இருப்பினும் உயிர்க்கொலையைத் தவிர்த்தலையே சமணம் பிரதான விரதமாகக் கொண்டு விளங்கியது. போர், உழவுத்தொழில், வேட்டை யாடுதல், மீன்பிடித்தல் முதலிய "கொலை"த் தொழிலைவிட்டுப் பொருள் பரிவர்த்தனை, வணிகம் முதலிய தொழிலைச் செய்யச் சமணம் வணிகர்க்கு வாய்ப்பளித்தது. கொல்லாமையைக் கடைப்பிடிக்கும் அதே சமயத்தில் பொருளைச் சேர்க்கவும் சமணம் வசதியளித்தது. இவ்வுண்மையைக் குறளிலேயே நாம் கண்டு தெரிந்து கொள்ளலாம்.

> கொல்லான் புலாலை மறுத்தானைக் கைகூப்பி
> எல்லா உயிரும் தொழும்[29]

என்ற குறளில் ஓர் உயிரையும் கொல்லாதவனுமாய்ப் புலாலையும் உண்ணாதவனை எல்லா உயிரும் கைகுவித்துத் தொழும் என்று அகிம்சை பேசும் ஆசிரியரே பிறிதோரிடத்திலே,

---

29. குறள் 26: 10.

இல்லாரை எல்லாரும் எள்ளுவர் செல்வரை
எல்லாருஞ் செய்வர் சிறப்பு[30]

என்று பொருள் உடைமையைப் போற்றிவிட்டு, அப் பொருளுரிமைக்குப் பாதுகாப்பாக,

உள்ளத்தால் உள்ளலும் தீதே பிறன் பொருளைக்
கள்ளத்தால் கள்வேம் எனல்[31]

என்று சொத்துரிமைக்கு அரண்செய்து விடுகின்றதைக் காணலாம். வணிக வர்க்கத்தினரின் தத்துவம் இத்தகையதே. அறம் என்ற போர்வைக்குள் அளவற்ற செல்வத்தைக் குப்பையாகக் குவித்தனர். இங்குதான் பல்லவர்காலச் சமுதாயத்திற்கும் வணிக வர்க்கத் தினருக்குமிடையே ஏற்பட்ட முரண்பாடு தோன்றுகிறது.

பல்லவர்காலத்திலிருந்து வணிக வர்க்கத்தினர் உற்பத்தியிலே நேரடியாகப் பங்கெடுத்துகொள்ளாத மக்கட் கூட்டமாக இருந்தனர். கிராமப்புறத்திலாயினுஞ்சரி, நகரங்களிலாயினுஞ் சரி வாழ்ந்த சிறு கைத்தொழிலாளருக்கும் விவசாயிகளுக்கும் இடையில் இருந்துகொண்டு "தான் இல்லாமல் அவர்களுடைய பொருள்கள் பரிவர்த்தனையாகாது" என்ற ஒரு இன்றியமையாத நிலைமை வணிகவர்க்கம் சிருட்டித்தது. அந்த வழியாகச் சமுதாயத்தில் மிகவும் உபயோகமுள்ள வர்க்கம் தானேதான் என்ற சாக்கில், அது ஏராளமாகச் செல்வத்தைக் குவித்து அதற்கேற்ற அளவில் சமுதாயத்தில் செல்வாக்கும் பெற்றது.

பரிவர்த்தனை செய்வதற்கேற்ற வணிகப்பொருளை – சரக்கை – அதிகரிப்பதிலேயும், வெளிநாடுகளுக்கு ஏற்றுமதி செய்யக்கூடிய சரக்குகளையே சிரத்தையுடன் உற்சாகப்படுத்துவதிலும் நோக்கமிருந்ததால், உள்நாட்டுச் சிறு கைத்தொழில், உழவு முதலிய வாழ்க்கைக்குத் தேவையான பொருளுற்பத்தியில் அதிகக் கவனஞ் செலுத்தவில்லை. உள்நாட்டிலும் வெளிநாடுகளிலும் உடனடியாக 'விற்று'விடக் கூடியனவும், பொன்னைக் கொண்டு வரக் கூடியனவுமான, சரக்குகளையே வணிக வர்க்கத்தினர் ஊக்கப்படுத்தியமையாற் சிறு கைத்தொழிலும் விவசாயமும் வளர்ச்சியடைய முடியாத நிலையையடைந்தன.[32] அதே சமயத்தில் சமணப் பள்ளிகளும் பாழிகளும் (அமணர் தங்குமிடங்கள்) பெரும் நிலவுடைமை நிறுவனங்களாக ஆட்சி செய்தன. பழங்கால வைதிக சமயக் கோயில்கள் கவனிப்பாரற்றுக் கிடந்தன. சைவ, வைணவக் கோயில் நிலங்களையும், மன்னர் ஆதரவுடன்

30. குறள் 76: 2.
31. குறள் 29: 2.
32. *Mukherjee, The Dynamics of a Rurul Society, p. 42.* நவீன இந்தியாவில் வேறு வடிவத்திலே ஏற்பட்ட இதுபோன்ற நிலைமையைக் காட்டுகிறது இந்நூல்.

எடுத்திருந்தனர் என நாம் ஊகிக்க இடமுண்டு. பாண்டிய மன்னன் நெடுமாறன், பல்லவ மன்னரான சிம்மவிஷ்ணு, மகேந்திரவர்மன் முதலியோர் செல்வாக்குக்கு உட்பட்டிருந்ததை அவதானிக் கும்போது அவ்வாறு செய்திருக்கலாம் என்றே தோன்று கின்றது. பொன், பொருள் முதலிய உடைமைகள் மட்டுமின்றிப் பெருவாரியான நிலத்தையும் (அவர்கள் சார்பில் வணிகரும்) வைத்திருக்கவே, நிலவுடைமைக்காரருக்கும் வணிகருக் கும் போட்டி – மோதல் – முரண்பாடு – போராட்டம் ஏற்படுஞ் சூழ்நிலை உருவாயிற்று. அரசரது அங்கீகாரத்துடன் பழைய சைவ வைணவக் கோயில்கள், நிலங்கள், புதிதாகச் தமதாக்கிக்கொண்ட நிலங்கள், உடைமைகள் தமதாகுமாயின், உழவுத்தொழிலும், அதனை யடிநிலையாகக்கொண்டு கிராமக் கைத்தொழில்களும் செழித்து வளரும் என்னும் பொருளாதார உண்மையை உணர்ந்தனர். நிலக்கிழார்கள் நிலப்பிரபுக்கள் அல்லது வேளாளர் என அவர்களை நாம் குறிப்பிடலாம். எனவே நிலவுடைமைக்காரருக்கும் வணிக வர்க்கத்தினருக்குமிடையே மோதல் ஏற்பட்டது என்பதை நாமறியலாம். சம்பந்தர், அப்பர் முதலியோர் காலத்திலே தமிழ்நாட்டின் சில பகுதிகளில் பஞ்சம், நோய், மக்கள் கஷ்டம் முதலியன ஏற்பட்டன என்பதை உற்றுநோக்கும்போது உழவுத்தொழிலில் ஏற்பட்டிருந்த நலக்கேட்டினை நாம் ஒருவாறு ஊகித்தறிந்து கொள்ளலாம். திருஞானசம்பந்தரும், அப்பரும் சிவபிரானிடத்திலிருந்து நாடோறும் படிக்காசு பெற்று, மக்கள் வறுமை தீர்க்கத் திருப்பணி செய்தனர்[33] என்னும் செய்தியை இதனுடன் தொடர்புபடுத்தியே நாம் பார்த்தல் வேண்டும். "உங்களைச் சூழ்ந்துள்ள அடியார்கட்கு மனவாட்டம் உண்டாகும்; அதையொழித்தல் வேண்டும்; நாடோறும் ஆலயத்தின் கீழ்ப்பீடத்திலும் மேற்பீடத்திலும் ஒவ்வொரு பொற்காசு உங்களுக்கு வழங்குவோம்" என்று அம்பிகைபாகர் கூறுவதாகவும், பின்னர் சம்பந்தருடைய மடத்திலே சிவனடியார்கள் அமுதுண்ணக் காலந்தாழ்ந்தமைக்குக் காரணமாக மடத்துச் சமையற்காரர்கள், "அடிகளே! நீங்கள் தரும் காசுக்கு வணிகர்கள் வட்டங் கேட்கிறார்கள்" என்று கூறுவதாகவும் பின்னர் பிள்ளையார் "வாசிதீரவே காசு நல்குவீர்" என்னும் திருப்பதிகத்தைப் பாடினர்; நல்ல காசு பெற்றார், வணிகர்கள் அதைப் பார்த்து "இது நல்ல காசு" என்று கூறினர் எனவும் சேக்கிழார் பெருமான் பாடியிருப்பது, பல்லவர்காலச் சமுதாய உண்மைகள் பலவற்றை உள்ளடக்கியேயாகும். வணிகர் பஞ்சத்தின்போதும் கஷ்டமின்றியிருந்ததும், விவசாயிகள் (சைவர்) துன்பமடைந்ததும் சேக்கிழார் பாடலிலிருந்து புலனாகும் உண்மை

33. பெரியபுராணம் 2465–74.

என்று கொள்ளலாம். சம்பந்தர் இது சம்பந்தமான செய்தியைத் தான் பாடிய திருவீழிமிழலைப் பதிகத்தில் குறிப்பிட்டுள்ளார்.[34] அப்பர், சம்பந்தர் ஆகியோர் தமிழ்நாடு, மலைநாடு முதலிய தேசமுழுவதுஞ் சுற்றிப் பழம்பெரும் பகுதிகளைத் தரிசித்துப் பதிகங்கள் பாடியதும், பாழடைந்த பல கோயில்களைப் புதுப்பித்ததும், நிலந்திருத்தி வளங்காண அப்பர் உழவாரத் திருத்தொண்டு புரிந்ததுவும், பிறவும் சமுதாயத்திலே பெரிய பரபரப்பை உண்டுபண்ணின என நாம் அறியமுடிகின்றது. கோயில் கோயிற் சொத்து, நிலம் நிலவுடைமை இவற்றினால் சாதாரண மக்களுக்கு ஏற்படக்கூடிய நன்மை ஆகியனவே பௌதீக அடிப்படையாக அமைந்தன என்னும் பேருண்மையை நாம் மனத்திலிருத்திக் கொள்ளல் வேண்டும்.

பெரும்பாலும் சமணராகவிருந்த வணிக வர்க்கத்தினருக்கும், வைதிகர்களாக (சிறப்பாகச் சைவராக) இருந்த நிலவுடைமை வர்க்கத்தினருக்குமிடையே ஏற்பட்ட இப்பொருளாதார முரண்பாட்டினை அக்காலத்திற் றோன்றிய "பொருளாதார நெருக்கடி" என்று பொருளாதார வார்த்தைகளிற் கூறிக்கொள்ளலாம். தென்னிந்தியாவில் மட்டுமின்றி இந்தியா முழுவதிலுமே சைவம் பெருநிலக்கிழார்கள், நிலப்பண்ணைக்காரர் முதலியோரது ஒழுகலாறாகவும் வைணவம் சிறுபொருள் உற்பத்தியாளர், விவசாயிகள் ஆகியோரது சமய நெறியாகவும் இருந்துவந்ததை வரலாறு காட்டுகின்றது.[35] இதனை வேறொரு வகையாலும் நாம் அறியக்கூடியதாக இருக்கிறது. பல்லவர் காலத்திலே சமணத்தைச் சாடுவதன் மூலம் வணிக வர்க்கத்தினரிடமிருந்து பொருளாதாரத் தலைமையும், சமுதாயச் செல்வாக்கையும பிடுங்கிக்கொண்ட சைவர்கள், பல்லவராட்சிக் காலத்திலும் கோயில்கள் மூலம் எத்துணைச் செல்வாக்குள்ளவராய் விளங்கினர் என்பதையும். அந்நிலையின் உடனிகழ்ச்சியாகச் சிறு கைத்தொழில், உழவுத்தொழில் முதலியவற்றின் வளர்ச்சிக்கு எவ்வாறு அடிகோலினர் என்பதனையும் அக்காலத்திற்குரிய கல்வெட்டுக்களால் நாம் திடமாக அறிகின்றோம். இதுபற்றிக் கலாநிதி டி.வி. மகாலிங்கம் கூறியிருப்பது மனங்கொள்ளத்தக்கது.

> ஒரு தலத்திலுள்ள மக்களின் சமய வாழ்க்கையில் முக்கியத்துவம் பெற்ற உயிர்த் துடிப்புள்ள இடமாக விளங்கியது மட்டுமின்றி, கோயிலானது அவ்வூர் மக்களினுடைய அரசியல், சமுதாய, பொருளாதாரத் துறைகளைச் சார்ந்த பல்வேறு இயக்கங்களிலும் பங்கு கொண்ட சமூக நிறுவனமாக விளங்கியது. கோயில், தானே நிலப்பிரபுவாகவும் முதலாளியாகவும்

---

34. ஞானசம். 92: 1, 2.
35. Kosambi, ISIH, pp. 245-46.

(மக்களுக்கு வேலை கொடுப்போராக) இருந்தது. கோயிற் பண்டாரமானது வங்கிபோல அமைந்து வைப்புப் பணங்களைப் பெற்றும், கடனுதவி கொடுத்தும் மக்களுக்குதவியது. கிராமப்புறக் கைத்தொழில்களின் வளர்ச்சிக்குக் கோயில்கள் பெரிதும் உதவின. அரசாங்கத்திற்குச் செலுத்தப்பட வேண்டிய வரிகள் கோயில்களால் அறவிடப்பட்டன; தனிப்பட்டவர்கள் தமது நிலத்துக்குச் செலுத்த வேண்டிய வரிகளும் கோயில்களுக்குக் கொடுக்கப் பட்டன. இவற்றைவிடக் கோயில்களும் மக்களிட மிருந்து வழக்கமான கடமைப் பணத்தையும் பெற்றன ... கோயிற் பாதுகாப்புக்கு மன்னர் பெருங் கவனஞ் செலுத்தினர். உதாரணமாகச் சோழப் பெருமன்னன் இராசராசன் காலத்திலே திருவாழீக வரத்திலிருந்த பெருங்கோயிலும், அதன் பண்டாரமும் பணியாட்களும் சோழப் படையின் ஒரு பிரிவான மூன்று கை மகாசேனையின் பாதுகாப்பிலிருந்தது ... நாட்டின் பொருளாதார வாழ்விற் கோயில் முக்கிய பாகந்தாங்கியது. பெருவாரியான நிலவுடைமைகளையுடையதாய், செல்வமிகுந்த நிறுவனமாயிருந்த காரணத்தாற் பலருக்கு வேலைவசதி அளித்தது கோயில். இராசராசன் ஆட்சிக் காலத்திலே தஞ்சைப் பெருங்கோயிலில் மட்டும் 609 பணியாட்கள் வரை வேலை செய்தனர். கோயிலிற் பல்வேறு பணிகளைச் செய்தனர். அவர்கள் ஊரிலேயுள்ள பெரிய நிலவுடைமை நிறுவனம் என்ற முறையில் கோயில் ஊரின் விவசாயத்தில் ஊக்கங் காட்டியது. வயல்களில் பயிர் செய்வதோடமையாது புதிய நிலங்களையும் உழவுத் தொழிலுக்குட்படுத்தியது. பாழ்ப்பட்ட கிராமங்களுக்குப் புனர்வாழ்வளிக்க முயன்றது... கோயிற் பண்டாரமானது வங்கிபோலக் கடமையாற்றியபடியால் தனிப்பட்ட நிறுவனங் களுக்கும், ஊராட்சி மன்றங்களுக்கும் வட்டியுடனும், வட்டியில்லாமலும் கடனுதவியது. விவசாயிகள் தமது தொழில் தேவைகளுக்காகக் கடன் பெற்றனர். தமது பெண்களுக்குச் சீதனமாகக் கொடுப்பதற்குக் கூடச் சிலர் கோயிலிலிருந்து கடன் பெற்றனர்.[36]

---

36. T.V. Mahalingam, *South Indian Polity*, pp. 372-80; Also K.A. Nilakanta Sastri, *The Colas II*; Minakshi, op. cit., Ch. X. XII.

பல்லவராட்சிக் காலத்தினிறுதியிலும் அதற்குப் பின்னரும் கோயில்கள் இவ்வாறு அடைந்த மேனிலையைப் பார்க்கும் போதுதான் நகரங்களி லிருந்துகொண்டு செல்வாக்கினாற் பெருமைபெற்ற வணிக வர்க்கத்தினரை நிலக்கிழார்கள் (சைவர்கள்) எதற்காக வெறுத்தனர் என்பது புலனாகும். வணிகரின் வீழ்ச்சியின்மீது நிலப்பிரபுக்கள் செல்வாக்கு எழும்பியது அன்றையப் "பொருளாதார நெருக்கடி"யின் தன்மையும் எமக்குத் தெளிவாகி விடுகின்றது.

சுருக்கமாகக் கூறுவதாயின் நகரங்களிலிருந்துகொண்டு வணிகம் முதலாய பொருளீட்டும் முயற்சிகளைத் தமது ஏகபோக உரிமையாகக் கொண்டிருந்த ஒரு ஆட்சிக் குழுவிற்கும் நிலத்தில் அக்கறை கொண்டிருந்த பண்ணையாட்கள், கிழார் ஆகியோருக்குமிடையே தோன்றிய முரண்பாடே இப்பொருளாதாரப் "போரின்" அடிப்படை எனலாம்.

பல்லவர்கால இலக்கியமானது இந்தப் பொருளாதார மோதலின் விளைவு எனக் கூறின் அக்கூற்று அர்த்தமற்றதாகத் தோன்றக் கூடும். ஆனால் அதை நிரூபித்தாலன்றிப் பேராசிரியர் சுந்தரம்பிள்ளை எழுப்பிய அடிப்படையான கேள்விக்கு நாம் விடை கண்டவர்களாக மாட்டோம். நாயன்மார், ஆழ்வார் முதலியோருடைய திருப்பாடல்களிலே மேற்கூறிய பொருளாதார நெருக்கடியை நேரடியாகக் காண முடியாது. ஆனால் பக்தியிலக்கியத்திற்கு மூலாதாரமாக அமைந்தது என்று நாம் நிரூபித்தல் இயலும். அதற்குத் துணையாக நியதிகளை – உண்மைகளை மனதிலிருத்திக் கொள்ளுதல் பொருத்தமாகும். பொருளாதார அடித்தளத்திலிருந்து தருமம், மதம், விஞ்ஞானம், கவிதை, கலை, இலக்கியம் முதலிய தத்துவ வடிவங்கள் எவ்வாறு தோன்றுகின்றன என்பதனை, அரசியல் பொருளாதாரத்தைப்பற்றி விமர்சனம் என்னும் தமது நூலிலே மேல்வருமாறு குறிப்பிடுகின்றார் கார்ல் மார்க்ஸ்.

> சமுதாய ரீதியான உற்பத்தியில் மனிதர் ஈடுபட்டு வரும் பொழுது சில திட்டவட்டமான உறவுகளிலே அவர்களனைவரும் சம்பந்தப்படுகிறர்கள். சமுதாய உற்பத்தி நடக்க வேண்டுமானால் இந்த உறவுகள் இருந்தே தீரவேண்டும். மேலும் இந்த உறவுகள் அவர்களின் சித்தப்படி ஏற்படுவனவல்ல. இந்த உறவுகள் அவர்களின் சித்தத்துக்கு அப்பாற்பட்டன வாகும். பௌதீக உற்பத்திச் சக்திகள் எந்தெந்தக் குறிப்பிட்ட மட்டத்திற்கு வளர்ந்துள்ளனவோ, அந்தந்த மட்டத்திற்குப் பொருத்தமாகவே இந்த

உறவுகள் அமைகின்றன. இந்த உற்பத்தி உறவுகளின் மொத்தத் தொகைதான் சமுதாயத்தின் பொருளாதார அமைப்பாகும். இந்த உண்மையான அடித்தளத்தின் மேலே தான், சட்டம் அரசியல் என்னும் மேற்றளங்கள் எழுகின்றன; இந்த உண்மையான அடித்தளத்துக்குப் பொருத்தமாகத்தான் சமுதாய உணர்வின் திட்டவட்டமான வடிவங்கள் அமைந்துள்ளன. பௌதீக வாழ்க்கையில் நடைபெறும் பொருள் உற்பத்தி முறையே மனித வாழ்வின் சமுதாய வளர்ச்சிப் போக்கின், அரசியல் வளர்ச்சிப் போக்கின், ஆன்மீக வளர்ச்சிப்போக்கின் பொதுத் தன்மையை நிர்ணயிக்கிறது.

விஞ்ஞான அடிப்படையிலமைந்த இவ்வுண்மை ஒளியின் துணைக்கொண்டு, நாம் பல்லவர் காலத்தை உற்றுநோக்கும் போது காண்பது யாது? வணிக வர்க்கத்தினரின் (வைசியர் என்று சாதிப்பெயராற் கூறப்படுவர்) பொருளாதார ஆதிக்கமும் அவர்கள் தோற்றுவித்த "பொருளாதார நெருக்கடியும்" சமுதாய உறவுகளிலே பிரதிபலித்தன. அரசியற் செல்வாக்கு (மன்னரைச் சார்ந்ததால்) அவருக்கிருந்தது. இந்த அரசியல், சமூகச் செல்வாக்கு மதத்துறையிலேதான் தெளிவாகத் தோற்றமளித்தது. ஏனெனில் மக்களுடைய உணர்ச்சியுடன் நெருங்கிய தொடர்பு கொண்ட மொழி, இலக்கியம், கலை, கல்வி, தத்துவம், சமயம் முதலாய துறைகளிலே சமணத்தின் "பிடி" பாரதூரமானதாக இருந்தது. எனவேதான், வணிக வர்க்கத்தினருக்கு எதிரான பொருளாதாரக் குரோதமானது சமண சமயத்தவருக்கு எதிரான கண்டனக் குரலாக உருவெடுத்தது. சுருங்கக் கூறின் பொருளாதார அடித்தளத்தின் மேலுள்ள இலக்கியம், மொழி, தத்துவம், சமயம் முதலிய பல அம்சங்கள் வணிகருக்கெதிரான போராட்டத்தை சமணருக்கு எதிரான போராட்டமாக அமைத்துவிட்டதை நாம் காண்கின்றோம். இத்தகைய வரலாற்றுண்மைபற்றி ஏங்கல்ஸ் குறிப்பிடுவதும் குறிப்பிடத்தக்கது.

> ... இறுதியிலும் இறுதியாய், மூலத்துக்கு மூலமாய், வரலாற்றை நிர்ணயிக்கும் அமிசம் பௌதிக வாழ்க்கையின் பொருள் உற்பத்தியும் அதன் மறு உற்பத்தியுந்தான் ... இதனைத் திரித்துப் பொருளாதார அமிசம் ஒன்றே ஒன்றுதான் வரலாற்றை நிர்ணயிக்கிற அமிசம் என்று யாராவது ஒருவர் சொன்னால், அவர் அக்கூற்றைப் பொருளற்ற சூக்குமமான அபத்தமான சொற்றொடராக மாற்றி விடுகிறார். பொருளாதார நிலை என்பது அடித்தளம்; ஆனால்

மேற்றளத்தைச் சேர்ந்த பல்வேறு அமிசங்கள் வரலாற்றுப் போராட்டங்கள் எத்திசையிலே எந்தப் போக்கிலே செல்வது என்னும் விஷயத்திலே தமது செல்வாக்கைக் காட்டத்தான் செய்கின்றன. பல சந்தர்ப்பங்களில் அப்போராட்டங்களின் வடிவத்தை நிர்ணயிப்பதில் அவைதான் பிரதான பங்கு கொள்கின்றன. இந்த மேற்றளத்து அமிசங்கள் எல்லாஞ் சேர்ந்து விளையும் எதிர் வினையும் விளைத்துக்கொண்டே யிருக்கின்றன. இடையே முடிவின்றிப் பல தற்செயல் நிகழ்ச்சிகள் நிகழ்ந்துகொண்டே யிருக்கையில் இந்தவினை எதிர்வினைச் சூழலில் பொருளாதார இயக்கம் ஓர் அவசியத் தேவை என்று தனது நிலையை நிலைநிறுத்திக்கொள்கிறது.

பல்லவர் காலத்திலே நடைபெற்ற போராட்டத்தின் போது முக்கியப் பங்கு கொண்ட மேற்றளத்து அமிசங்கள் யாவை? சமயம் மொழி கல்வி ஆகிய மூன்றும் என்று ஒருவாறு துணிந்து கூறலாம். பொருளாதார அரசியற் செல்வாக்கினால் சமண மதம் செல்வாக்குற்றது; சமண மதத்தின் மூலாதார மொழி பிராகிருதம், வடமொழி முதலியன; இவையே பல்லவ அரசராற் பெரிதும் போற்றப்பட்டு வந்தன. பல சமணத் துறவிகள் தமிழ்மொழி யிலக்கண நூல்களையும் "இலக்கிய" நூல்களையும் இயற்றியிருந்தாலும் அவை சமயப் பிரசாரங் கலந்தனவாகவே இருந்தன. கீழ்க்கணக்கு நூல்கள் முதலிய பாடநூல் புத்தகங்களும் சமண சமயப் போதனை நூல்களாகவே இருந்தன. நவீன காலத்திலே வெள்ளைக்கார ஏகாதிபத்தியத்துக் கெதிரான (பொருளாதாரம்) போரானது, சைவசமயம், தமிழ்மொழி, சுதேசிக்கல்வி என்னும் முனைகளினூடாகவே தொடங்கியது என்னும் உண்மையை யறிந்தவர்களுக்குப் பல்லவர் கால நிலைமையை விளங்கிக் கொள்ளுதல் கடினமான காரியமன்று. எனினும் சுந்தரம்பிள்ளையின் கேள்விக்கு விடைகாண இறங்கிய நாம் பக்தி இலக்கியத்தை இன்னும் சிறிது விரிவாக ஆராய்தல் அவசியமாகின்றது.

முதலிலே சமயத்துறையை எடுத்துக் கொள்வோம். சமண சமயத்தின் பிரதான விரதமாகக் கொல்லாமையே அன்றும் இன்றுங் கடைப்பிடிக்கப்பட்டு வருகின்றது. கொல்லாமை ஒன்றையே கடைப்பிடிப்பது வற்புறுத்தப்பட்ட காரணத்தால் (நடைமுறையில்) அதனைச் செய்வது மட்டும் போதும் என்னும் நிலை வலுத்தது. இது 'இயந்திர இயக்க வகைப்பட்டதாய்'

(Mechanical) அமைந்திருந்தது என்று வேண்டுமாயின் நாம் கூறிக்கொள்ளலாம். பிறர் மதம் மறுத்துத் தம்மதம் நாட்டும் மணிமேகலை ஆசிரியர் சாத்தனார், சமணத்தின் இப்பண்பினை (பலவீனத்தை) மேல்வருமாறு சுட்டிக் காட்டியுள்ளார்:

சிந்தனை யின்றியுஞ் செய்வினை யுறுமெனும்
வெந்திறல் நோன்பிகள் விழுமங் கொள்ளவும்[37]

இவ்வாறு பாடும் சாத்தனார் மனத்தொடு கூடாத வழியும் செய்வினை பயன்தரும் என்னும் கொடிய விரதத்தினரைக் குத்திக் காட்டுகின்றார். இதுதான் பல்லவர் காலச் நிலை. இதனைத் தத்துவம் என நாம் கொண்டால், இதற்கு எதிரான தத்துவம் எப்படியிருக்கும்? இத்தகைய "கொடிய" செயலைச் செய்தாலும் இறைவனை வழிபட்டால் சிறப்புப் பெறலாம் என்று நேரெதிர்த் தத்துவம் நிறுத்தியது சைவம். அங்குதான் பிறக்கிறது பக்தி இயக்கம். முன்பே செய்துகொண்ட பழவினைப் பயன்களை ஒருங்கே நுகர்ந்து கழிப்பதாகிய அது வீடுபேறாகும் என்று கூறும் சமணம்.[38] அது ஓர் அடிப்படைச் சமணத் தத்துவத் தூண். அத்தத்துவத் தூணை பிளந்தெறிவதற்கு மாற்றுத் தத்துவம் கண்டது சைவம். வினை, வினைப்பயன் முதலிய யாவற்றிற்கும் மேலாக உள்ளான் இறைவன். அவனைச் சார்ந்தால் வினைகெடும் எச்செயலும் அவன் செயலாகிறது. சுருங்கக் கூறின் வினைப் பொறியிலிருந்து பக்திமூலமாக விடுதலையை எதிர் நிறுத்தியது. சமணரின் பொருளாதாரப் பிடியானது ஊழ் என்னும் வடிவில் சிந்தனையாளரைப் பற்றிக் கொண்டிருந்தது. அதையெல்லாம் விட்டெறிந்து, 'காதலாகிக் கசிந்து கண்ணீர் மல்கி' நன்னெறி காண விடுதலை வழி காட்டியது சைவம்.

சங்கநிதி பதுமநிதி இரண்டுந் தந்து
தரணியொடு வானாளத் தருவ ரேனும்
மங்குவார் அவர்செல்வம் மதிப்போம் அல்லோம்
மாதேவர்க் கேகாந்தர் அல்லா ராகில்
அங்கமெலாங் குறைந்தழுகு தொழுநோ யராய்
ஆவுரித்துத் தின்றுழலும் புலைய ரேனுங்
கங்கைவார் சடைக்கரந்தார்க் கன்ப ராகில்
அவர்கண்டீர் நாம் வணங்குங் கடவு ளாரே

என்று தாண்டக வேந்தரான திருநாவுக்கரசு சுவாமிகள் பாடியிருப்பது நுணுகி ஆராய்ந்துணரத் தக்கது. கொலையே கொடுமை என்று 'அகிம்சா பரமோதர்ம' என்றும் வற்புறுத்தும் அமண் சமயநூல் வல்லராக ஒரு காலத்திலேயிருந்த அப்பர்

---

37. மணிமேகலை 3: 74–75.

38. மணிமேகலை 27: 200–1.

ஆவுரித்துத் தின்றுழலும் புலையருக்கும் பெருமை பேசும்போது தான் சைவம் சமணத்திற்கு எதிராக நிறுத்திய தத்துவத்தின் (பக்தி)வலிமையும் நுணுக்கமும் எமக்குப் புலனாகின்றன. பக்தி மார்க்கம் கொலையை எடுத்துப் புகழ்ந்தது என்றோ கொலையை நேரடியாகத் தூண்டிவிட்டது என்றோ நாம் கருதவேண்டியதில்லை. ஆனால் கொல்லாமைக் கொள்கைக்கு எதிர்த் தத்துவம் நிறுவிய வைதிக சமயங்கள் கொலையையும் தவிர்க்க முடியாதவாறு, தமது தத்துவத்தின் தருக்கரீதியான முடிவினால் உந்தப்பட்டன என்பதை மறுப்பதற்கில்லை. சிறுத் தொண்டர் 'தனி மாமகனைக் கருவிகொண்டு' தலையரிந்தது எப்படி நடத்திருக்க முடியும் என்பதற்கும் இத்தகைமை தத்துவ விளக்கமே எமக்கு உறுதுணையாகின்றது.[39] சுத்த சைவத்தினின்றும் பிறழும் பாசுபதம், கபாலிகம், காளாமுகம், பைரவம் முதலிய உப பிரிவுகளே உயிர்க்கொலை சம்பந்தமாகத் தீவிரவாதக் கருத்துடையனவாயிருந்தன எனச் சிலர் கருதக்கூடும். அது உண்மையே. ஆனால் அப்பர், சம்பந்தர் காலத்திற் கபாலிகம், பைரவம் முதலியன அவர்களால் வெறுத்தொதுக்கப்படவில்லை என்பதையும் நாம் மறந்து விட முடியாது. தனித்திருத் தாண்டகத் திலே அப்பர் பாடியுள்ளது இங்கு நோக்கத்தக்கது.

> தாமரையோன் சிரமரிந்து கையிற் கொண்டார்
> தலையதனிற் பலிகொண்டார் நிறைவாந் தன்மை
> வாமனனார் மாகாயத் துதிரங் கொண்டார்
> மானிடங்கொண்டார் வலங்கை மழுவாட்கொண்டார்
> மாமனையு முடப்கொண்டார் கண்ணால் நோக்கிக்
> கண்ணப்பர் பணியுங்கொள் கபாலி யாரே.

'சமண்தீர்த்தென் தன்னை ஆட்கொண்டார் தாமே' என்றும் பரமனின் 'திருக்கருணை இருந்தவாறு என்னே' என்றும் பாடும் அதே தாண்டகத்திலேதான் கபாலியின் மகிமையையும் பாடுகின்றார் அப்பர். இந்தச் சந்தர்ப்பத்திலே கபாலிகம், பாசுபதம் போன்ற அதிதீவிரவாதச் சமயப் பிரிவுகள் பற்றி நாம் ஓருண்மையை மனதிற் கொள்ளலாம், வைதிக சமயங்கள் புறச்சமயங்களினாற் பாதிக்கப்படும் பொழுதுதான் அவை தலைதூக்குகின்றன. பல்லவர் காலத்திலே அவற்றைக் காண்கின்றோம். பின்னர் அவை செல்வாக்கிழந்து, மீண்டும் விசயநகரப் பேரரசு காலத்திலே பொதுவாகத் தென்னிந்தியாவிலுஞ் சிறப்பாக ஆந்திர நாட்டிலும் தோன்றுகின்றன. விசயநகரப் பேரரசுக் காலத்தில் வீரசைவம் புறச்சமயங்களின் தாக்குதல்களைச் சமாளிக்கத்

---

39. சிறுத்தொண்டர் செயலுக்குத் தத்துவ விளக்கமும் அமைதியும் காணும் இக்கருத்துப் பற்றி என் நண்பர் சிதம்பர ரகுநாதனுடன் பலமுறை உரையாடியுள்ளேன். அவ்வுரையாடல்களின் பயனுக்கு, நான் அவருக்குப் பெரிதும் கடப்பாடுடையேன்.

தோன்றியதெனலாம். நெருக்கடிகள் மிகுந்த காலத்தில் தீவிரவாதச் சக்திகள் தலைதூக்குவது வரலாற்றுக்குப் புதியதொன்றன்று. ஸ்ரீசைலத்திலே கொங்குவீரர், தமது தலைகளையேயரிந்து காளிக்குப் பலிகொடுப்பதும் திகம்பர சமணரின் தலைகளை வெட்டிச் சிவனுக்குக் காணிக்கை கொடுப்பதும் விசயநகர மன்னர் காலத்து நிகழ்ச்சிகளாகும்.[40] இவை யாவற்றையும் கூர்ந்து நோக்கும்போது நாயன்மார் பால் கொடுஞ்சொற்களைக் கூறுவது காலத்தோடு ஒட்டிய பண்பாகத் தெரிகிறதல்லவா?

தத்துவ அடிப்படையிற் றொடங்கித் தருக்க ரீதியான முடிவிலே "கொலை"யையும் செய்யுமளவிற்குப் பக்தி வைராக்கியம் பெற்ற நாயன்மார் சமண தத்துவங்களைப் பலவாறாகவும் இழித்துரைப்பதற்கும் தக்க காரணம் இல்லாமலில்லை. சமணரது செல்வாக்கைக் குறைத்துத்தான் தமது செல்வாக்கை நிலை நிறுத்தலாம் என்ற தவிர்க்கமுடியாதளவிற்கு அவர்கள் வந்தனர். சமணரைத் தாக்கும்பொழுது அவர்களை "மறுத்தும், வெறுத்தும், வெகுண்டும், கடிந்தும், எள்ளியும், இகழ்ந்தும்" பாடியது இதன் விளைவாகவே.[41] உதாரணமாகச் சம்பந்தர் பற்றிக் கூறியுள்ள சில கருத்துக்கள் கவனிக்கதக்கன.

> சமணருடைய சொற்கள் அவர்த்தமாவன,
> இந்திரசாலம் போல்வன, பயனற்றன, வீறிலாதன,
> நஞ்சினும் கொடியன, மெய்யிலாதன, பிழையுள்ளன;
> அவர் அலர் தூற்றுங் குணமுடையோர், புறங்கூறுவர்;
> அவர் நயமுக உரையினர்; வேடிக்கைக் கதைகள்
> உண்டுபண்ணித் திரிவர்; நீதிகள் பல சொல்லுவர்;
> ஆனால் அந்நீதிகளைத் தம் நினைவிற்கொள்ளும்
> ஆற்றல் இல்லாதவர்; பல தருமங்களைச்
> சனங்களுக்குக் காட்டி அவர் மனத்தைக் கவர்பவர்;
> ஆதலால் அவர் சொல்லைக் குறிகொள்ளன்மின்;
> அவ திறம் விட்டகலுமின்.[42]

நாயன்மார் சமணரைப் பற்றி இவ்வாறு கூறுவது புதுமைத்தன்று. எதிர்ப்பக்கத்திலிருப்பவரை அருவருப்புக்கும் அலட்சியத்திற்குமுரியவராகத் தீட்டுவது, வேறு மொழிகளிலும் காணப்படுகின்றது. தத்துவப் போராட்டமும் சமயப் பூசலும் இலக்கியத்தில் இடம் பெறுமிடங்களில் இது நிகழக் கூடியதே. உதாரணமாக, மத்திய காலத்திலே, ஐரோப்பிய மொழிகளிற்றோன்றிய காவியங்கள் பலவற்றிலும், அராபிய

---

40. *Minaksi, Op. cit., p. 115; Ramaswami Ayyangar and Rao, op. cit, pp. 35-36.*

41. ஔவை சு. துரைசாமிப் பிள்ளை, சைவ இலக்கிய வரலாறு, பக். 80.

42. வ.சு. செங்கல்வராய பிள்ளை, தேவார ஒளிநெறிக் கட்டுரை, பக். 28–29.

அல்லது முஸ்லிம்கள் பாத்திரங்களாக வார்க்கப்படும்பொழுது, அவரது சமய வாழ்வு திரித்தும் இகழ்ந்துமே கூறப்படுகின்றது. மெரடித் என்னும் ஆசிரியர் இதுபற்றிக் கூறுவன சுவை பயப்பன:

> அராபியர் பாத்திரங்களாக வார்க்கப்படும் பொழுது வெறுப்பின் அடிப்படையிலேயே சித்திரிக்கப்படுகின்றனர்; அவரது தோற்றம் ஒரு பக்கத் தோற்றமாகவே யமைந்துள்ளது; அவதூறான அடைமொழிகளையும் தொடர் மொழிகளையும் காவிய கர்த்தாக்கள் பயன்படுத்தியுள்ளனர். அவரது நம்பிக்கையும் வழிபாட்டு முறையும் விகாரப்படுத்தப் பட்டுள்ளன. இது உண்மைக்குப் புறம்பானதாகும்.[43]

பத்தொன்பதாம் நூற்றாண்டிலே ஆறுமுக நாவலர் முதலியோர் குரலும் இத்தகையதாகவே இருந்தது என்பதனை நாம் நினைக்கும்பொழுது பொருளாதார அடித்தளத்தின் உண்மையும் தெளிவாகிவிடுகின்றது.

பேராசிரியர் சுந்தரம்பிள்ளை கேட்ட கேள்விக்கு நாம் ஒருவாறு விடை கண்டுவிட்டோம். நாயன்மாருடைய குரலிலே ஆங்காங்கு காணப்படும் வெம்மைக்கு விளக்கங் கிடைத்துவிட்டது. ஆனால் வெம்மை மாத்திரம் அவர் தம் பாடல்களின் பண்பன்று என்பதனை யாவருமறிவர். வெம்மையுடன் தண்மையும், கனிவும், பெருமிதமும், இனிமையும், ஆண்மையும் கலந்தே காணப்படுகின்றன. அவற்றையும் வெம்மையுடன் இணைத்து அமைதி கண்டாலன்றிப் பக்தி இலக்கியத்தின் முழுத் தன்மையை யும் – அக்கால நாட்டையும் நாயன்மாரையும் – அறிந்தவர்களாக மாட்டோம். அதற்கு நுழைவாயிலாக மொழியுணர்வை எடுத்தாராய்வோம்.

சமயத்துறையை யடுத்து இரண்டாவதாக மொழித்துறையை எடுத்துப் பார்க்கும்போது நாம் காண்பதென்ன? சைவத்தையும் வைணவத்தையும் போற்றிப் பரவிய அதே வேகத்துடனும் உணர்ச்சியுடனும் செந்தமிழையும் நாயன்மாரும் ஆழ்வாரும் தெய்வாமிசம் பொருந்தியதாகப் பேசுவதைக் கேட்கிறோம். அது ஏன்? அதற்கு இரு காரணங்கள் கூறலாம். எனினும் இரண்டும் ஒன்றுடனொன்று நெருங்கிய தொடர்பு கொண்டனவே. பல்லவர் தொடக்கத்திலே வேற்றரசர்களாய் இருந்தமையால், வடமொழி, பிராகிருதம் ஆகிய மொழிகளையே பெரிதும் போற்றினர். அதே சமயத்தில் சமணரும் வடமொழிகளையே,

---

43. The Conventional Saracen of the Songs of Geste, Speculum, Vol, xvii (1942), pp. 201-225.

பிராகிருதம் ஆகியவற்றையே தமது சமயத்துக்குரிய சிறப்பு மொழிகளாகக் கொண்டனர். இந்நிலையிலே வடமொழிக் கல்வியே பல்லவராட்சிக் காலத்திற் செழித்து வளர்ந்தது. காஞ் சியிலே பல சிறப்புமிக்க வட மொழிக் கல்விக்கூடங்கள் இருந்தன. அவை, "கடிகை" என அழைக்கப்பட்டன. வடமொழியே அரசவை மொழியாகவும் இருந்தது.[44] அதுமட்டுமன்று. சமண சமய பிரசாரத்திற்காகவும், அதனைச் சார்ந்த சில தேவைகளுக்காகவும் களால் இயற்றப்பட்ட சில நூல்களைத் தவிரப் பெருந் தமிழிலக்கிய நூல்கள் இக்காலத்தில் இயற்றப்பட்டில. ஆனால் இக்காலப் பகுதியில் பல சிறப்பு வாய்ந்த வடமொழி நூல்கள் தென்னிந்தியாவின் பல்வேறு பகுதிகளிலும் இயற்றப்பட்டன. பல்லவ மன்னர்களே வடமொழி நூலாசிரியராகவுமிருந்தனர், சங்க காலத்தில் பாண்டியன் அறிவுடை நம்பி போன்ற மன்னர் புலவராகவு மிருந்ததைப்போல. பல்லவராட்சிக் காலத்திலே லோகவிபாகம், கிராதார்ச்சுனீயம், அவந்திசுந்தரிகதா, காவ்யா தர்சம், மத்தவிலாசப் பிரகசனம், மகாவீர சரிதம், உத்தரராம சரிதம், மாலதிமாதவ, முகுந்தமாலா முதலிய பல வடமொழி நூல்கள் எழுந்தன.[45] பல்லவ மன்னரின் பட்டயங்களும் பெரும்பாலும் பிராகிருத்திலும் வட மொழியிலுமே அமைந்துள்ளன. இத்தகைய ஒரு நிலையிலே தமிழுணர்ச்சி தோன்றியது எனக் கூறலாம். அது ஓரளவிற்கு உண்மையே. ஆனால் நாயன்மார், ஆழ்வார் ஆகியோருடைய திருப்பாடல்களைப் படிக்கும்போது அவர்கள் மொழிக்குத் தெய்வத் தன்மை அளிப்பதைக் காண்கின்றோம். தமிழுணர்ச்சி தெய்வத் தமிழுணர்ச்சியாக மாறியதனையே நாம் இங்கு ஆராயவேண்டியிருக்கிறது.

இது சம்பந்தமாகப் பக்தி இயக்கத்தின் மற்றொரு முக்கிய மான பண்பை நாம் இவ்விடத்தில் தெளிவாக்கிக் கொள்ளல் பொருத்தமாகும். வைசிய குலத்தினரான வணிக வர்க்கத் தினருக்கெதிராக வேளாளர் சாதியினராகிய நிலவுடைமை வர்க்கத்தினர் தொடுத்த பொருளாதாரப் போரானது தத்துவ வடிவில் சமணத்திற்கும் சைவத்திற்கும் இடையே ஏற்பட்ட போராக மாறியதை இதுவரை பார்தோம். செல்வாக்கி லேயே பல்லவ, பாண்டிய மன்னரும், முத்தரையர் போன்ற நிலத் தலைவரும் சிக்கியிருந்தபடியால் வேளாளர் அவரையும் தம்வசமாக்க விரும்பினர். எனவே செல்வாக்கின் – அதிகாரத்தின் – உச்சியிலேயிருந்த சமண வணிக வர்க்கத்தினருக்கு எதிராகச் சமுதாயத்திலே கீழ் நிலையிலிருந்த பலசாதி மக்களையும் பரந்த ஒரு அணியிற் றிரட்டினர் எனலாம். வைதிக சமயத்துடன்

44. Minakshi, Op. cit., p. 186.

45. K.A. Nilakanta Sastri, A History of South India, pp. 331-73; Minakshi, op. cit., p. 299.

தொன்று தொட்டுப் பிணைந்திருந்த பிராமணரும் இயல்பாகவே இவ்வணியிற் சேர்ந்தனர். சேக்கிழார் பாடியுள்ள அரனடியார் அறுபத்துமூவர் குலவரிசையை ஒரு கணம் உற்றுநோக்குவோமாயின் இவ்வுண்மை தெளிவாகும். அறுபத்து மூவருள் வேளாளர் பதின்மூவர் (13), அந்தணர் பன்னிருவர் (12), முடியரசர் அறுவர் (6), குறுநில மன்னர் ஐவர் (5), ஆதி சைவர் நால்வர் (4), வணிகர் ஐவர் (5), மரபறியாதவர் அறுவர் (6), இடையர் இருவர் (2), ஏகாலியர் (1), குயவர் (1), சாலியர் (1), சான்றார் (1), செக்கார் (1), நுளையர் (1), பாணர் (1), புலையர் (1), மாத்திரப்பிராமணர் (1), வேடர் (1) ஆகியோர் குலத்துக்கு ஒருவர் ஆக இடம் பெற்றுள்ளமை குறிப்பிடத்தக்கது. இவ்வடியார்கள் தென்னிந்தியாவெங்குமிருந்து பக்தி காரணமாகப் பிரசித்தமடைந்துள்ளனர். சோழநாடு, நடு நாடு, தொண்டை நாடு, பாண்டிய நாடு, மலைநாடு, கோனாடு, மழநாடு ஆகியனவற்றிலிருந்தும் பிற பகுதிகளிலிருந்தும் அவர்கள் சிவநெறியைத் தேடியுள்ளனர்.[46] இவ்வாறு சாதி, குலம் முதலிய பிறப்புப் பாகுபாடுகளையும், பிரதேச வேறுபாடுகளையும் கடந்த பரந்துபட்ட மக்கள் முன்னணியொன்றனை உருவாக்கும்போது அதற்குப் பொதுவானதாக மொழியொன்றே இயல்பாக அமைகின்றது. மொழிநூல் வல்லார் ஒப்புக்கொள்ளும் பேருண்மை இது. அது மட்டுமன்று. மக்கள் அன்றாட வாழ்வில் உபயோகிக்கும் சாதாரண மொழியாகிய கருவியையே பெரும் வெகுசன இயக்கங்களைக் கட்டி வளர்ப்பவர்கள் பயன்படுத்துகின்றனர். புத்த சமயம் பரவிய முறையே இவ்வுண்மைக்குச் சிறந்த சான்றாக அமைந்துள்ளது. பேராசிரியர் குர்யே இது பற்றி மேல்வருமாறு கூறியுள்ளார்:

> … புத்தருடைய கருத்துப் புரட்சியைப் பக்குவமாகப் பயன்படுத்தி நாற்பாலுள்ளும் தமக்கு முதலிடந் தேட முயன்றனர் க்ஷத்திரியர். பிராமணர் அமைப்பிற்குள் க்ஷத்திரியருக்கு ஏற்பட்ட பெருநலக் கேடானது இந்த வழியொன்றையே அவர்களுக்குக் காட்டியது. பிராமணருடன் தனியே மோதித் தோல்விகண்ட க்ஷத்திரியர் பொதுமக்களின் உதவியைத் தேடினர். தம்மைத் தலைவராக அங்கீகரிக்கும்படி பொதுமக்களை வேண்டிக் கொள்வதற்காகப் பிராமணருடைய சொல்லுக்குஞ் செயலுக்குமிடையே காணப்பட்ட முரண்பாடுகளைப் பழித்துரைத்தனர். பொதுவாகவே சமூகத்திற் பிராமணருக்கு எதிராக நிலவிய மனக்கசப்பையும் திறமையாகப் பயன்

46. பெரியபுராணம், சமாஜப் பதிப்பு, பக். 48–49; மா. இராசமாணிக்கனார், பெரியபுராண ஆராய்ச்சி, பக். 349–54.

படுத்தினர். சமஸ்கிருதத்தைவிட மக்களுக்கு நன்குதெரிந்த ஒரு மொழியைப் பயன்படுத்தியதும் அவர்கள் இலட்சியம் ஈடேறப் பெரிதும் உதவியது.[47]

நாயன்மாரும் ஆழ்வாரும் ஏறத்தாழ இதே வகையிற்றான் தமிழ் மொழியைக் கையாண்டனர். பக்தி இயக்கத்தின் உணர்ச்சிச் செறிவின் காரணத்தை முன்னர் பார்த்தோம். அந்த உணர்ச்சியை வளர்ப்பதற்குச் சம்பந்த சுவாமிகள் 'நற்றமிழ் வல்ல ஞான சம்பந்தராக' அமைந்தார். தேவாரம், திவ்வியப் பிரபந்தம் ஆகியவற்றிலெல்லாம் தமிழ் வெறி சுழித்துச் செல்கிறதை நாம் காணலாம்.[48] சங்கச் சான்றோர் செய்யுட்களிலே காணப்படாத இப்புதிய பண்பு இலக்கியத்திற் புகுந்து கொள்கின்றது.

"நற்றமிழ் வல்ல ஞான சம்பந்தன்"

"பன்னிய நூற்றமிழ்மாலை பாடுவித்து
என் சிந்தைமயக் கறுத்த திருவருளினானை"

"திருநெறிய தமிழ் வல்லவர் தொல்
வினை தீர்தலெளிதாமே"

என்றெல்லாம் முறையே சுந்தரரும் அப்பரும் சம்பந்தரும் தமிழுக்குச் சிறப்பளித்துப் பாடினர்; மொழிப்பற்றை வளர்த்தனர். பல்லவர் கால இலக்கியங்களை நாம் படித்துப் பார்ப்போமாயின், தமிழ் தமிழ் என்னும் ஆவேசக் குரலைக் காதாரக் கேட்கலாம். தெள்ளாறெறிந்த நந்திவர்மன் 'சிவனை மறவாத சிந்தையனா'க மட்டுமின்றிப் 'பைந்தமிழை ஆய்கின்ற கோனா'கவும் பாராட்டப்படுகின்றான்.

"நெடுந்தமிழால் இம்மாநிலத்தோர்க்குரை சிறப்ப"

"மறைகளாய நான்குமென மலர்ந்த செஞ் சொற்
றமிழ்ப்பதிகம்"

"மிக்க சொற்றமிழினால் வேதமும் பாடினார்"

"தமிழ்ச் சொல்லும் வடசொலுந் தாணிழற் சேர்"

"தமிழோசை பாட மறந்தறியேன்"

"தாழ்ந்தெழுந்து தமிழ்வேதம் பாடினர் தாளம்
பெற்றார்"

"தண்டமிழ் நூற் புலவாணர்க் கோரம்மானே"

"கூடலி னாய்ந்தவொண் டீந்தமிழ்"

என்றெல்லாம் பாடலுக்குப் பாடல் தமிழின் உயர்வையும்

---

47. *Ghurye, Caste and Class in India, p. 74;* புலவர் முருகவேள், *op. cit,* ப. 50.

48. க. கைலாசபதி, ஏனிந்தத் தமிழுணர்ச்சி? – தினகரன் தமிழ் விழாச் சிறப்பு மலர், ப. 124.

வலிமையையும் பெருமையையும் பாடினர் சமயக்குரவர். சமண சமயத் தத்துவ நூல்கள் பிராகிருதம், வடமொழி முதலிய திசை மொழிகளிலே இருந்த காரணத்தால் சமணத்தைச் சாடும்போது அம்மொழிகளையுஞ் சாடுதல் இயல்பாயிற்று சமணத்திற்குப் பதில் சைவம் நிலைநிறுத்தப்படவே, வடமொழிக்குப் பதிலாகத் தமிழ்மொழி, தெய்வ மொழியாக உயர்த்தப்பட்டது. நாயன்மார் மூட்டிய தமிழ்மொழி உணர்ச்சியானது இன்றுவரை நின்று நிலவுகிறது என்று எண்ணிப் பார்க்கும்போதும், சைவத்திலிருந்து தமிழைப் பிரிக்க முடியாது என்று பலர் கூறுவதைக் கேட்கும் போதும், பல்லவர்கால மொழி நிலையை எண்ணி வியக்காமல் இருக்க முடியாது.

பொது மக்களைக் கவருவதற்காகவும், ஒற்றுமை உணர்ச்சியை இலகுவில் உருவாக்குவதற்காகவும், எளிய, இனிய, உயிர்த்துடிப்புள்ள மொழியைத் தமது பாடல்களுக்கு ஏற்ற சாதனமாகக் கொண்டனர் அடியார்கள். இன்றுவரை பாமரரும் படித்து உணர்ச்சிவயப்பட வல்லனவாக அவை அமைந்துள்ளன. அதே சமயத்திற் சங்க காலத்திற்குப் பின்னர் மக்கள் பேச்சு வழக்கிலிருந்த சொற்கள், வழக்குகள் ஆகியவற்றையும் அடியார்கள் தமது பாடல்களில் தாராளமாகப் புகுத்தியுள்ளனர் என்பதை நாம் காண முடியும். நன்னூல், வீரசோழியம் போன்ற பிற்கால இலக்கண நூல்களிற்கூட அங்கீகரிக்கப்படாத வழக்குகளையும், பிரயோகங்களையும், தேவாரத்திலே காணலாம். பேராசிரியர் வையாபுரிப் பிள்ளை இதுபற்றிக் கூறியுள்ளது இவ்விடத்திற் பொருத்த மாயிருக்கும்.

> உலக வழக்கை, முந்து நூலோர்கள் நன்கு ஆராய வில்லை யென்பது ஒரு புறமிருக்க, ஆராய வேண்டும் அவசியமில்லை என்ற கருத்தும் கொண்டிருந்தார்கள். ‘உலகமென்பது உயர்ந்தோர் மாட்டே’ என்ற ஒரு நியதியை மேற்கொண்டு விட்டார்கள். தம் கருத்தின்படி உயர்ந்த நூலாசிரியர்களது வழக்குத் தான் இவர்களால் கொள்ளப்பட்டது. பக்தி நூல் களோ இதற்கு முற்றும் மாறான கொள்கையுடையன. தமிழ்ச் சமுதாயத்தில் பல்வேறு திறத்தினரும் எளிதில் உணர்ந்து ஈடுபடும்படி இந்நூல்கள் அமைந்தன.
>
> இன்னிசையோடு பாடுவதற்கு உரியன. எனவே சாதாரண மக்களது சொல் வழக்காற்றைப் பெரிதும் பின்பற்றியன. ஆதலாற் கல்வியாளர்கள் வழங்காத வழக்குகள் இவற்றிற் பெரும்பான்மையாய்க் காணப்படும். இவற்றுள் ஒன்று உன், உன்னை

> என்ற வரிசை. எனவே இலக்கண நூலோர் இவற்றைப் புறக்கணித்து வந்தனர். உயர்ந்த இலக்கிய ஆசிரியர்களும் இவற்றைக் கையாளாது விடுத்தனர். இவ்வழக்குகளுக்குக் கால அடைவில் தகுதி ஏற்பட்டதன் பின்னரே உயர்ந்த இலக்கிய ஆசிரியர்கள் இவற்றை ஆளத் தொடங்கினர்.[49]

பொது மக்கள் பேச்சு வழக்குகளையும், பழமொழிகளையும், நூதனமான சொல்லுருவங்களையும் நாயன்மாரும் ஆழ்வாரும் தமது பாடல்களில் அமைத்து கொண்டனர் என்பது பாரதியாரைப் படித்தவர்களுக்குப் புதுமையாக இருக்க வேண்டியதில்லை. பாரதி சொன்னான்: "எளிய பதங்கள், எளிய நடை, எளிதில் அறிந்துகொள்ளக்கூடிய சந்தம், பொது ஜனங்கள் விரும்பும் மெட்டு, இவற்றினையுடைய காவியமொன்று தற்காலத்திலே செய்துதருவோன் தாய்மொழிக்குப் புதிய உயிர் தருவோனா கின்றான்" என்று.[50] சம்பந்தர் மாணிக்கவாசகர் முதலியோர் அக்கால நாட்டுப் பாடல்களிலிருந்து எத்தனையோ பாடல் வடிவங்களையும் வண்ணங்களையும் ஓசை நயங்களையும் பெற்றுள்ளனர் என்பது யாவரும் ஒப்பமுடிந்த உண்மையாகும்.

இவ்வாறு சாதாரண மக்களுக்கும் விளங்கும் மொழியை உபயோகித்த அதே சமயத்தில் அதற்கு வலிமை உண்டென்பதை நிலைநாட்ட அதற்குத் தெய்வத்தன்மை கூறினர். ஞால மளந்த மேன்மைத் தெய்வத் தமிழ், அசைவில் செழுந் தமிழ், மறைவிலங்கு தமிழ், தவம் மல்கு தமிழ், திருநெறிய தமிழ், அருள்மாலைத் தமிழ், விலையுடைய அருந்தமிழ், இந்தமிழ், இறையெழுது மொழி, ஞாலமிக்க தண்டமிழ் என்றெல்லாம் முன் எப்பொழுது மில்லாத வகையிலே தமிழ் அடைமொழிகளைப் பெற்றது. சம்பந்தர் தன்னைப்பற்றிக் கூறுமிடத்து, நற்றமிழ் ஞானசம்பந்தன், அருந்தமிழ் ஞானசம்பந்தன், தமிழ் நாதன் ஞானசம்பந்தன், தமிழ்நாடு ஞானசம்பந்தன், சீரார் தமிழ் ஞானசம்பந்தன், செந்தமிழின் விரகன், தமிழ்க்கிழமை ஞானன், செந்தமிழான், நல்ல செந்தமிழ் வல்லவன் ஞான சம்பந்தன், வித்தக மறைமலி தமிழ் விரகன், தகுதமிழ் ஞானசம்பந்தன், உரைசெய் தமிழ் ஞானசம்பந்தன், பாரினர் தமிழ் ஞானசம்பந்தன் என்றெல்லாம் தமிழையுந் தன்னையுஞ் சேர்த்தே பாடுகின்றார். இதுபற்றித் திரு. அ.ச. ஞானசம்பந்தன், தேசிய இலக்கியம் என்னும் நூலிற் குறிப்பிடுவது நோக்கத்தக்கது:

---

49. எஸ். வையாபுரிப் பிள்ளை, சொற்களின் சரிதம், ப.40; துரைசாமிப் பிள்ளை, *op. cit.*, பக். 96–97, 162–63, 233.

50. சுப்பிரமணிய பாரதியார், முகவுரை, பாஞ்சாலி சபதம்.

தமிழ் முரசு கொட்டித் தமிழ்க் கொடி ஏந்தித் தமிழ்க் கவிதையால் தமிழ்க் கடவுளைப் பாடி, தூங்கும் தமிழினத்தைத் தட்டி எழுப்பின வீரத்தமிழர் ஒருவர் உண்டு என்றால், அவர் ஞானசம்பந்தரல்லாமல் வேறு யார்?

இனப்பற்று என்று கூறுவதிலும் மொழிப்பற்று எனக் கொள்வதே வரலாற்று அடிப்படைக்கு ஏற்ப அமைவதாம். எனினும் திரு. ஞானசம்பந்தன் கூறுவது போலப் "போரை வெற்றியுடன் நடத்தித்" தமிழர் (சைவர்) உள்ளத்திலே ஆட்சி செலுத்தினார் அவர்.

இத்தகைய தமிழ்ப்பற்றினாலும் வித்தகத்தினாலும் சங்கமருவிய காலப்பகுதியிலே தமிழுடன் ஏற்படுத்திக் கொண்ட நெருங்கிய தொடர்பை அறுக்கவும் முனைந்தனர் சைவர்கள் என நாம் கொள்ளலாம். தமிழ் இறை மொழியாகவே, அதனைப் பேசிய ஒவ்வொருவனும் இறைவனுடன் நேரடியான தொடர்புகொள்ள வாய்ப்பு ஏற்பட்டது. பொதுமக்கள் தமக்கும் உலகில் உன்னதமான ஓரிடமுண்டு என்று எண்ணலாயினர். பக்தியின் அடிப்படையே அது தானே. சலம் பூவொடு தூவுவது மட்டுமன்றித் தமிழோடிசை பாடவும் அதன் பயனாகத் தலைவன் தாள் தலைப்படவும் அவர்களுக்கு வாய்ப்பு ஏற்பட்டது. இருந்தும், நடந்தும், கிடந்தும் சிவனை மறவாத சிந்தையராக இருக்க வழிபிறந்தது. 'வையத்துள் வாழ்வாங்கு வாழ' வழி கூறிவந்த சமணம் திடீரெனத் தன் செல்வாக்கை யிழந்தது.

சமயம், மொழி ஆகியவற்றைப் பார்த்தோம். இறுதியாகக் கல்வித்துறையை நோக்குவோம். சங்கமருவிய காலத்திலிருந்து தமிழகக் கல்வித் துறையில் சமணம் முதலிடம் வகித்து வந்தது. துறவிகள் சாத்திரதானம் செய்வதை அறமெனக் கொண்டொழுகி வந்தனர்.[51] பதினெண் கீழ்க்கணக்கு நூல்களைப்பற்றி முன்னர்க் கூறியுள்ளோம். சமணப்பள்ளிகளைப் போலச் சைவர்கள் மடங்கள் நிறுவத் தொடங்கினர். ஒழுக்கத்தை வற்புறுத்திய சமணசமயச் சார்புள்ள கல்வி முறையை மாற்றியமைத்தனர்.

உள்ளநிறை கலைத்துறைகள் ஒழிவின்றிப் பயின்றவற்றால்
தெள்ளிவடித் தறிந்தபொருள் சிவன் கழலிற் செறிவென்றே
கொள்ளு முணர்வினில் . . .[52]

சிறார்கள் பயில வழிவகைகள் பிறந்தன. இந்தச் சந்தர்ப்பத்திலும் ஆறுமுக நாவலர் போன்றார் சைவக் கல்வியை வளர்க்க முயன்ற

51. வேங்கடசாமி, *op. cit.*, ப. 41.

52. பெரியபுராணம் 3668.

செயல், நாயன்மார் செயலுடன் ஒப்புநோக்கத்தக்கது. நாயன்மார் நாட்டிய பக்தி இயக்கத்தின் விளைவால் 'பள்ளிக்கூடக் கல்வி' மட்டும் புதிய வடிவம் பெறவில்லை. புலன்களைக் கட்டுப்படுத்த வேண்டும் என்னும் சமணப் பிரசாரத்தின் விளைவாக – நாலடியார் போன்ற அறநூல்களின் போதனை காரணமாக – பெண்களும், புலனுணர்ச்சியைத் தொடும் லளித (நுண்கலைகளும்) கலைகளும் அடங்கி உறங்கிக் கிடந்தன. பக்தி மார்க்கத்தின் பயனாகப் புலனுணர்வுகள் மீண்டும் 'புத்துயிர்' பெற்றன. கலைகள் கல்வி முறையில் இடம்பெற்றன. "கருகு குழன்மடவார்பாடும் கடிகுறிஞ்சியும்," "கழனிமிகு கடைசியர்கள் பாடல்விளை யாடலரவமும்," "கலையினொளி மங்கையர்கள் பாடலொலி ஆடல்கவினும்," "செந்தமிழ்க் கீதமும்" தேச முழுவதும் செழித்தன. அறுபத்து மூன்று நாயன்மாருட் பலர் இசை வல்லுநராகக் காணப்படுகின்றனர். தம்பிரான் தோழராகிய நம்பியாரூரரின் காதலியார் சங்கிலி நடனக்கலை வல்லார். இத்தகைய சூழ்நிலையில் ஓவியம், சிற்பம் முதலிய கவின்கலைகள் துரித வளர்ச்சியடைந்தன. தருமசேனர் என்னும் பெயரில் முன்னர் வாழ்வைத் துறந்திருந்த நாவுக்கரசர் கலைவடிவிற் றிகழ்ந்த அம்பலக் கூத்தன் அழகு காண "மனிதப் பிறவியும் வேண்டுவதே இந்த மாநிலத்தே' என்று பாடினார். அதுவே பல்லவர் காலத்தில் நாயன்மார் உபதேசித்த தாரக மந்திரமாகவும் அமைந்தது. அதைப் பெறுவதற்காகவே நாயன்மார் வெம்மையும் தண்மையும் சேர்ந்த உணர்ச்சிப் பிரவாகமான பக்தி இயக்கத்தை வளர்த்தனர். அதிலிருந்துதான் சைவசித்தாந்தமே உரம் பெற்று உன்னதமான உண்மை நெறியாயிற்று.

அறமும் அரசியலும்

ஐம்பெருங்காப்பியம் என்று வழங்கும் நூல்களுக்குள்ளே காலத்தால் முற்பட்டன 'இரட்டைக் காப்பியம்' எனப்படும் சிலப்பதிகாரமும் மணிமேகலையுமாம். வீரயுகத்திற்குப் பின்னர்த் தோன்றிய பேரிலக்கியங்களில் இன்று முழுமையாக எஞ்சியிருப்பன இவ்விரண்டுமே. இவற்றுடன் முன்பின்னாகத் தோன்றிய தகடூர் யாத்திரை பெரும்பகுதி மறைந்துவிட்டது. காவிய இலக்கணம் தமிழிலே வந்து புகுமுன்னரே தோன்றிய காரணத் தால் சிலம்பையும் மேகலையையும் "காப்பியம்" எனக் கொள்ளாது தொடர் நிலைச் செய்யுள் என்பர். ஆயினும் தொடர்நிலை என்னும் வழக்கும் முதன் முதலிலே தண்டியலங்காரத்தில் தான் காணப்படும். இவ்விரு நூல்களின் ஆசிரியரும் தத்தம் படைப்பைப் பாட்டு என்றே கூறியமைந்தனர்.

சிலப்பதி காரம் என்னும் பெயரால்
நாட்டுதும் யாம் ஓர் பாட்டுடைச் செய்யுள்

என்று சிலப்பதிகாரப் பதிகமும்,

மாவண் தமிழ்த்திறம் மணிமே கலைதுறவு
ஆறைம் பாட்டினுள் அறியவைத் தனனென்

என்று மணிமேகலைப் பதிகமும் கூறும். பேராசிரியர் எஸ். வையாபுரிப் பிள்ளை, இவ்விரு நூல்களும் கி.பி. எட்டாம் நூற்றாண்டளவிலே தோன்றின என்றும், '750 முதல் 1000 வரையுள்ள காலப் பகுதியாகிய முற்காவிய காலத்தை'ச் சேர்ந்தன என்றும் வாதிடுவர். வடமொழிச் செல்வாக்கினைத் தமிழிலே கண்டு காட்டுவதிற் பெரிதும் ஈடுபாடுடைய அவர்

இங்கும் அம்முறையினைக் கடைப்பிடித்து, வடமொழிப் பரத சாஸ்திரம், பஞ்ச தந்திரம் முதலாய நூல்களுக்குக் காலத்தாற் பிற்பட்டது சிலப்பதிகாரம் எனக் காட்ட முயல்வர்.[1] பல வழிகளில் சிறந்த ஆராய்ச்சியாளராக விளங்கிய அன்னார் தான் வகுத்துக்கொண்ட "காவிய காலம்" என்னும் காலப்பிரிவிற்குள் (கி.பி. 750–1200) பெருங்காப்பியங்கள் யாவற்றையும் அடக்க முற்பட்டதன் அனர்த்தமே மேற்கூறிய முடிவு எனலாம். காலவாராய்ச்சியிலே நுண்ணிய உயர்ந்த ஆழ்ந்த கருத்துக்கள் பலவற்றைப் பிரசித்தப்படுத்திய அப்பேரறிஞர் தமிழ்நாட்டுச் சமூக வளர்ச்சியைச் சிறிது கூர்ந்து நோக்கியிருப்பரேல் இத்தவறான முடிவிற்கு வந்திரார். இரட்டைக் காப்பியங்கள் வீரயுகத்தை (சங்ககாலத்தை) அடுத்த காலப்பகுதியிலே தோன்றியிருத்தல் வேண்டும் என்னும் கருத்தையும் நிராகரித்திருக்க மாட்டர்.

மணிமேகலையைப் பற்றிக் குறிப்பிடும் இலக்கிய வரலாற்றாசிரியர் பலரும் அதிற்காணப்படும் சமயப் பிரசாரத்தை விதந்து கூறியுள்ளனர். பௌத்தக் காப்பியமான அது, "பிற சமயங்களை இகழும் நோக்கமும் கொண்டது" எனபர் தெ.பொ. மீனாட்சி சுந்தரனார்.[2] சாத்தனாரைவிடக் கவித்துவத்திற் சிறந்து விளங்கும் இளங்கோ அடிகளும் சமணக் கொள்கையைப் பின்பற்றியே தனது பேரிலக்கியத்தை இயற்றியுள்ளனர். இவ்விரு நூல்களும் தத்துவங்களை இலக்கியமாக்கியுள்ளன என்பதை மறுப்பவர் இலர். அந்த வகையில் பிற்காலத்தெழுந்த காவியங்களுக்கு இவை வழிகாட்டிகள் எனலாம். இவ்விடத்திலே எத்தகைய தத்துவங்கள் என்ன வகையிலே இந்நூல்களில் இடம்பெற்றுள்ளன என்பதே எமது ஆராய்ச்சியாகும்.

சமண பௌத்த கருத்துக்கள் சான்றோர் செய்யுட்களிலே ஆங்காங்கு காணப்படுகின்றன. ஆயினும் அக்காலத்திலே அவை பெருவழக்குடையனவாக இருந்திருக்க முடியாது.[3] புறநானூற்றிலிருந்து ஒருதாரணம் பார்க்கலாம்; பண்டைத் தமிழரின் பரந்த உளப்பாங்கிற்குச் சான்றாகப் பலராலும் அடிக்கடி எடுத்தாளப்படும் செய்யுள்.

யாது மூரே யாவருங் கேளிர்
தீதும் நன்றும் பிறர்தர வாரா
நோதலுந் தணிதலு மவற்றோ ரன்ன
சாதலும் புதுவ தன்றே வாழ்தல்
இனிதென மகிழ்ந்தன்று மிலமே முனிவின்
இன்னா தென்றலு மிலமே மின்னொடு
வானந் தண்டுளி தலைஇ யானாது

1. எஸ். வையாபுரிப் பிள்ளை, காவிய காலம், பக். 114–141
2. தெ.பொ.மீ., சமணத் தமிழ் இலக்கிய வரலாறு, பக். 86.
3. சு. வித்தியானந்தன், தமிழர் சால்பு, ப. 149.

கல்பொரு திரங்கு மல்லற் பேர்யாற்று
நீர்வழிப் படூஉம் புணைபோ லாருயிர்
முறைவழிப் படூஉ மென்பது திறவோர்
காட்சியிற் றெளிந்தன மாகலின் மாட்சியிற்
பெரியோரை வியத்தலு மிலமே
சிறியோரை யிகழ்த லதனினு மிலமே.[4]

கணியன் பூங்குன்றன் யாத்த இப்பாடல் முழுவதும் பலருக்குத் தெரிந்திருக்க நியாயமில்லை. ஏனெனில் பாடலின் முதலடியே பெரிதும் எடுத்தாளப்படுவது. எனவே பாடற் பொருளைப் பார்ப்போம்: 'எமக்கு எல்லாம் ஊர்; எல்லாரும் சுற்றத்தவர்; நன்மையும் தீமையும் தாமே வருவனவன்றிப் பிறர்தர வருவனவல்ல. அவ்வாறே நோதலும் அது தீர்தலும் தாமே வருவன; சாதலும் புதிதன்று; வாழ்தலே இனிதென்று விரும்பியதுமிலம்; வெறுப்படைந்து அது இன்னாதது என்றும் கூறிற்றிலம். மின்னலுடனே விசும்பு குளிர்மையான துளிகளைப் பெய்தலால் கல்லை அலைத்துப் பாயும் வளவிய பேராற்றின் நீர் வழியே மிதந்து போகும் மிதவைபோல அருமை மிக்க உயிரானது ஊழின் வழியே படுமென்பது நல்லோத்துக்களினாலே அறிந்தோம்; ஆதலின் நன்மையால் மிக்கவரை பாராட்டுதல் செய்யோம்; சிறியோரைப் பழித்தலுஞ் செய்யோம்.'

சமண சமயத் தத்துவத்திலே அநுபிரேஷை அல்லது ஆழ்ந்து தியானித்தல் என்றொன்றுண்டு. உண்மையை அறிந்துகொள்ள இது ஏதுவாகும்.[5] உலகம் நிலையற்றது; ஊழ்வினைப் பயனை அடைவதை எவரும் தடுத்தல் இயலாது; வினைப்பயனை அனுபவித்து அறுத்திடுதல் வீடாகும். எமது செய்கைகளும் அவற்றினால் இம்மையிலும் மறுமையிலும் வரும் இன்ப துன்பங்களுக்கும் நாமே பொறுப்பாளிகள்; பொருள்களின் உண்மையை அறிந்துகொள்வது நன்ஞானம்; இவ்வாறெல்லாம் மனத்திற் கொண்டொழுகுவதற்குத் தியானம் அத்தியாவசியமாகும். இதுவே பூங்குன்றனாரின் செய்யுளின் உள்ளீடு என்பது எளிதிற் புலனாகும். இது சமண சமய தத்துவம் என்பது, இதே கருத்தினைச் சீவக சிந்தாமணியாசிரியர் ஆண்டிருப்பதனாலும் உறுதிபெறும். நாமகளிலம்பகத்திலே சச்சந்தன் கூற்றாகப் பின்வரும் செய்திகள் அமைந்துள்ளது.

சாதலும் பிறத்த றானுந் தம்வினைப் பயத்தினாகும்
ஆதலு மழிவு மெல்லா மவைபொருட் கியல்பு கண்டாய்
நோதலும் பரிவுமெல்லா நுண்ணுணர் வின்மை யன்றே
பேதை நீ பெரிதும் பொல்லாப் பெய்வளைத் தோளியென்றான்

4. புறம். 192.

5. *Jaini, Outlines of Jainism. pp. 97-8.*

சான்றோர் செய்யுட்களிலே மேற்கண்டவாறு சமண சமயக் கருத்துக்கள் இடம்பெற்றிருப்பினும் அவை செல்வாக்குப் பெற்றிருந்தன எனக் கூறமுடியாது. பழைய குலமரபுக் குழுக்கள் தம்முள் முட்டிமோதிய போரின் விளைவாக வர்க்கங்கள் தோன்றிக் கொண்டிருந்த நிலைமையையே பெரும்பாலான சான்றோர் செய்யுட்கள் பிரதிபலிக்கின்றன. "அகிம்சா பரமோதர்ம" எனச் சாந்தியும் சமாதானமும் போதித்த சமணத் துறவிகளுக்கு வீரயுகத்திலே வரவேற்பு இருந்திருக்க முடியாது. ஆனால் இப்போர் களின் முடிவிலே அரசு எனப்படும் நிறுவனந் தோன்றிய பொழுது, அந்நிறுவனத்தின் வளர்ச்சிக்கும், அந்நிறுவனத்தைத் தாங்கிய வர்க்கத்தின் நிலைபேற்றிற்கும் அமைதி அவசியமாயிருந்தது. கொல்லுந் தொழிலினாலே நிறுவப்பட்ட அரசுகள் செழித்து வளருவதற்குக் கொல்லாமை உதவியாயிருந்தது. அது மட்டுமன்று. போர்களின்போது நடைபெற்ற கொள்ளை, செல்வச் செழிப்பு ஆகியவற்றினடிப்படையிலும், போரிற் கைப்பற்றப்பட்டவர்கள் அடிமைகளாகத் தொழில்செய்ய நேர்ந்த முறையிலும் புதியதொரு சமுதாய மாற்றம் ஏற்பட்டது. சங்கச் சான்றோரியற்றிய அகப்பாடல்களிலேயே பொருட்செல்வத்தைத் தேடியலைந்த 'வீர புருஷர்' காணப்படுகின்றனர் அன்றோ! 'வினையே ஆடவர்க்கு உயிர்' என்று கூறபடுவதெல்லாம் பொருள்வயிற் பிரிந்த தலைவரைப் பற்றியேயென்பது மனங்கொளத்தக்கது. உலக வரலாற்றில் இந்நிலைபற்றி ஏங்கல்ஸ் சுருக்கமாகக் கூறுகின்றார்:

> பொருட் செல்வம் வேகமாக அதிகரித்தது. ஆனால் தனிப்பட்டவர்களுடைய செல்வமாக இது இருந்தது. துணி நெய்வது, உலோகங்களை உருக்கி வார்த்துப் பொருள்களாகச் செய்வது முதலிய கைத்தொழில்களும் இவை போன்ற பிற தொழில்களும் மேலும் மேலும் சிறப்பான திறமை வாய்ந்த தொழில்களாயின. அந்நிலையிலே படைக்கப்பட்ட பொருள்களின் தரமும் கலைத் திறனும் உயர்ந்தன; பல்வேறு வகையான இச்சிறப்புத் தன்மைபெற்ற தொழில்களே ஒரு மனிதன் செய்தல் முடியாத காரியமாயிற்று. இரண்டாவது மாபெரும் வேலைப் பிரிவினை இந்நிலையில் நிகழ்ந்தேறியது. விவசாயத்திலிருந்து கைத்தொழில்கள் வேறாகிப் பிரிந்தன;... விவசாயம், கைத்தொழில் என்னும் இரு துறைகளாக உற்பத்தியிற் பிரிவினை உண்டாகியதைத் தொடர்ந்து, பொருள்களை விற்பனைக்காக உற்பத்தி செய்யும் முறை தோன்றியது. அதாவது சரக்கு உற்பத்தி ***(Commodity Production)*** முறை பிறந்தது. சிறப்பாகப் பரிவர்த்தனைக்காக என்றே

சரக்குகளில் கணிசமான பகுதியை உற்பத்தி செய்யும் நிலைமை வளர்ந்தது. நாளடைவில் தனித்தனி உற்பத்தியாளரிடையே பரிவர்த்தனை நடப்பது பெருகிப் போய், ஒரு குறிப்பிட்ட கட்டத்தை அடைந்தவுடன், பரிவர்த்தனையாவது சமுதாயத்திற்கு இன்றியமையாத அடிப்படைத் தேவையாகிவிட்டது. அத்துடன் வியாபாரஞ் செய்வதும் உடனிகழ்ச்சியாக அமைந்தது. ஒரு மூன்றாவது வேலைப் பிரிவினையும் வந்து சேர்ந்தது; அதாவது உற்பத்தியிலே பங்குபற்றாமல் உற்பத்தி செய்த பொருள்களைப் பரிவர்த்தனை செய்வதில் மட்டும் ஈடுபடும் வர்க்கம் சிருஷ்டிக்கப்பட்டது. அந்த வர்க்கந்தான் வணிக வர்க்கமாகும்.

ஏங்கல்ஸ் விவரிக்கும் மாபெரும் வேலைப்பிரிவானது, நகரத்திற்கும் நாட்டுப்புறத்திற்குமிடையே வேறுபாட்டை அதிகப்படுத்தியது என்பதனையும் நாம் மறத்தலாகாது. வணிக வர்க்கம் நகரத்தைக் களமாகக் கொண்டது. தமிழ்நாட்டைப் பொறுத்தளவில் முசிறி, காவிரிப்பூம்பட்டினம், மதுரை முதலிய பட்டினங்களிலும் நகரங்களிலும் மேற்கூறிய வணிக வர்க்கம் தழைக்கத் தொடங்கியது எனலாம்.

இவ்விடத்தில் ஒன்று கூறத்தோன்றுகிறது. பழந்தமிழ் நாட்டுப் பட்டினங்களைப் பற்றிக் குறிப்பிடுவோர் கொற்கையைக் குறிப்பிடுவது குறைவு. 'பத்தோடு பதினொன்றாக' அதனைப் போகிற போக்கிற் குறிப்பிட்ட ஆசிரியர்களே அநேகர். கொற்கை தனக்குரிய முக்கியத்துவத்தை இதுவரை பெற்றுள்ளது எனபதற்கில்லை. எனினும் அண்மைக்கால அகழ்வாராய்ச்சிகள் கொற்கை, மிகப் பழங்காலத்திலிருந்தே வணிகப் பட்டினமாக விளங்கி வந்துள்ளமைக்கும் பல சான்றுகளைக் கண்டுள்ளன. தமிழ்நாட்டில் வணிக வர்க்கத்தின் கையோங்கிய காலப்பகுதியில் கொற்கையிலும் அவர்கள் சிறப்புற்றிருந்திருப்பர் எனக் கருதுதல் தவறாகாது. ஏறத்தாழக் கி.மு. ஏழாம் நூற்றாண்டிலேயே கொற்கை முக்கியமான பதியாக உருப்பெறத் தொடங்கிவிட்டது. வீரயுகத்தின் கடைக் காலத்தைப் பிரதிபலிக்கும் பத்துப்பாட்டு இதனைக் காட்டும். பட்டினப்பாலை, மதுரைக் காஞ்சி முதலிய பாட்டுக்களில் வணிகரைப்பற்றிய குறிப்புக்கள் முதன் முறையாக நீண்ட அளவிற் காணப்படுகின்றன.

தமிழிலக்கியங்களில் மாத்திரமன்றி, வடமொழி நூல்களிலும் காவிரிப்பூம்பட்டினத்தைப் பற்றிய மதிப்பு வாய்ந்த வருணனைகள் காணப்படுகின்றன. ஒருதாரணங் காட்டலாம்: கி.பி. ஐந்தாம் நூற்றாண்டிலே வாழ்ந்த புகழ்பூத்த பௌத்த மத அறிஞரும்

கவிஞருமான புத்ததத்தர் காவிரிப்பூம்பட்டினத்து விகாரை ஒன்றிலே தங்கியிருந்து பாகத் மொழியில் அபிதம்மாவதாரம் என்னும் நூலை இயற்றினர். அக்காலத்தில் அந்நகரிருந்த நிலையைத் தமது நூலில் அவர் குறிப்பிட்டார்:

> விழுமிய குடிப்பிறந்த ஆண் பெண் பாலர் இந்நகரத்தில் வசிக்கின்றனர். பல்வேறு அம்சங் களிலும் நிறைவுடைய இந்நகர் கவினுடையது; காட்சிக்கினியது. விலையுயர்ந்த மணிக்கல் முதலிய பல்வகையான பொருட்களை விற்கும் பல அங்காடிகள் இங்குள்ளன. வாயிற்கோபுரங்களமைந்த உயர்ந்தோங்கிய விசாலமான மாளிகைகள் நிறைந்தது இந்நகரம். எல்லா வழிகளிலும் செல்வம் செழித்த பதி இது என்றே கூற வேண்டும்.

வீரயுகத்தின் இறுதிக் காலத்தில் தமிழ்நாடு பிற நாடுகளுடனும் வணிகஞ் செய்யத் தொடங்கியது. யவனரின் கலங்கள் பொன்னைக் கொணர்ந்து மிளகை எடுத்துச் சென்றன.[6] காவிரிப்பூம்பட்டினத்தை "மூட்டாச் சிறப்பிற் பட்டினம்" என்று பட்டினப்பாலை வருணிக்கும்.[7] இந்நகரங்களிலிருந்த வணிகர், 'கொலை கடிந்துங் களவு நீக்கியும்[8]' வாழ்கின்றனர் என்று பட்டினப்பாலை கூறுகின்றது. தொடக்கத்திலிருந்தே சமண சமயம் வணிகருக்கு உகந்த சமயமாக இருந்து வந்துள்ளது. அன்றும் இன்றும் கொல்லாமையைக் கடைப்பிடிக்கும் ஒருவன் வணிகத் தொழிலொன்றையே திறம்படச் செய்ய முடிகிறது.

சான்றோர் செய்யுட்களிலே தோற்ற நிலையிற் காணப்படும் வணிக வர்க்கமானது, சில நூற்றாண்டுகளிலே பெருவளர்ச்சியுற்றுச் சமுதாயத்தின் தலையாய வர்க்கமாக விளங்கியது. அதன் விளைவாக, அதாவது வணிகத்தின் பயனாக வணிக வர்க்கத்தினர் அரசியலிலும் சமூகத் துறையிலும் மேம்பாடெய்தினர். எய்தவே, அவர்களது ஒழுகலாறாகிய சமணமும் பெருஞ்சிறப்புற்றது. இதற்கெல்லாம் அடிப்படை, வணிக மக்களது நகர வாழ்க்கையும் அதன் மூலமாக நாட்டையும் நாடாள்வோனையும் அவர்கள் தமது செல்வாக்கிற்குள் வைத்திருந்ததுமேயாகும்.

> கம்ப மில்லாக் கழிபெருஞ் செல்வர்
> ஆற்றா மாக்கட் காற்றுந்துணை யாகி
> நோற்றோர் உறைவதோர் நோனகர்[9]

என்று சாத்தனார் காவிரிப்பூம்பட்டினத்தை வருணிக்கின்றனர்.

6. அகம். 149.
7. பட்டினப். 218.
8. பட்டினப். 199.
9. மணிமேகலை 17. 63–5.

வகைதெரி வறியா வளந்தலை மயங்கிய
அரசுவிழை திருவின் அங்காடி வீதியும்[10]

என்றும்,

செவ்வி பார்க்குஞ் செழுங்குடிச் செல்வரொடு
வையங் காவலர் மகிழ்தரும் வீதியும்[11]

என்று இளங்கோ அடிகள் மதுரையை வருணிக்கின்றார். இதே காதையிலே இரத்தினக் கடைத்தெரு கூறுமிடத்தே 180–200 அடிகளிலே நவமணிகளின் தன்மை கூறப்படுவதும் நோக்கத் தக்கது.

இத்தகைய செல்வச் செழிப்பின் மத்தியிலே சமுதாயச் சிக்கல்களும் முரண்பாடுகளும் ஏற்படலாயின. சிலப்பதிகாரமும் மணிமேகலையும் காட்டும் மாந்தரைப் பார்க்கும்போது பட்டினப்பாலையிலும், மதுரைக்காஞ்சியிலும் யாம் கண்ட செல்வநிலை பன்மடங்கு அதிகரித்ததுடன் சீரழிவுபெறும் ஒரு நிலையையும் காணக்கூடியதாயுள்ளது எனலாம். இந்நிலையிலேயே சமணமும் பௌத்தமும் வாழ்க்கைக்கு மருந்துகூற முனைகின்றன. ஒருவர் இருவரல்ல. சமுதாய முழுவதுமே நெருக்கடியில் ஆழ்ந்திருந்தது. இந்நிலையினைத் தனிப்பாடல்களிற் பாடுதல் பொருந்தாது. எனவேதான் தனிநிலைச் செய்யுளன்றித் தொடர்நிலைச் செய்யுள் தோன்றுகின்றது. உதாரணமாகச் சிலம்பு தனிமனிதனொருவனது வாழ்க்கையையோ, வாழ்க்கைச் சம்பவங்களையோ மட்டும் கூறுவதன்று. பட்டினப்பாலையும், பொருநராற்றுப்படையும் அவ்வாறே வீரபுருஷனான கரிகாலன் புகழைப் பாடின, ஆனால் இளங்கோவின் தொடர்நிலைச் செய்யுளில், கண்ணகி, மாதவி, தாய் தந்தையர், மன்னன், பொற்கொல்லன், சமணத் துறவி முதலியோர் முக்கியத்துவம் பெறுகின்றனர். குடிமக்களும் தோற்றமளிக்கின்றனர். ஆகவே தனிமனிதனுக்கின்றித் தமிழ்ச் சமுதாயத்திற்கே பொதுவான சில பிரச்சினைகள் பாட்டில் அலசப்படுகின்றன. தத்துவம் அதற்கு அடிநிலையாக அமைகின்றது. பல பிரச்சினைகளை உள்ளடக்கி இவ்விரு இலக்கியங்களும் எழுந்தமையாலேயே இன்று வரை பலவிதமான கண்ணோட்டங்களுக்கும் விளக்கங்களுக்கும் இவை இடந்தருவனவாயுள்ளன.

இரு நூல்களும் இரு சமயங்களைப் போதித்தன என்று கூறுதல் போதுமானதன்று. ஒவ்வொரு குறிப்பிட்ட தத்துவத்திற்கேற்ப மனித வாழ்க்கை அமைகின்றது என்பதனைக் காட்ட இரு நூல்களும் முயல்கின்றன. உதாரணமாக ஊழ்வினை உருத்து வந்து

10. சிலப் 14: 178–9.

11. சிலப். 14: 144–5.

ஊட்டும் என்பது இரு நூல்கட்கும் பொதுவான நம்பிக்கையாகும். புத்தசமயச் சார்பினால் ஏது நிகழ்ச்சி வாய்க்கப்பெற்றுத் துறவறத்தில் நின்று பவத்திறம் அறுக எனப் பாவை நோற்றது மணிமேகலை காட்டும் மனித வாழ்வும் இலட்சியமுமாம். அரசியல் பிழைத்த அரசன் அழிவான், பத்தினியை உயர்ந்தோர் ஏத்துவர் என்பன சிலம்பு வற்புறுத்தும் நம்பிக்கைகள். இத்தகைய கருத்துக்களைத் தூர நின்று அறிவுரைகளாகப் போதனைச் செய்யலாம். (பதினெண் கீழ்க்கணக்கு நூல்களைப்போல) மனித உணர்ச்சிகளும் உலகியலும் பொருந்திய நெடுங்கதைகளாகக் கூறினர் இரு புலவர்களும். இது தற்செயலாக நடந்த நிகழ்ச்சி அன்று. தத்துவத்தின் ஒளியில் வாழ்க்கை முழுவதையும் விளக்க முனைந்ததன் பயனாகும்.

சிலப்பதிகாரம் பற்றி எழுதிய எண்ணற்ற அறிஞருள் சிலர் அதற்கும் வணிக மக்களுக்குமுள்ள நெருங்கிய பிணைப்பைச் சுட்டிக்காட்டியுள்ளனர். உதாரணமாக, “இது வணிக மக்கள் சிறப்படைந்த காலத்துக் காப்பியம் ஆகலாம்” என்பார் தெ.பொ.மீ.[12] அது உண்மையே. அதே சமயத்தில் வணிகருக்கும் சிலம்பின் தத்துவத்திற்கும் என்ன சம்பந்தம் என்பது போன்ற கேள்வியையும் எழுப்புதல் வேண்டும்.

பதிகத்தில் மட்டுமன்றி நூலினுள்ளும் பல சந்தர்ப்பங்களிலே இளங்கோ ஊழின் வலிமையும் இயல்பையும் அழுத்திக் கூறியுள்ளார்.

> வினைவிளை கால மாதலின் யாவதும்
> சினையலர் வேம்பன் தேரானாகி[13]

எனவும்,

> வினைவ உம்மைந் துருத்த காலைச்
> செம்மையி லோர்க்குச் செய்தவம் உதவாது[14]

எனவும்,

> செய்வினை வழித்தாய் உயிர்செலு மென்பது
> பொய்யில் காட்சியோர் பொருளுரை யாதலின்[15]

எனவும் எடுத்துரைப்பர். இளங்கோவிற்கு முன்னோரான பொய்யில் புலவரும் ஊழ்பற்றித் திடமாகக் கூறினர்.

> ஊழிற் பெருவலி யாவுள மற்றொன்று
> சூழினும் தான்முந் துறும்[16]

---

12. தெ.பொ.மீ., சமணத் தமிழ் இலக்கிய வரலாறு, ப. 69.
13. சிலப். 16: 148–9.
14. சிலப். 23: 171–2.
15. சிலப். 28: 167–8.
16. குறள் 38: 10.

இவ்வாறு வணிகரது தனிப்பெருஞ் சமயமான சமணத்திற்கும் ஊழ் என்னும் கோட்பாட்டிற்கும் உள்ள தொடர்பின் அடிப்படை யாது? மனிதர்களின் பௌதீக வாழ்க்கை நிலைமைகள்தான் அவர்களின் உணர்வை நிர்ணயிக்கின்றன என்ற மார்க்சின் கூற்றை நாமறிவோம். இதற்கு உதாரணமாக விளக்கந் தருகின்றார் ஏங்கல்ஸ்.

"கல்வின் *(Calvin)* போதித்த சமயக் கருத்துக்கள் அன்றைய பூர்சுவாக்களிலே துணிவும் முயற்சியுமுள்ள பகுதியினருக்கு ஏற்றனவாயிருந்தன. அவர் நிறுவிய ஊழ்வினை என்ற கோட்பாடு குறிப்பது யாது? போட்டி மயமான வர்த்தக உலகத்தில் வெற்றி தோல்விகள் தனிப்பட்டவரின் செயல்களையோ திறமையையோ பொருத்தவையல்ல, அவனுடைய சக்திக்கு அப்பாலுள்ள சூழ்நிலைகளைப் பொருத்துள்ளது என்னும் பௌதீக உண்மைதான் ஊழ்வினை என்னும் மதக் கோட்பாடாக வெளியிடப்படுகிறது."[17]

வர்த்தகத் தொழிலிலே ஏற்ற இறக்கங்கள் சகஜம். வர்த்தகமும் போட்டியும் உடன் பிறவிகள். பெரிய வியாபாரியைக்கூடச் சில சமயங்களில் நெருக்கடி விழுங்கிவிடுகின்றது. இது அவர்கள் எதிர்பாராத விஷயம். ஆகவே யாவரையும் ஆட்டிப் படைக்கும் சக்தி ஒன்று அதாவது விதி, ஊழ் என்பன இருப்பதாக நம்பு கிறார்கள். சில சந்தர்ப்பங்களிலே திறமையற்றவனும் நன்கு வெற்றி ஈட்டிக் கொள்கின்றான். இதுவும் ஊழ்வினைப் பயன் என்று கருதப்படுகிறது. வள்ளுவர் தத்ரூபமாக இதனைக் கூறுகிறார்.

ஆகூழால் தோன்றும் அசைவின்மை கைப்பொருள்
போகூழால் தோன்றும் மடி[18]

பரிமேலழகர் விளக்கங் கூறுகின்றார்: 'ஒருவர்க்குக் கைப்பொருள் ஆவதற்குக் காரணமாகிய ஊழால் முயற்சி உண்டாகும்; அஃது அழிதற்குக் காரணமாகிய ஊழால் மடி உண்டாம்.' பொருளினது வருகையையும் போக்கையும் எடுத்துக்காட்டுவதன் மூலம், "சமுதாய வாழ்நிலை தான் நமது உணர்வை நிர்ணயிக்கிறது" என்னும் மார்க்சீயக் கூற்றுக்கு இலக்கணமாக அமைந்துவிட்டது குறள்.

வர்த்தகத்துறையிலிருந்து தோன்றிய இவ்வுண்மையை வாழ்க்கை முழுவதிற்கும் பொருந்துமாறு அமைத்து விளக்கங் கூறுவதே சிலம்பு கூறுஞ் செய்தியாம். அதன் சித்திரிப்பே காவியப் பாத்திரங்கள். சூழ்வினைப் சிலம்பு காரணம்.

17. கற்பனாவாத சோஷலிசமும் விஞ்ஞான சோஷலிசமும், முன்னுரை.
18. குறள் 37: 1.

இரட்டைக் காப்பியங்களைப் பற்றி எழுதும் ஆசிரியர் சிலர் அவை "அரசர் முதலியோரைக் காப்பியத் தலைவராகக் கொள்ளாமல் பொதுமக்களையே தலைவராகக் கொள்ளும் குடிமக்கட்" காப்பியங்களாக விளங்குகின்றன என்பர்.[19] இக்கூற்று ஓரளவு உண்மையே. கோவலனும் கண்ணகியும் அவர் தம் தந்தையரான மாசாத்துவானும் மாநாய்க்கனும் சாதாரண பொதுமக்களல்லர். மாசாத்துவானை 'இருநிதிக்கிழவன்' எனவும் 'உயர்ந்தோங்கு செல்வத்தான்' எனவும் கவிஞர் வருணிப்பர். கோவலன் – கண்ணகி மணத்தை ஊருக்கு அறிவித்து மங்கல நாண் வலஞ் செய்தபோது, "வெண்குடை அரசெழுந்ததோர் படியெழுந்தன" என்றும் கூறுவர். அதாவது வெண்குடைகள் அரசன் உலாவெழுந்த படியாக எழுந்தனவாம். வணிகர் கேவலம் சாதாரணக் குடிமக்கள் அல்லர். தொல்காப்பியரும் மரபியற் சூத்திரங்களில் அரசருக்கும் வணிகருக்குஞ் சில சிறப்புகள் கூறுவர். இத்தகைய செல்வச் செருக்குள்ள வணிக வர்க்கத்தினர் தாஞ்சிறப்புற்ற காலத்தில் அரசனையும் தமது செல்வாக்கிற்குள் "அடக்கி" வைத்திருக்கவே விரும்புவர். மன்னனை முதலாகக் கொண்டு அவன் மூலமாகத் தமது வர்க்கச் செயல்பாட்டை நடத்துவரேனும் மன்னனைக் கட்டுப்படுத்தவும் கண்டிக்கவும் தயங்கமாட்டார் எனபதை இரு நூல்களும் காட்டும். சுருங்கக் கூறுவதாயின் "அரசியல் பிழைத்தோர்க்கு அறங்கூற்றகும்" என்னும் கோஷத்திற்குப் பின்னால் வணிகரின் வலிய கரங்களைக் காணலாம். தவிர்க்க முடியாதபடி அரசியல் இலக்கியமாகிறது. தனியதிகாரம் செலுத்தும் மன்னனைக் கண்டிக்கும் அந்தளவிற்கு இந்நூல்கள் 'சனநாயக்' காப்பியங்கள் தாம். ஆனால் அது வணிக வர்க்கத்தினருக்கான "சனநாயகம்;" முழுச் சமுதாயத்திற்குமன்று. பண்டைய கிரேக்கரிடையே பெருமளவில் நடந்த இத்தகைய "சனநாயகப் புரட்சி" ஒன்றனை ஏங்கல்ஸ், "புதிய வணிகர்கள், கைத்தொழில் உடைமைக்காரர்" ஆகியோரின் புரட்சி எனக் கூறுவர்.[20] கண்ணகி மதுராபுரிக்குத் தீ மூட்டியதைப் புரட்சி என்று கூறமுற்படுவது குழந்தைப்பிள்ளைத்தனமாக இருக்கும். ஆயினும் கண்ணகி வழக்குரை காதை ஆட்சியை ஆட்டங்காண வைத்த நிகழ்ச்சி என்பது மனங்கொள்ள வேணடியதொன்று.

மணிமேகலையிலும் சிலப்பதிகாரத்திலும் செங்கோன்மை யைப் பற்றிய சர்ச்சை காணப்படுவது யாமறிந்ததே. புகார்ப் பட்டினத்துத் தனவணிகர் குலத்திலே தோன்றிய கோவலனுக்கும் மாதவிக்கும் பிறந்தவள் மணிமேகலை. சோழ மன்னன் தனது மகன் கொலையுண்டது சம்பந்தமாக மணிமேகலையைச்

19. தெ.பொ.மீ., ஷை. ப. 69.

20 *G. Thomson, The First Philosophers, pp. 208 -10.*

சிறைசெய்வதும் பின்னர் விடுவிப்பதும் இரு காதைகளிற் கூறப்படுவன. சிலப்பதிகாரத்திலே வழக்குரை காதையில், கண்ணகி நெடுஞ்செழியனைத் "தேரா மன்னா செப்புவ துடையேன்" என்று விளித்துக் குற்றஞ் சாட்டுகிறாள்; அவ்விடத்திலே தன்னை அறிமுகப்படுத்தும்பொழுது 'இசைவிளங்கு பெருங்குடி மாசாத்து வாணிகன் மகள், கோவலன் மனைவி, கண்ணகி என்பது என் பெயர்' என்று பெருமையுடன் கூறுவதும் நோக்கத்தக்கதே. குற்றமிழைத்த நெடுஞ்செழியனும், "தாழ்ந்த குடையன் தளர்ந்த செங்கோலனாக, யானோ அரசன், யானே கள்வன்" என்கிறான். இது ஆழ்ந்து சிந்தித்தற்குரியது. வணிக வர்க்கத்தினரின் கையோங்கிய காலப்பகுதியிலேயே மண்ணாள் வேந்தன்மீது குற்றஞ் சுமத்தி வெற்றியும் காணும் மனத் துணிவு ஏற்படும். 'வணிக மக்கள் சிறப்படைந்த காலத்துக் காப்பியம்' என்று கூறும்பொழுது இதுவே சிறப்பின் அடிப்படை என்று நாம் கொள்ளல் வேண்டும்.

செங்கோன்மை நீதி முதலாய பிரச்சினைகளைப் போன்றதே தமிழகத்தை ஒற்றுமைப்பட்ட நிலப்பரப்பாகக் கொள்வதுமாகும். வணிக வர்க்கத்தினர் தமது வியாபாரத் தொழிலுக்குப் பரந்த சந்தையை விரும்புவர். உள்நாட்டு வணிகமும் பிறநாட்டு வணிகமும் அக்காலத்திற் சிறந்திருந்தன எனக் கண்டோம். அதனுடைய பிரதிபலிப்பே மூவேந்தரையும் இணைக்கும் காப்பிய முயற்சியாம். "கவியரசர் மூவேந்தர்களையும் சமமாகப் புகழ்ந்து கூறியுள்ளார்" என்பது உண்மையே.[21] சிலப்பதிகாரப் பாத்திரங்கள் முடியுடை மூவேந்தரது தலைநகருடனும் தொடர் புடையவர்கள்; மணிமேகலையும் வஞ்சிக்குப் போகின்றாள். இதன் அடிப்படையிலேயே சிலம்பு தமிழக வேந்தர்கள் மூவர்க்கும் உரியதாய்ப் புகார், மதுரை, வஞ்சி ஆகிய முப்பெரும் நகரங்களைக் காண்டப் பெயரிற் கொண்டதாய் விளங்குகின்றது. 'யாது மூரே யாவரும் கேளிர்' என்ற தத்துவமும் நடைமுறை விளக்கம் பெற்றுவிடுகின்றது. மூன்று நாடுகளின் செய்திகளும் வாணிபச் சிறப்பு முதலியனவும், அயல் நாட்டுத் தொடர்புகளும் எடுத்துச் கூறப்பட்டுள்ளன.

வணிக வர்க்கத்தின் எழுச்சி ஏற்பட்டதற்கு முதற்படியாக ஒரு மாபெரும் வேலைப்பிரிவினை நிகழ்ந்தேறியது எனக் கூறினோம். சமுதாயம் வர்க்கங்களாகப் பிளவுண்டு கிடக்கும் போது வாழ்க்கையிலும் முரண்பாடுகளும் வெடிப்புக்களும் தோன்றுகின்றன. வேத்தியல், பொதுவியல் எனக் கலை பாகுபாடடைகின்றது. இல்வாழ்க்கை, கலை வாழ்க்கை எனக் குடும்ப வாழ்க்கை பிரிவினைப்படுகிறது. கலை வாழ்க்கையையே

---

21. எஸ். வையாபுரிப் பிள்ளை, காவிய காலம், ப. 163.

தொழிலாகக் கொண்ட கணிகையர் உருவாகின்றனர். சான்றோர் செய்யுட்களிற் காணப்படும் பரத்தையருடன் ஒப்பிட்டுப்பார்க்கும்போது சிலம்பும் மேகலையுங் காட்டும் கணிகையர், 'விலையுயர்ந்த' கலைப்பொருளைப் 'பரிவர்த்தனை' செய்பவராகக் காணப்படுகின்றனர், கலை விலைப்பொருளாக மாறிவிட்டது. வேந்தன்முன் அரங்கேறி தலைக்கோலிப் பட்டம்பெறும் கணிகையர் திலகத்தைக் கோவலன் போன்ற வணிகவர்க்கப் பெருமகனே ஆயிரத்தெண்கழஞ்சுப் பொன் பரிசு கொடுத்து 'வாங்குதல்' முடியும். சுருங்கக்கூறின் மற்றைய பொருள்களைப் போலவே கலையையும் விலைக்குரிய பொருளாக மாற்றிவிட்டது வணிகவர்க்கம். உடன்பிறந்தே கொல்லும் வியாதியாக அது நெருக்கடியைக் கொண்டு வருகிறது. பரத்தமை ஒரு சமுதாய நிறுவனமாகத் தோன்றி நிலைத்ததன் பயனாகத் தனிப்பட்டவருக்கு மட்டுமன்றி நாட்டிற்கே கேடு ஏற்படுகிறது. கோவலன் வாழ்வு சிதைகின்றது. ஊழ் என்று சும்மா இருந்துவிடவில்லை இலக்கிய ஆசிரியர்கள். சாத்தனார் நேரடியாகவே பரத்தமையை கண்டிக்கிறார். அதற்குமேல் அவர் என்ன செய்வார்! மணிமேகலையைப் பொறுத்தளவில் துறவு மார்க்கத்தை இலட்சியமாகக் காட்டிவிடுகின்றனர். பரத்தமையை அதாவது வணிக வர்க்கத்தின் பௌதீகப் படைப்பை அவரால் மாற்ற முடியுமோ? எனினும் தத்தம் நோக்கிற்கேற்ப இரு ஆசிரியரும் சமாதானங்காண முற்படுகின்றனர். துறவு மூலம் துன்பத்திலிருந்து விடுபட வழிகாட்டுகின்றனர். கோவலன் தந்தையாகிய மாசாத்துவான் சமணத் துறவை மேற்கொள்கின்றான்; கண்ணகியின் தந்தை ஆசிவகத் துறவைக் கைக்கொள்கின்றான்; மாதவியோ பௌத்தத் துறவி ஆகின்றாள். மணிமேகலையும் அவ்வாறே தாயைப் பின்பற்றுகின்றாள். ஆனால் பரத்தமை நிலை பேறுடையது என்பதைக் காட்டுவதுபோல மணிமேகலையில் சித்திராபதி முழுமூச்சுடன் தனது குலத்தொழிலைச் செய்து அதிலிருந்து வழுகுவது தவறு என்றும் கூறுகிறாள். சித்திராபதி, மாதவி, மணிமேகலை, கண்ணகி ஆகிய நான்கு பெண்கள் இரு நூல்களிலும் முக்கிய பாகந்தாங்குகின்றனர். கண்ணகி சிலம்பின் தலைவியாயின் மணிமேகலை, மேகலையின் பாட்டுடைத் தலைவியாவாள்.

சித்திராபதி பிரக்ஞைபூர்வமான பரத்தை. மாதவி, மணிமேகலை ஆகியோரின் துறவுச் செயல் அவளுக்கு விசித்திரமானதாகத் தோன்றுகின்றது.

> பத்தினிப் பெண்டிர் அல்லேம் பலர்தம்
> கைத்தூண் வாழ்க்கை கடவிய மன்றே[22]

---

22. மணிமேகலை 18: 15–6.

எனக் கொதித்துக் கூறுகின்றாள். அவளது உணர்வு வாழ்க்கை நிலையினின்றும் தோன்றுவது.

மாதவி கணிகையாயிருந்து வாழ்க்கைச் சோதனையில் அடிப்பட்டுக் குலத் தொழிலைவிட்டுத் துறவியானவள். அறிவின் துணை கொண்டவள் அல்லள். உணர்ச்சி உந்த உணர்வுபூர்வமாக மாறியவள்.

காதல னுற்ற கடுந்துயர் கேட்டுப்
போதல் செய்யா உயிரொடு நின்றே
நற்றொடி நங்காய் நாணுத் துறந்தேன்[23]

என்று தனது மனப்போராட்டத்தினை வசந்தமாலைக்குக் கூறு கின்றாள். அந்தளவில் பத்தினிப்பெண்ணாக ஆக முடியாதவள்.

மணிமேகலையோ மாதவி செய்ய முடியாததைச் செய்யும் வாய்ப்புப் பெற்றவள். புறநிலையில் வைத்து உலகத்தை நோக்கியவள். அறிவுபூர்வமாக விடுதலை பெற்றவள். மந்திரங் கொடுத்த காதையிலே மணிமேகலா தெய்வத்தின் சொற்களால் தனது காவியத் தலைவியை வருணிக்கின்றார் சாத்தனார்.

அறிபிறப் புற்றனை அறம்பா டறிந்தனை
பிறவற முரைப்போர் பெற்றியுங் கேட்குவை
பொதுவறி விகழ்ந்து புலமுறு மாதவன்
திருவது மெய்துதல் சித்தமென் றுணர்நீ[24]

மனப் பாராட்டப்பெறும் மணிமேகலை அறிவால் தனது பொறியிலிருந்து விடுபட்டவள்.

கண்ணகி சமுதாய நெருக்கடிக்குப் பலியானவள். இலக்கிய விமர்சகர்கள் கையாளும் பரிபாஷையிற் கூறுவதாயின் 'நன்மையின் அழிவை' அவளிடத்துக் காணலாம். கோவலனோடு இணைந்த குற்றத்திற்காகக் 'கற்பு கடம் பூண்ட பொற்புடைத் தெய்வமாக' மாறியவள். மனித நிலையில் இவளுக்கு இடமில்லை. தியாகச் சுடராகவே அவள் இறப்பின் பின்னர் போற்றப்படுகின்றாள்.

இவற்றையெல்லாம் உற்று நோக்கும்பொழுது காப்பிய ஆசிரியர் இருவரது உள்ளமும் ஏக்கத்திலே தோய்ந்தமை புலனாகும். சாதிப் பாகுபாடு, செல்வச் சீரழிவு, தார்மீக வீழ்ச்சி ஆகியன மக்களையும் மன்னனையும் கீழே வீழ்த்திவிடும் என்றும், இதற்கு ஊழ்வினை முதற்காரணமாக உள்ளது என்றும் இளங்கோ அமைதி காண முயன்றுள்ளார். ஆயின் இவையாவும் வெளித் தோற்றங்களே; பிணியின் அறிகுறிகளே. அடிப்படை நோய் வர்க்கப் பாகுபாடாகும். அதிலிருந்து காப்பிய ஆசிரியரும் விடுபட்டவர்

23. ஷை 2: 38–41.

24. ஷை 10: 75–85.

அல்லவே! எனவே எதிர்காலமாவது நன்கு அமைதல் வேண்டும் எனக் கனவு கண்டனர். உதாரணமாக மணிமேகலை சில சமூகச் செய்திகளை எமக்குக் காட்டுகின்றது. பொருளாதார முரண்பாட்டின் காரணமாக நாட்டிலே பஞ்சம் தலைவிரித்து ஆடுகிறது. வரிசெலுத்த முடியாதவர்கள் சிறையில் வாடுகின்றனர்.[25] பசியுறும் ஆருயிர் மக்கள் பலராவர்.[26] இவற்றிற்கு எதிராகக் குரல் எழுப்பினார் சாத்தனார். சிறைக்கோட்டத்தை அறக்கோட்டமாக மாற்றும் தார்மீகப் புனருத்தாரணத்திற்கு வழிகோலினார். பசிக்கு உணவு அளிக்கும் பணியிலே மணிமேகலையை ஈடுபடுத்தினார். 'மண்டிணி ஞாலத்து வாழ்வோர்க்கெல்லாம் உண்டிகொடுத்தோர் உயிர் கொடுத்தோரே' என்பது சாத்தனார் போதனை. இலக்கிய கர்த்தாக்களான அவர்கள் வணிக வர்க்க அமைப்பிற்குள் சமுதாயச் சீர்திருத்தஞ் செய்ய விழைந்தனர். ஆனால் சீர்திருத்தத்திற்கு அப்பாற்பட்ட பெருஞ் சமுதாய மாற்றமே அன்று தேவைப்பட்டது. அதனையும் பல்லவர் கால மக்கள் செய்து முடித்தனர். அது வேறு கதை.[27]

25. ஷை 19: 161.

26. 19: 45.

27. இந்நூலிலுள்ள நாடும் நாயன்மாரும் என்னும் கட்டுரையைப் பார்க்க.

பேரரசும் பெருந்தத்துவமும்

தென்னிந்தியாவிலே சோழப் பேரரசு தோன்றிய காலம், வரலாற்றிலே முக்கியத்துவம் வாய்ந்த ஒரு காலப் பகுதியாகும். கிருஷ்ணா நதிக்குத் தெற்கே உள்ள நிலப்பகுதிகள் யாவும் முதன் முறையாக வலுவுள்ள தமிழ்ப் பேரரசொன்றின்கீழ் அமைந்து சிறப்புமிக்க மாவட்டங்களாக ஒரு குடைக்கீழ் ஆளப்பட்டன. சோழப் பேரரசின் புகழ் உச்ச நிலையில் பட்டொளி வீசியபோது கங்கையும் கடாரமும், கலிங்கமும் இலங்கையும் அதன் அடிபணிந்து நின்றன. அராபியரும் சீனரும் அதன் வாணிபச் சிறப்பிற் பங்குகொண்டு வாழ்ந்தனர். இத்தகைய சிறப்புமிக்க காலப்பகுதியிலேதான், தமிழகத்திலே சைவசித்தாந்தம் என்னும் பெருந் தத்துவம் சாத்திர வடிவம் பெற்றது. சைவசித்தாந்த சாத்திரங்கள் பதினான்கு. அவற்றுள் தலையாயது எனக் கொள்ளப்படும் சிவஞானபோதம் பதின்மூன்றாம் நூற்றாண்டிலே எழுந்தது. மெய் கண்டார் காலம் கி.பி. பதின்மூன்றாம் நூற்றாண் டென்பது யாவரும் ஒப்பமுடிந்த உண்மை.[1] திருவுந்தியார், திருக்களிற்றுப்படியார் என்னும் இரண்டனைத்தவிர, ஏனைய சித்தாந்த சாஸ்திர நூல்கள் பதினொன்றும் சிவஞான போதத்தின் வழி வந்தனவே. எனவே தென்னகத்திலே சைவ சித்தாந்தத்தின் முறையான வரலாறு ஒரு விதத்தில் இங்குதான் தொடங்குகிறது எனக் கொள்ளலாம்.[2]

---

1. எஸ். அனவரதவிநாயகம் பிள்ளை, சைவ சித்தாந்த வரலாறு; மா. பாலசுப்பிரமணியம், சித்தாந்த சாஸ்திரம் (சமாஜப் பதிப்பு)
2. கி. லக்ஷ்மணன், இத்திய தத்துவ ஞானம்.

பேரரசு ஒன்று நிலவிய காலத்திலே பெருந்தத்துவம் ஒன்றும் வடிவம் பெற்றமை குறிப்பிடத்தக்க உண்மையாகும்.

பல்லவர் காலத்திலே பொங்கிப் பிரவகித்த பக்தி இயக்கமானது ஆயிரக்கணக்கான பக்திப் பாடல்களைத் தோற்றுவித்தது. ஆனால் திருவுந்தியாரோடு தோத்திர முறைமை நீங்கிச் சாத்திர முறைமை தோன்றுகின்றது.[3] திருவுந்தியாரை முழுமையான சாத்திர நூலெனக் கொள்ளுதல் முடியாது. திருக்களிற்றுப்படியார் உந்தியாரிலும் அதிகமாகச் சாத்திரப் பண்பு அமையப் பெற்றது. சிவஞான போதமே முழுமையான சாத்திரப் பெருநூலாகும். எனவே இவற்றுள் ஒருவிதமான வளர்ச்சியை நாம் காணலாம். தத்துவத் துறையில் இவ்வகையான வளர்ச்சி நிகழ்ந்துகொண்டிருந்தபொழுது சமய நிறுவனங்களும் உருமாறிக்கொண்டிருந்தன, இதுபற்றிப் பேராசிரியர் நீலகண்ட சாத்திரியார் மேல்வருமாறு கூறியுள்ளார்.

> ... மத்திய கால இந்து சமயம் தென்னிந்தியாவிற்கு அளித்த இருபெருங் கொடைகள் கோயிலும் மடமும் ஆகும். சோழரின் ஆட்சிக்காலப் பகுதியிலேயே இவ்விரு நிறுவனங்களும் மெல்ல மெல்ல வளர்ந்து சூழ்நிலைக்கேற்ப மாற்றமடைந்தன; இவை பொதுமக்களின் கற்பனையைக் கவர்ந்தன; பணக்காரரின் ஆதரவைப் பெற்றன; இக்கவனமும் ஆதரவும் கிடைக்கவும், இந்நிறுவனங்கள் பௌத்த விகாரைகளையும் சமணப் பள்ளிகளையும் மிஞ் சியெழுந்து உறுதியான நிலைமையடைந்தன; இன்றுவரை இந்த உயர்நிலையை அவை பெற்றுவந்துள்ளன ... விசயாலயன் மரபுச் சோழர் ஆட்சியிலே தென்னிந்தியாவிற் சைவசமயத்தின் பொற்காலம் தொடங்குகிறது எனக் கூறலாம்.[4]

பேராசிரியர் சோழர்கால வரலாற்றறிஞர்; முதுபெரும் புலவர். அவர் கூற்று நமது ஆழ்ந்த கவனத்திற்குரியது. சோழர் காலத்தில் உயர்நிலை யெய்திய சைவம், பெரிய கோயில்களையும் மடங்களையும் கண்டது; செல்வந்தரின் பேராதரவைப் பெற்றது; பிற சமயத் தாபனங்களையெல்லாம் விஞ்சியது; புதிய சூழ்நிலைக்கேற்ப மாறியது; நுணுக்கமான முறையிலே சோழர்காலப் பகுதியிலே சைவசமயம் பெற்ற சிறப்பையும் மாற்றத்தையும் கூறிவிட்டார் பேராசிரியர். ஆனால் இந்த நிலைமை ஏன், எவ்வாறு ஏற்பட்டது என்னுங் கேள்விகளுக்கு

3. அனவரதவிநாயகம் பிள்ளை, *Op. cit., p. 7.*

4. *K.A. Nilakanta Sastri, Cholas, Vol, III, Part I, pp. 472 - 475.*

விடை கிடைப்பதில்லை. விடை காண முயல்வதே இச்சிறு கட்டுரையின் நோக்கமாகும்.

நமது கேள்விகளை முதலிலே தெளிவாக்கிக் கொள்வோம். பேரரசு ஒன்று தோன்றியபொழுது. உடனிகழ்ச்சியாகப் பெருந்தத்துவம் ஒன்றும் தோன்றியது தற்செயலாக நடைபெற்ற நிகழ்ச்சியா? அல்லது பேரரசிற்கும் அத்தத்துவத்திற்கும் நெருங்கிய தொடர்பு இருக்கிறதா? இருந்தால் அவ்வுறவு எத்தகையது? தத்துவம் தோன்றியதால் ஏற்பட்ட விளைவு யாது? அது மக்கள் வாழ்க்கையில் என்ன பாத்திரமும் பங்கும் வகித்தது? இவையே நம்மை எதிர்நோக்கும் சில முக்கியமான கேள்விகள். வரலாறு என்பது தற்செயலாக நிகழும் சம்பவங்களின் கூட்டுக்கணக்கு அன்று. சமுதாயத்திலே ஏற்படும் மாற்றங்கள் – வளர்ச்சிகள் – சில திட்டவட்டமான நியதிகளுக்கேற்ப அமைகின்றன. சோழர் காலத்தில் ஏற்பட்ட இம்மாற்றங்களைத் தருக்கரீதியான சில இயக்கங்களின் விளைவாக ஏற்பட்ட வளர்ச்சிகள் என்று நாம் காணமுடியுமாயின், நமது கேள்விகளுக்குத் தக்க விடைகள் கிடைத்துவிடும்.

சோழர் காலத்திலேற்பட்ட மாற்றங்களை நன்கறிந்துகொள்ள வேண்டுமாயின் அவற்றிற்கு வித்திட்ட பல்லவர் காலத்தி லிருந்து நாம் நமது ஆராய்ச்சியைத் தொடங்கல் வேண்டும். பல்லவர் ஆட்சிக் காலத்திலே தமிழ்நாடெங்கும் உயிர்த் துடிப்புள்ள இயக்கமொன்று நடந்தேறியது.[5] அவ்வியக்கம் பெரும்பாலும் சமணராகவிருந்த வணிக வர்க்கத்தினருக்கும், வைதிகர்களாக (சிறப்பாக சைவராக) இருந்த நிலவுடைமை வர்க்கத்தினருக்குமிருந்த பொருளாதார முரண்பாட்டின் விளைவாகும். பல்லவ மன்னர் சிலரும் பாண்டிய மன்னரும் சமண, பௌத்த மதத் தத்துவங்களுக்கு அடிமைப்பட்டு, வணிக வர்க்கத்தினருக்கு நாட்டின் பொருளாதார வாழ்விற் பெரும் பாத்திரத்தைக் கொடுத்திருந்த காலையில், நிலவுடைமை வர்க்கத்தினர், சமுதாயத்திலே கீழ் நிலையிலிருந்த பல சாதி மக்களையும் ஒன்று திரட்டி ஓரணியிலே நிறுத்திப் “போர்” தொடுத்தனர். இந்த வர்க்கப்போரே, தத்துவ உலகில் சமண – சைவ மோதலாகத் தோன்றியது. “புறச்” சமயத்தவருக்கு எதிராகக் கலகக் கொடியை உயர்த்திப் பிரசார முழக்கஞ் செய்த அரனடியாரும், ஆழ்வாரும், தமிழகமெங்கும் தமிழுணர்ச்சியையும், தமிழ் நிலப்பற்றையும் பெருக்கினர். தமிழரல்லரான பல்லவர் ஆட்சி புரிந்ததுவும், வடமொழி பிராகிருதம் முதலிய பிறமொழிகள்

5. க. கைலாசபதி, நாடும் நாயன்மாரும், (இளங்கதிர்) பேராதனைப் பல்கலைக்கழகத் தமிழ் மாணவர் மன்ற வெளியீடு, 1961.

அம்மன்னரால் உயர்த்தப்பட்டதுவும் பல்லவர் காலத்திலே தமிழ்நாட்டிலே ஒரு விதமான "தேசிய" உணர்வு தோன்றக் காரணமாக இருந்தன எனக் கொள்ளலாம். சோழ நாடு, நடுநாடு, தொண்டை நாடு, பாண்டிய நாடு, மலை நாடு, கோனாடு, மழ நாடு முதலியவற்றிலிருந்தெல்லாம் சிவனடியார்கள் பல்லவர் காலப் பக்தி இயக்கத்திலே பங்கு பற்றினர் என்பதைப் பெரிய புராண வாயிலாக நாமறிவோம்; அந்தணர், குறுநிலமன்னர், சைவர், இடையர், ஏகாலியர், குயவர், சாலியர், பாணர், புலையர், செக்கார், சான்றார், நுளையர், வேடர், மாத்திரப் பிராமணர் மற்றும் மரபறியாதவர் பலரும் ஒன்று சேர்ந்து கங்கைவார் சடைக்கரந்தார்க்கு அன்பராகி நின்றனர் என்றும், திருத்தொண்டர் புராணத்தின் மூலம் நாம் அறிகின்றோம். சுருங்கக்கூறின் தென்னகத்திலே வலுவுள்ள சோழராச்சியம் தோன்றுமுன்னரே அதற்கான தேவைகள் தோன்றிவிட்டன. அந்தத் தேவைகளின் காரணமாகவே சோழப் பேரரசு அமைந்தது எனலாம். விசயாலயன் அரசுகட்டிலேறிய காலத்திலே இது தொடங்கிவிட்டது. இதனை இன்னுஞ் சிறிது விளக்குவோம். பல்லவர் காலத்திலே தமிழ்நாடெங்கும் நிலவுடைமையாளர் வணிகருக்கெதிராகப் போர் தொடுத்தனர்.

அது எதற்காக?

சங்கமருவியகால மளவில் பெரு வளர்ச்சியுற்ற வணிக வர்க்கத்தினர் பல்லவர் காலத்தின் முற்பகுதியிலே உச்ச நிலையை யடைந்தனர். அவர்கள் பொருள் உற்பத்தியிலே நேரடியான பங்குகொள்ளாத மக்கள் கூட்டமாக – வர்க்கமாக – இருந்தனர். கிராமப் புறத்திலாயினுஞ்சரி, பட்டினங்களிலாயினுஞ்சரி வாழ்ந்த விவசாயிகளுக்கும் சிறு கைத் தொழிலாளருக்கும் இடையில் இருந்து கொண்டு "தரகு" வேலை செய்த வர்க்கம் அது. தான் இல்லாமல் பிறருடைய பொருள்கள் பரிவர்த்தனையாகா என்ற ஓர் இன்றிமையா நிலைமையை வணிக வர்க்கம் சிருட்டித்திருந்தது. அதன் சாக்கில் அது ஏராளமாகச் செல்வத்தைக் குவித்து அதற்கேற்ற அளவில் சமுதாயத்திலே செல்வாக்கும் பெற்றிருந்தது, அதுமட்டுமன்று.

பரிவத்தனை செய்வதற்கேற்ற வணிகப் பொருள்களை – சரக்கை – அதிகரிப்பதிலேயும், ஏற்றுமதி செய்யக்கூடிய சரக்குகளையே சிரத்தையுடன் உற்சாகப்படுத்துவதிலேயுமே முழு நோக்கமிருந்தால், சிறு கைத்தொழில், விவசாயம், உணவுப் பொருள் உற்பத்தி முதலிய வாழ்க்கைக்குத் தேவையான பொருளுற்பத்தியில் அக்கறை செலுத்தவில்லை. சிலப்பதிகாரமும் திருக்குறளும் நாலடியாரும் நமக்குப் பல்வேறு வகைகளில்

இவ்வுண்மையை உணர்த்துகின்றன. வளர்ந்து வரும் – புதிய வணிக வர்க்கத்தின் பண்பு பற்றி பிரெடெரிக் ஏங்கெல்ஸ் தெளிவாக வருணித்துள்ளார்.[6]

> . . . அத்துடன் உலோகப்பணம் – அதாவது நாணயங்கள் – உபயோகத்திற்கு வந்தது. இத்துடன் உற்பத்தியிலீடுபடாதவன் உற்பத்தியாளன்மீதும் அவன் செய்பொருள்களின்மீதும் ஆட்சி செலுத்து வதற்கு ஒரு புதிய சாதனமும் வந்து சேர்ந்தது. சரக்குகளுக்கெல்லாம் சரக்காக, மற்றச் சரக்குகளை யெல்லாம் தன்னுள் மறைத்துக் கொண்டிருக்க ஒரு சரக்கு கண்டுபிடிக்கப்பட்டு விட்டது. விரும்பத்தக்க எந்தப் பொருளாகவும் தேவைப்படுகிற எந்தப் பொருளாகவும் தன்னை உருமாற்றிக்கொள்ளும் தாயத்துக் கண்டுபிடிக்கப்பட்டுவிட்டது. யாரிடம் அது இருந்ததோ, அவனே உற்பத்தி உலகை ஆண்டான்... செல்வத்தின் அவதாரமாக இருக்கும் இத்துடன் ஒப்பு நோக்கும்போது மற்றச் செல்வ வடிவங்கள் எல்லாம், வெறும் நிழல்களே என்று நடைமுறையில் வியாபாரி நிரூபித்துக் காட்டினான்.

உண்மையிலே "வெறும் நிழல்களாக" இருந்த நிலவுடைமையாளரும், அவருக்கும் கீழே பழைய 'நாகரிகத்தின்' மிச்ச சொச்சங்களாக இருந்தவர்களுமே வியாபாரிகளுக்கு எதிராகப் போர் தொடங்கினர். இது தென்னகத்திற்குப் பொதுவாக இருந்த வர்க்க நிலைமை; அல்லது பொருளாதார அமைப்பு என்று கூறிக் கொள்ளலாம். இந்தப் போரின் முடிவில் நிலவுடைமை வர்க்கத்தினர் வென்றனர்; கழுவேற்றப்பட்டது உண்மையோ பொய்யோ, அவர்தம் தத்துவத்திற்கு ஆதாரமாக விளங்கிய வியாபாரிகள் வர்க்கம் நிலைகெட்டது என்பது உண்மையே. இத்தகைய ஒரு வரலாற்றுக் கட்டத்திலேதான் சோழப் பேரரசு அரும்புகிறது. அது பேரரசு ஆவதற்குரிய அத்தனை தேவைகளும் அங்கேயே காணப்பட்டன. அவை யாவை?

முதலாவது வெற்றிபெற்ற நிலவுடைமை வர்க்கத்திற்கு உறுதியும் நிலைபேறுமுள்ள அரசியல் நிறுவனம் ஒன்று தேவையாக இருந்தது. முத்தரையர் போன்ற பழைய குறுநில மனனரும், நிருபதுங்கன் போன்ற பலவீனமான பல்லவரும், சிறீமாற சிறீவல்லபன் போன்ற பாண்டியரும் விசயாலயன் போன்ற சோழச் சிற்றரசரும், சங்கமன்னரும் பிறரும் ஓயாமல் போரிட்டுக் கொண்டிருப்பது பாதகமான செயலாக்கப்பட்டது.

---

6. பிரெடெரிக் ஏங்கல்ஸ், குடும்பம் தனிச்சொத்து அரசு ஆகியவற்றின் தோற்றம், பக். 370-371 (தமிழ் மொழிபெயர்ப்பு)

பண்டைத் தமிழர் வாழ்வும் வழிபாடும்

உறுதியும் பலமும் கொண்ட நிலப்பரப்பு அவசியமாயிருந்தது. பண்டைப் புகழ்படைத்த பாண்டியரால் அதனைச் செய்ய முடியவில்லை. அன்றைய அரசியற் சதுரங்கத்தில் விசயாலயச் சோழனை அடுத்து வந்தவர்கள் அதனைச் செய்தனர். வடக்கிருந்து வந்து வந்து படையெடுத்த இராட்டிர கூடரைத் தடுத்து நிறுத்தி வேங்கி இராச்சியத்தை இணைத்து, கங்க நாட்டை அடிபணியச் செய்து, வடக்கேயுள்ள துங்கபத்திரைக்குக் கீழே சோழர் தம் பலத்தைக் காட்டினர். கி.பி. 985ஆம் ஆண்டில் அரசுகட்டில் ஏறிய அருள்மொழிவர்மன் எனப்பட்ட முதலாம் இராசராசனின் ஆட்சிக் காலத்திலே சோழப் பேரரசு சோழ ஏகாதிபத்தியமாக மாறத்தொடங்கிவிட்டது. தன்னை எதிர்த்த பாண்டிய – சேர – ஈழ நாடுகளின் ஒருமித்த முயற்சியை அவன் முறியடித்தான்; இரண்டு படையெடுப்புகளின்போது அவன் பாண்டியரை வென்று சேரமன்னர் கர்வத்தை யடக்கினான். காந்தளூரிலும் சேரர் பெருந்தோல்வியுற்றனர். அடுத்துக் கடற்படையெடுப்பின் மூலம் வடஇலங்கையைக் கைப்பற்றினான். தலைநகராகிய அனுராதபுரத்தை அழித்துப் புலத்தி நகரத்தை – பொலனறுவையை – ஈழமண்டலத்தின் தலைநகராக்கினான். வடக்கே நுளம்பபாடி, கங்கபாடி, தடிகைபாடி முதலிய பிரதேசங்களையும், இன்றைய மைசூரின் பெரும்பகுதியையும் கைப்பற்றினான். தனது ஆட்சிக்காலத்தின் இறுதியில் மாலைதீவுகளையும் வென்றான். கி.பி. 1010இல் கட்டி முடிக்கப்பெற்ற தஞ்சைப் பெருவுடையார் கோயில் புகழ் மணந்த புவிச்சக்கரவர்த்தியின் புகழ்ச்சின்னமாக விளங்கியது. கி.பி. 1014இல் பட்டத்திற்கு வந்த முதலாம் இராசேந்திரன் தந்தைக்கேற்ற தனயனாக மிளிர்ந்தான். அவன் ஆட்சியில் சோழப் பேரரசானது அக்காலத்திலே மிகப் புகழ்வாய்ந்த பேரரசாகவும், தலையாய இந்துப் பேரரசாகவும் விளங்கியது.[7] இராசேந்திரன் ஆட்சியிலேயே சோழக் கடற்படைகள் விசய பேரரசுமீது படையெடுத்து, மலாயா, ஜாவா, சுமாத்திரா முதலிய பகுதிகளில் தமது ஆதிபத்தியத்தை நிலைநாட்டின. சீன தேசத்திற்குப் பல 'தூது'க்குழுக்கள் சென்று மீண்டன. வடக்கே கலிங்க நாட்டின்மீது படையெடுத்துக் கங்கைக் கரையில் அவன் படைகள் நீராடி மீண்டன. இத்துணை மகோன்னதமான வரலாற்று நிகழ்ச்சிகளும் சோழப் பேரரசின் அமைப்பைப் பாதித்தன. அவற்றைச் சற்றுத் தெளிவாக நாம் நோக்குதல் வேண்டும்.

விசயாலயன், பராந்தகன் முதலியோர் காலத்திலே பத்தொடு பதினொன்றாக இருந்த சோழ இராச்சியம் சோழப்

---

7. K.A. Nilakanta Sastri, A History of South India, p. 174.

பெரு மன்னர்களாகிய இராசராசன், இராசேந்திரன் காலத்தில் ஏகாதிபத்தியமாக மாரியதனை – அதன் படிமுறை வளர்ச்சியை சுருக்கமாகப் பார்த்தோமல்லவா? தென்னக வரலாறு முன்பு கண்டு கேட்டறியாத இம்மாற்றங்கள் பல புதிய சக்திகளுக்கு ஏற்ற களமாக அமைந்தன; முத்தரையர் போன்ற பழைய குடும்பங்கள் மறைந்தன. பாண்டியர், சேரர் இழிநிலை யெய்தினர்; நாடுகளின் எல்லைகள் தலைகீழாயின; புதிய பெயர்கள் தோன்றின. இவற்றைச் சோழரின் தரைப்படைகளும் கடற்படைகளும் செய்துமுடித்தன. ஆனால் அவை தொடக்கத்திலே இருந்தன அல்லவே. சோழப்பேரரசு அகல அகலப் படைகளும் அதிகரித்தன. வீரம் செழிக்க விளைநிலங்கள் தோன்றின. இந்த இடத்தில்தான் பல்லவர் காலத்திலே வர்க்கப் போராட்டத்தில் தலைதூக்கிய நிலவுடைமையாளரை நாம் மீண்டுஞ் சந்திக்கப் போகின்றோம்.

கடலிலும் தரையிலும் நடந்த பல்வேறு போர்கள் எண்ணரிய வாய்ப்புக்களைப் பலருக்கு அளித்தன. போரிலோ நிர்வாகத்திலோ அரசசேவையில் அநேகம்பேர் ஈடுபடச் சந்தர்ப்பங்கள் ஏற்பட்டன.[8] பேரெழுச்சி, ஒன்றனைத் தொடர்ந்து, தொடர்யுத்தங்கள் நடாத்தப்படும்பொழுது புதிய புதிய சேனைத் தளபதிகளும் நிர்வாகிகளும் சந்தர்ப்பத் தேவைகளினாலும் சூழ்நிலைகளினாலும் உந்தி மேலெறியப்படுவது உலக வரலாற்றிற்குப் புதியதன்று. அலெக்சாந்தர் மன்னனின் தொடர்யுத்தங்களின் விளைவாகப் புகழ்பெற்ற படைத்தலைவர் பலர், நெப்போலியன் காலத்தில் பிரெஞ்சு நாடு அளித்த மகாசேனதிபதிகள் பலர். அதைப் போலவே இராசராசனும், இராசேந்திரனும் தொடுத்த போர்களின்போது தமது வீரத்தையும் திறமையையும் துலக்கி மன்னர் பாராட்டைப் பெற்றோர் பலர். இவர்களிற் பெரும்பாலானோர் நிலவுடைமைக் குடும்பங்களிலிருந்து சென்ற தீரமிக்க இளைஞர்களே. தத்தம் செல்வாக்கில் இருந்த “ஆள்பலத்துடன்” போர்முனை சென்று, பின்னர், புகழ்பூத்த படைத்தலைவர்களாக வாகை சூடியோர் பலர். சுருங்கக் கூறின் சோழப் பேரரசு புதியதொரு நிலப்பிரபுத்துவத்தைத் தோற்றுவித்தது. அன்றைய ஆட்சி முறையிலே நிர்வாகம், இராணுவ சேவை, நீதிபரிபாலனம் என்ற வேறுபடுத்தப்பட்ட துறைகள் இருக்கவில்லை. ஒருவரே பல்வேறு சந்தர்ப்பங்களில் மூன்று துறைகளிலும் கடமையாற்ற முடிந்தது. இராசராசன் மகள் குந்தவையை மணந்த வந்தியத்தேவர், கங்கப் போரில் களம்வென்ற கருணாகரத் தொண்டைமான், சிதம்பரத்திற்குப் பொன்னோடு வேய்ந்த நரலோக வீரன் முதலிய சோழர்காலப் பெரும் பெயர்ச் சேனைத் தலைவரெல்லாரும் மேற்கூறிய புதிய

8. *K.A. Nilakanta Sastri, Studies in Chola History and Administration, p. 176.*

நிலப்பிரபுத்துவத்தைச் சேர்ந்தவர்களே. தமக்குச் சேவை செய்த அதிகாரிகளுக்கும் படைத்தலைவருக்கும் சோழப் பேரரசர்கள் விருதுகளும் பட்டங்களும் வழங்கி ஊக்குவித்தனர். மாராயன், பேரரையன், மூவேந்த வேளான், காடவராயன், நாடாள்வான், விழுப்பரையன், சேதிராயன், சோழகோன் முதலியன அவற்றுட் சில.[9] திறமையுள்ள எவரும் உயர்நிலையடையச் சந்தர்ப்பங்கள் பல இருந்தனவாயினும், உயர்குடிப் பிறப்பு செல்வ வசதியும் அரச சேவைக்கும் ஒருவரை இலகுவில் அருகராக்கின என நாம் நம்ப இடமுண்டு.[10] சோழர்காலத்திலே வேளாளர் செல்வாக்குப் பெற்றிருந்தனர். நிலவுடமையாளர் அவரே. நரலோக வீரன், பழுவேட்டரையர் போன்றோரெல்லாம் வேளாண் குடிமக்களே. போரிலும் நிர்வாகத்திலும், பிற அரச கருமங்களிலும் சேவை செய்தவர்களுக்குச் சோழப் பெருமன்னர் மானியமாகப் பல நிலங்களை வழங்கினர். சில்லறை (சிறு தரம்) உத்தியோகங்கள் பார்த்தவர்களுக்குச் சம்பளமும் வழங்கப்பட்டதுண்டு. எனினும் பெரிய பிரபுக்கள் யாவரும் அரசனிடமிருந்து தம் வாழ்நாள் முழுவதும் அனுபவிக்கத்தக்க முறையில் "நிலம்" பெற்றவராவர். நடைமுறையில் பேரும் புகழும் பெற்ற நிலவுடைமையாளர் சீவிதமான நிலத்தைத் தமது சந்ததியினரும் அனுபவிக்கதக்க, இறையிலியாகப் பெற்றனர். அது மட்டுமின்றித் தமக்கேயுரிய காணிகளும் அவர்களுக்கிருந்தன. அந்நிலங்களைக் குடியான வரைக் கொண்டு உழுதுவித்தும் வந்தனர். இதன் காரணமாக இவர்களைப் பெருங்குடிகள் என்றும் அக்காலத்தில் வழங்கினர். பிற்கால உரையாசிரியரான நச்சினார்க்கினியரும் உழுதுண் போர், உழுதுவித்துண்போர் எனப் பாகுபடுத்தியிருப்பது அவதானிக்கத் தக்கது.

சோழப் பேரரசின்கீழ் பூரணத்துவம் பெற்ற இந்நிலவுடைமை முறையினையே வரலாற்றாசிரியர் நிலமானிய முறை (Feudal Order) என்பர். இந்த அமைப்பு முறையினை நாம் நன்கு அறிந்துணர்ந்து கொண்டாலன்றிப் பேரரசு தோன்றிய அக்காலப் பகுதியிலே பெருந்தத்துவமான சைவசித்தாந்தம் ஏன் தோன்றியது என்பதற்கு விடை காண மாட்டோம்.

நிலமானிய முறை என்றால் என்ன?

நிலம், மானியம் என்னும் இரு சொற்களும் இம்முறையில் முக்கியமாயுள்ளன. மனிதன் தன்னுடைய நாகரிகப்படிகளின் பாதையில் சில பிரதானமான படிகளைக் கடந்துவந்துள்ளான்; புராதன மனித சமூகம் சிறுச்சிறு குழுக்களாக இயற்கையின்

---

9. டி.வி. சதாசிவ பண்டாரத்தார், பிற்காலச் சோழர் சரித்திரம் (மூன்றாம் பகுதி), ப. 17.

10 *Nilakanta Sastri, op. cit., p. 177.*

மத்தியில் வாழ்ந்த நிலையிலே கூட்டுமுறையில் உற்பத்தி செய்யப் பட்ட பொருள்களைக் கூட்டாக உபயோகிக்கும் புராதனப் பொதுவுடமை நிலவியது; பின்னர் உற்பத்திச் சக்திகளின் வளர்ச்சியையொட்டி, அடிமைச் சமூகங்கள் தோன்றின; அங்கே வர்க்க வேறுபாடுகளும் எழுந்தன. மேலோராகக் கருதப்பட்ட ஆளும் வர்க்கத்தினருக்கு எதிராகக் கீழோராக மதிக்கப்பட்ட சாதாரண மக்களின் போராட்டம் நாளடைவில் வென்றது. அதன் விளைவாகவே நிலப்பிரபுத்துவம் தோன்றியது; அங்கே நிலவிய பொருளாதார அமைப்பினையே நிலமானியமுறை என்று கூறுகின்றோம். அது பொருளுற்பத்தியை அடிப்படையாகக் கொண்டதே.

மனிதனுக்குத் தேவையான பொருள்களை உற்பத்தி செய்யும் மனிதர்கள் பொருள் உற்பத்திப் பணியில் ஒருவரோடு ஒருவர் உறவுகொள்வதனையே சமூக விஞ்ஞானிகள் உற்பத்தி உறவு என்கின்றனர். அது ஒருவருக்கொருவர் மனமாரவிரும்பி உதவிக்கொள்ளும் உறவாக இருக்கலாம் அல்லது, ஒருவர் பிறிதொருவர் ஆணைக்குக் கீழ்ப்படியும் உறவாகவும் இருக்கலாம். எவ்வாறாயினும், மனிதருக்கிடையே பொருள் உற்பத்தித் துறையில் உறவு ஏற்படுகிறது. இவ்வுறவே சமூக உறவாகவும் அமைந்துவிடுகிறது. இந்த அடிப்படையின் துணைகொண்டு பார்த்தால் நிலமானிய முறையிலே பொருள் உற்பத்தி உறவானது நிலப்பிரபுவின் உடைமையாக உற்பத்திச் சாதனங்கள் அமைந்திருப்பதிலே தங்கியுள்ளது. உலகெங்கும் நிலவிய நிலமானிய முறையை நன்கு ஆராய்ந்தவர்கள், நிலமானிய முறையானது மன்னர்கள் தமக்குப் பணிசெய்தவர்களுக்கு (தொடக்கத்திலே போரில்) மானியமாகக் கொடுக்கும் நிலவுரிமையினையே குறிக்கும் என்பர். நிலத்தில் உழவுத்தொழில் செய்த பண்ணையாட்கள் அரசனிடமிருந்து மானியம் பெற்ற பிரபுவின் ஆணைக்குள் இருந்தனர். ஆயின் அவர்கள் பிரபுக்களின் அடிமைகளாகக் கூறப்படவில்லை. சில தேசங்களில் பண்ணையடிமைகள், வாங்கி விற்கப்படும் சரக்காகக் கணிக்கப்பட்டனர். எனினும் நிலப்பிரபுத்துவ அமைப்பில் பண்ணையாட்கள், குடியானவர்கள் நிலத்துடன் பிணைக்கப்பட்டிருந்தனரே யன்றிப் பெரும்பாலும் அடிமைகளாகக் கொள்ளப்பட்டவர்களல்லர். பழைய அடிமை நிலையிலிருந்து விடுபடுவதற்காகவே வியாபாரிகளுக்கெதிராகவும் குழுத் தலைவர்களுக்கெதிராகவும், அடிமைகள் போர் தொடுத்திருந்தனர். நிலமானிய முறையிலே பண்ணை வேலை யாள் பழைய அடிமை நிலைக்கும் 'சுதந்திர' நிலைக்கும் இடை நடுவே இருந்தான். நிலத்தில் தனக்கும் ஓரளவு அக்கறை இருந்தமையால் ஊக்கத்துடன் உழைத்தான்.[11] மன்னனுக்குப்

11. எஸ். ராமகிருஷ்ணன், மார்க்ஸீயப் பொருளாதாரம் (முதற்பாகம்) ப. 20.

பணிந்தும், உதவிகள் செய்தும் நிலப்பிரபு தனது சுகம் சொத்துக்களைப் பாதுகாத்துக் கொண்டதைப் போலவே, நிலமானிய முறையில் வாழ்ந்த பண்ணையடிமைகளும் சிறு கைத்தொழிலாளரும், நிலப்பிரபுவிற்குக் கொடுத்து எஞ்சிய பொருள்களைத் தமதாகக் கொண்டு வாழ்ந்தனர். இவர்களை ஒருவகையான வாரக்குடிகள் என்று இக்கால வழக்கில் வேண்டுமானால் நாம் கூறலாம். சோழர் காலத்திலே இதனைக் காராண்மை என்று வழங்கினர்.[12] உழவுத் தொழிலையே தொழிலாக (குடும்ப மரபு) மேற்கொண்டு வந்த குடிகளுக்கு உள்ள நிலவுரிமையை "வெள்ளான்" வகை என்றழைத்தனர். அவற்றையெல்லாம் பின்னர் கவனிப்போம். இங்கே நிலமானிய முறையின் முக்கியமான அம்சங்களை நோக்குவோம்.

நிலமானிய முறை அமைப்பிலே உற்பத்தி உறவுகள் செம்மைப்பட்டமையால் உற்பத்தி பெருகியது. விவசாயம் பெருவளர்ச்சியுற்றது. புதிய புதிய நிலங்கள் பயிர்ச் செய்கைக்கு உட்படுத்தப்பட்டன. செய்கை முறையிலும் பல அபிவிருத்திகள் ஏறப்பட்டன. விவசாய வளர்ச்சியின் அருகருகே சிறு கைத்தொழில்களும் துரித வளர்ச்சியுற்றன. உழவுத் தொழிலுக்குத் தேவையான கருவிகள் பெருகின; பிரபுக்களும் வியாபாரிகளும் பேரரசும் அன்றாட வாழ்க்கையில் உபயோகிக்கும் பொருள்கள் கூடியளவு உற்பத்தி செய்யப்பட்டன; போர்களையொட்டிப் போர்க்ககருவிகளும் தளவாடங்களும் திருந்தின; கப்பற் போக்குவரத்து முன்னெப்பொழுதும் காணாத பெருநிலையை யடைந்தது. இந்த மாற்றங்கள் யாவும் அக்கால வர்க்க அமைப்பைப் பெரிது பாதித்தன. நிலத்தை உரிமையாக உடையவர்கள் ஆளும் வர்க்கத்தினராக நிலைபெற்றனர்; அவர்களுக்கு எதிராகப் பண்ணையடிமைகள் மற்றொரு வர்க்கத்தினராக இருந்தனர். சுருங்கக் கூறின் ஆண்டான் – அடிமை உறவு உருவாகியது.

நிலமானிய முறையின் பொருளாதார அடிப்படை இவ்வாறிருக்க, அதன் அரசியல் – ஆட்சிமுறை – வடிவத்திலே இருவளர்ச்சிப் படிகளைக் காணலாம் என்று வரலாற்றாசிரியர் கருதுவர்.[13] தொடக்கத்திலே அதாவது முதலாவது கட்டத்திலே நிலப்பிரபுக்கள் தமக்குக் கிழேயுள்ள மகக்ளுடன் நேரடித் தொடர்புள்ளவராக இருந்தனர். தமது சிறுபடையுடன் போர்க் களங்களுக்குச் சென்று மீண்டனர். தமது சிறிய நிலப்பரப்பின்மீது பூரண ஆதிக்கஞ் செலுத்தினர்; சுருங்கக் கூறின் நிலப்பிரபு ஒரு 'குட்டி' இராசாவாக இருந்தான். நாட்டின் வழமைகள் யாவரையும் கட்டுப்படுத்தின. இரண்டாவது நிலையிலே – வளர்ச்சியுற்ற

12. சதாசிவ பண்டாரத்தார், *op. cit.*, பக். 78–79.

13. R. Coulbron (ed), Feudalism in History, pp. 18-20.

நிலையிலே – ஆட்சி முறையானது அழகாக அமைந்த ஒரு கூர்நுதிக் கோபுரம் போலக் காணப்பட்டது. அரசனுக்கும் பிரபுக்களுக்கும் இடையேயிருந்த உறவு நன்கு பிணைக்கப்பெற்றது. உறவுகள் யாவும் சங்கிலிப் பின்னலாகத் தொடர்பு பெற்றன. உச்சியிலே கலசம்போலப் பேரரசன் வீற்றிருந்தான். கீழே வரவர, அகன்று அகன்று ஆகக் கீழ்க் கற்களாகப் பண்ணையடிமைகளும் சாதாரண சிறு கைத்தொழிலாளரும் இருந்தனர். யாவும் மத்திய ஆட்சியின் பிடிக்குள் கொண்டுவரப்பட்டது. அதே சமயத்தில் கீழே போகப்போக உரிமைகளும் கடமைகளும் தெளிவாக்கப்பட்டன. சோழப் பேரரசின் மகோன்னதமான வளர்ச்சியிலே இவ்விரு வளர்ச்சிப்படிகளையும் தெளிவாகக் கண்டு கொள்ளலாம். விசயாலயன் காலத்து முன்னிருந்து சுந்தரச் சோழன் ஆட்சிவரை முதற்படிக் காலமெனக் கொண்டால், இராசராசன் ஆட்சிக் காலத்தில் இரண்டாம் படி தொடங்குகிறது எனலாம். இந்தப் படி முறை வளர்ச்சியானது பெரும்பாலும் சுமூகமான முறையிலேயே நடைபெற்றது என்பர் வரலாற்றாசிரியர்.[14] அதற்குச் சமயமும் தத்துவமும் வெவ்வேறு வகைகளில் உதவியுள்ளன. மத்திய கால ஐரோப்பாவிலே கத்தோலிக்க சமயமும் தத்துவமும் இம்முறைக்குச் சிந்தனைப் பக்க பலமாக அமைந்தன. சில பழைய கருத்துக்களும் புத்துயிர் பெற்றுக் கைக்கொள்ளப்படுவதுண்டு.

நிலமானிய முறை எந்த நாட்டிலே நிலவியிருப்பினும் அதன் முதிர்ச்சிப் பருவத்திலே சில பொதுப் பண்புகள் காணப்படுகின்றன. ஐரோப்பாவிலே முதனமுதலாக நிலமானிய முறை பூரண வளர்ச்சியுற்றது இங்கிலாந்திலாகும். ஏறத்தாழ அதே காலப் பகுதியிலேயே தென்னிந்தியாவிலும் நிலமானிய முறை பெருவளர்ச்சியுற்றது. பல வகைகளில் இரண்டனுக்கும் நெருங்கிய ஒற்றுமைகளும் காணப்படுகின்றன. உவில்லியம் மன்னன் தலைமையில் நோர்மானியர் பதினோராம் நூற்றாண்டிலே இங்கிலாந்தைக் கைப்பற்றியதோடு, அங்கு நிலமானிய முறை நடைமுறைக்கு வந்தது. குறுகிய காலத்தில் கைப்பற்றப்பட்டு புதிய ஒரு அரசியல் முறை நிறுவப்பட்டது காரணமாகப் பல நாடுகளைவிட இங்கிலாந்தில் நிலமானிய முறை பெருவளர்ச்சியுற்றது.[15] சோழப் பேரரசும் அவ்வாறே; சோழப் பேரரசு சிறப்பாயிருந்த காலத்தே இந்தியாவிலே வேறெந்த இராச்சியத்திலாவது உள்ளூர் ஆட்சி சோழர் ஆட்சியிற் காணப்பட்டதுபோல வளர்ந்ததில்லை. நிலமானிய முறையின் நலன்கள் அங்குத் தலைசிறந்து விளங்கின. இந்தச் சந்தர்ப்பத்திலே, இங்கிலாந்து நாட்டின் நிலமானிய அமைப்பின்

---

14. *Ibid., pp. 20-21.*

15. *A.L. Morton, A People's History of England,, pp. 59-61.*

உச்சநிலையிற் காணப்பட்ட சில அம்சங்களைக் கவனிப்பது சுவை பயப்பதாகும். அது நமது ஆராய்ச்சிக்குப் பேருதவி புரிவதாகவும் இருக்கும். மாரியன் கிப்ஸ் என்னும் ஆசிரியர் மேல் வருமாறு சில கருத்துக்களைக் கூறியுள்ளார்.[16]

"விவசாயிகளை நிலப்பிரபுக்கள் சுரண்டுவதால் சமூகப் பிளவு ஏற்பட்டது. அதுவே முக்கியமான வர்க்கப் பிரிவாக இருந்தது. நிலப்பிரபுக்களில் ஒரு பிரிவினர் போர் வீரர்களாக இருந்தனர்; மற்றொரு பிரிவினர் மத குருமாராக இருந்தனர்; வாளும் சிலுவையும் ஏந்தி அவர்கள் மக்களைப் பாதுகாத்தனர். அதாவது சமூகத்திலே தமக்கிருந்த உரிமைகளுக்கும் சலுகைகளுக்கும் சமாதானமாக அவ்வாறே கூறினர். பண்ணை விவசாயிகள் தத்தம் குடும்பங்களுக்குத் தேவையான உணவுப் பொருள்களை உற்பத்தி செய்த வேளையில் உழுதுவித்துண்போரின் – நிலப்பிரபுக்களின் – பெரிய நிலங்களில் வலாற்காரப்படுத்தப்பட்டு அல்லது கூலிக்கு உழைத்தனர். நிலப்பிரபுக்களும், பெருங்குடிகளும் உற்பத்தியில் காட்டிய ஊக்கத்தினால் சரக்குப் பரிவர்த்தனை வளர்ந்தது; போகப் பொருள்களின் உற்பத்திமுறையும் உடன் வளர்ந்தது. உள்ளூர் வணிகமும் தூரதேச வணிகமும் காணப்பட்டன. ஆனால் நிலமானிய முறையின் உச்சிப்பொழுதிலே கூட, வியாபாரப் பெருக்கம் இராச்சிய ஒருமைப்பாட்டிற்கு அதிகம் உதவவில்லை. குக்கிராமங்களும், சிறு நகர்களும் நிறைந்த அன்றைய இங்கிலாந்தானது ஆங்காங்குச் சிதறுண்டு கிடந்த வயல்களையும், பள்ளத்தாக்குகளையும், நாட்டுப்புறங்களையுமே ஆதரமாகக் கொண்டியங்கியது. இவையே மக்கள் தம் அன்றாட வாழ்வில் ஒருமைப்பாட்டையளித்தன. மரபு வாழ்க்கையே தலைதூக்கி நின்றது. இதன் காரணமாக இன்றிருப்பதைவிடப் பன்மடங்கு அதிகமாகத் தலவாழ்க்கையே – தல உணர்வே – காணப்பட்டன. இதன் விளைவாக வர்க்கப் போராட்டங்களும் கட்டுப்படுத்தப்பட்டன. நகரங்களில் காணப்பட்ட சிக்கலான பல முரண்பாடுகளும், நிலப்பிரபுத்துவத்திற்கு எதிராகப் பண்ணை யடிமைகள் காட்டிய எதிர்ப்பும் ஆங்காங்கு வெளிப்படையாகவும் இலைமறையாகவும் தோன்றினும் பொதுவாக வாழ்க்கை இயல்பாக ஓடிக்கொண்டிருந்தது. விவசாயிகள் தனித்தனிப் பிரிவுகளில் வாழ்ந்தமையால் பரந்த இயக்கங்களில்லாமற் போயின. அவரவருக்குரிய இடம் வகுக்கப்பட்டது. பிரிந்து சிதறுண்டு கிடந்த இப்பெரிய விவசாய சமூகத்திற்கு எதிராகவும், நகரங்களிலே தமது பிரத்தியேகமான நலன்களை மட்டும் கவனித்துக் கொண்டிருந்த நகரத்தாருக்கு மேலாகவும் ஒரு வர்க்கம் இருந்தது. பெருங்குடி மக்களும், குருமாரும், மன்னரும் அந்த

16. *Marion Gibbs, Feudal Order (Past and Present Saries), pp. 7-9.*

வர்க்கத்தினராவர். அவர்கள் யாவரும் அரசியல் உணர்வு நிரம்பிய – தமது வர்க்க நலன்களை உணர்ந்த – கூட்டத்தினராக இருந்தனர் ... இந்நிலையில் அவர்கள் கடல் கடந்த நிலப்பிரப்புக்களின்மீது பார்வை செலுத்தினர்; இவ்வாறு பிளவுண்டு கிடந்த – வர்க்க பேதமுற்றுக்கிடந்த – சமுதாயத்தின் உறவுமுறைகளை அங்கீகரித்தும், இலட்சிய பூர்வமானதாகக் காட்டியும் . . . திகழ்ந்தது நிறுவன வடிவிற் காணப்பட்ட உரோமன் கத்தோலிக்கத் திருச்சபை. நீதியைப் பற்றி அது கூறியது; சகல துறைகளிலும் கருத்து மயக்கத்தை உண்டுபண்ணியது. சமுதாயத்தில் உயிர்த்துடிப்பைக் காட்டியது. கத்தோலிக்கத் திருச்சபையும் தன்னளவில் மிகப்பெரும் நிலவுடைமை நிறுவனமாகவே விளங்கியது; நிலப்பிரபுத்துவ அமைப்பின் பொருளாதார, சமூக, அரசியல் அமைப்புகளினூடே பிரிக்க முடியாதபடி பின்னிப் படர்ந்திருந்தது கத்தோலிக்கத் திருச்சபை."

ஆசிரியர் கிப்ஸ் இங்கிலாந்து நாட்டிலே நிலவிய நிலமானிய அமைப்பைப் பற்றிக் கூறியுள்ள இக்கருத்துக்கள் சில பெயர் மாற்றங்களுடன் சோழர் காலத் தமிழகத்திற்கும் பொருந்தும் எனத் துணிந்து கூறிவிடலாம். கத்தோலிக்கத் திருச்சபைக்குப் பதிலாகக் கோயில் என்று கூறினால் மிகுதியாகவும் பொதுவே.

இனி, சோழர்காலத் தமிழகத்தின் நிலப்பிரபுத்துவத்தைச் சிறப்பாக ஆராய்ந்து, உலகப் பொதுப் பண்புகளோடு ஒப்பிட்டு அதிற் சமயத்தின் பங்கினை நிர்ணயிப்போம்.

சோழப்பேரரசு வளர வளர, நாட்டிலே புதியதொரு நிலப்பிரபுத்துவமும், நிலமானிய முறையும் வளர்ந்தது என்றும், வேளாளர் கை ஓங்கியது என்றும் முன்னர் கண்டோமல்லவா? அதன் விளைவாகச் சோழப் பேரரசிலே நிலவுடைமையாளர் – வேளாளர் – வர்க்கமே தலையாய வர்க்கமாகியது. உடையான், கிழான் முதலிய அக்காலச் சொற்கள் நிலத்தை உடையவன், நிலக்கிழான் என்றே குறித்து நின்றன. புவிச்சக்கிரவர்த்திகளாக விளங்கிய சோழப் பெருமன்னரே தம்மை உடையார் என்று பெருமையுடன் கல்வெட்டுக்களிற் கூறியுள்ளனர். சோழ அதிகாரிகளைப் பற்றிக் கூறப்படும் இடங்களில், தத்தனூர் மூவேந்த வேளான், கம்பர் மூவேந்த வேளான், வேளான்குடி முதலான் (நரலோகவீரன்) என்றெல்லாம் கல்வெட்டுக்கள் சான்று தருகின்றன. கோன், நாடன், கூத்தன், ஏறு, அரையன் முதலிய சொற்களைக் கொண்டு முடியும் பெயர்கள் பல அன்று செல்வாக்கோடு விளங்கிய வேளாளர் வர்க்கத்தைச் சேர்ந்தவர்களையே குறிப்பன.[17] வேளாளர் மிகவும் நுண்ணிய

17. *Nilakanta Sastri, op. cit., p. 182.*

முறையிலே தமது ஆதிக்கத்தைச் செலுத்தி வந்தனர். அதற்குக் கருவியாக அமைந்ததே கோயில். உண்மையில் சோழப் பேரரசில் தலையாய வர்க்கமாகத் திகழ்ந்த வேளாளரின் பொருளாதாரச் செழிப்பையும், அரசியல் மது நுட்பத்தையும் நன்கறிவதற்குச் சோழர் காலக் கோயில்களைப் பற்றி ஒரு சிறிது அறிந்து கொள்வது அவசியம்.

சோழர் காலத்திலே நிலப்பிரபுக்கள் சீவிதமாகவும் இறையிலியாகவும் பெருவாரியான நிலங்கள் பெற்றதைப் போலவே, சிவன் கோயில்களும், திருமால் ஆலயங்களும், மடங்களும் தானமாகப் பெருமளவு நிலங்களைப் பெற்றன. சிவன் கோயில் நிலங்கள் தேவதானம் எனவும் விட்டுணு கோயில் நிலங்கள் திருவிடையாட்டம் எனவும் மடங்களின் பூமிகாணி மடப்புறம் என்றும் வழங்கப்பட்டன. சோழப் பேரரசு வளர்ந்தகாலையில் கோயில்களுக்குரிய நிலம், சொத்து, பொன் முதலிய செல்வங்களும் பெருகின. மன்னரும் மற்றையோரும் போட்டி போட்டுக்கொண்டு தானங்கள் செய்தனர். பேராசிரியர் நீலகண்ட சாத்திரியார் கூற்று, கவனித்தற்குரியது.

> அரசனும் அவனது பட்டமகிஷிகளும் அவர் தம் உறவினரும் பெருமளவில் தானங்களைச் செய்து வழிகாட்டினர்; நிலப்பிரபுக்கள் பின்பற்றினர்; வணிகர் தொடர்ந்தனர்; செல்வாக்குள்ள பிறகுலத்த வர்களும் தாராளமாகத் தானங்கள் செய்தனர்.[18]

உதாரணமாகத் தஞ்சைப் பெருங்கோயிலை எடுத்துக் கொள்வோம். இராசராசனின் புகழ்ச் சின்னமாகவே அக்கோயில் அக்காலத்தில் இந்தியாவிலேயே அதிக செல்வமுடைய கோயிலாக இருந்தது எனலாம்.[19] உலகத்திலே வேறெந்தக் கோயிற் கல்வெட்டுக்களிலாவது கோயிற் கணக்கு, வருமானம், பணியாட்கள் செலவு முதலியன பற்றிய விளக்கம் தஞ்சைக் கோயிற் கல்வெட்டுக்களில் காணப்படுவதைப்போல விரிவாக இருக்குமா என்று சிலர் ஐயுற்றுள்ளனர்.[20] தஞ்சைக் கோயிற் கல்வெட்டுகள் உண்மையில் வரலாற்றுச் சிறப்புடையனவே.[21] தஞ்சைப் பெருங்கோயிலுக்கு இராசராசனின் அருமை “அக்கன்” – குந்தவை மாத்திரம் பத்தாயிரம் களஞ்சு பொன் கொடுத்தார் என்று கல்வெட்டுக்கள் காட்டும். ஏறத்தாழ நாற்பத்தோராயிரத்து ஐந்நூறு களஞ்சு பொன் கோயிலுக்குக்

---

18. Ibid., Vol. 2, Part I, pp. 219-20.

19. Ibid., p. 502.

20. A. Appadorai, Economic Conditions in Southern India, Vol I, p. 275.

21. SII Vol. II, p. 66.

கிடைத்தது. இலங்கையிலுள்ள சில கிராமங்களில் நெல் உட்பட (116,000) நூற்றுப் பதினாறாயிரம் களம் நெல் ஒரு வருடத்தில் அக்கோயிலுக்கு வந்தது. தஞ்சைப் பெருங்கோயிலில் 609 பணியாட்கள் வேலை செய்தனர். இவர்களில் அரைவாசிக்கு மேற்பட்டவர்கள் இசைக்கலைஞர். இவர்களைத் தவிர, கோயிலின் நிர்வாகத்திலிருந்த பிற நிறுவனங்களில் பணியாற்றியவரையும் நாம் சேர்த்துப் பார்த்தால் கோயிலின் ஆளுஞ் சக்தியும் – பொருளாதாரப் பிடிப்பும் தெளிவாகும். தஞ்சைக் கோயில் தனித்த ஒரு உதாரணமன்று; இராசராசன் காலத்திலே திருவாழீசுவரத்திலிருந்த பெருங்கோயிலும் அதன் பண்டாரமும் பணியாட்களும் சோழப்படையின் ஒரு பிரிவான மூன்றுகை மகாசேனையின் பாதுகாப்பிலிருந்தன. கோலார் மாவட்டத்தில் காணப்பட்ட கல்வெட்டொன்று பிறிதொரு கோயிலுக்கு ஐம்பத்து இரண்டு குடும்பத்தினர் பணியாட்களாக இருந்தமையை விரிக்கும். செல்வந்தர், தானமாகக் கொடுத்தவற்றைவிடப் பல்வேறு வழிகளிலும் கோயில்களுக்குச் சொத்துச் சேர்ந்தது. கோயிலுக்குக் கொடுக்க வேண்டிய வரிகளைக் கட்ட முடியாதவரின் நிலத்தை எடுத்தும் கோயிற் சொத்தைக் களவாடியவர் நிலங்களைப் பறிமுதல் செய்தும், பக்திமான்களுடைய நன்கொடைகளைப் பெற்றும், பணங்கொடுத்து நிலங்களை, வீடுகளை வாங்கியும், கோயில்கள் நிலவுடைமையை அதிகரித்துக்கொண்டன.[22] சோழ மன்னர்கள் சில சந்தர்ப்பங்களில் தேவதானமாகச் சில ஊர்களைக் கொடுக்கும்போது அங்கு வசித்த குடிமக்களையும் சொத்துக் கோயிலுக்கு வழங்கிவிடுவதுண்டு. அதனைக் குடி நீங்காத் தேவதானம் என்றழைத்தனர்.[23]

இவ்வாறு பல வழிகளில் உடைமை சேர்த்த கோயில்கள் என்ன செய்தன? கலாநிதி டி.வி மகாலிங்கம் இதற்கு விடையளித்துள்ளார்.

> ஒரு தலத்திலுள்ள மக்களின் சமய வாழ்க்கையில் முக்கியத்துவம் பெற்ற உயிர்த்துடிப்புகள் இடமாகக் கோயில் விளங்கியது மட்டுமின்றி, அது அவ்வூர் மக்களின் அரசியல், சமூகம், பொருளாதாரம் ஆகிய துறைகளைச் சேர்ந்த பல்வேறு இயக்கங்களிலும் பங்கு கொண்ட சமூக நிறுவனமாக விளங்கியது. கோயில் தானே நிலப்பிரபுவாகவும், முதலாளியாகவும் (பலருக்கு வேலை வசதி கொடுத்ததால்) இருந்தது. கோயிற் பண்டாரம் (களஞ்சியம்) வங்கிபோல அமைந்து வைப்புப் பணங்களைப் பெற்றும்,

22. *Appadorai, Ibid., p. 283.*

23. *SII, Vol. VIII, No. 244.*

கடனுதவி அளித்தும், மக்களுக்கு உதவியது; கிராமக் கைத்தொழில்களின் பெருக்கத்திற்கு உதவியது; அரசாங்கத்திற்குச் செலுத்தப்பட வேண்டிய வரிகள் கோயில்களால் அறிவிடப்பட்டன. தனிப்பட்டவர்கள் தமது நிலங்களுக்குச் செலுத்த வேண்டிய வரிகளும் (மன்னரால்) கோயிலுக்குக் கொடுக்கப்பட்டன; இவற்றைவிடக் கோயில்களும் மக்களிடமிருந்து வழக்கமான கடமைப் பணத்தையும் பெற்றன; ஊரிலேயுள்ள பெரிய நிலவுடைமை நிறுவனம் என்ற முறையில் கோயில், ஊரின் விவசாயத்தில் ஊக்கங்காட்டியது; வயல்களிற் பயிர் செய்விப்பதோடமையாது புதிய நிலங்களையும் உழவுக்குட்படுத்தியது; பாழ்ப்பட்ட நிலங்களுக்குப் புனர்வாழ்வு அளித்தது;... கோயிற் பண்டாரமானது வங்கிபோலக் கடமையாற்றியபடியால் தனிப்பட்ட நிறுவனங்களுக்கும், ஊராட்சி மன்றங் களுக்கும், வட்டியுடனும், வட்டியின்றியும் உசிதம் போல் உதவியது; விவசாயிகள் தமது தொழிற்றேவை களுக்காகக் கடன் பெற்றனர்; தமது பெண்களுக்குச் சீதனம் கொடுப்பதற்குகூடச் சிலர் கோயிலிருந்து கடன்பட்டனர். நாட்டின் பொருளாதார வாழ்விற் கோயில் நடுநாயகமாக வீற்றிருந்தது.[24]

தஞ்சைப் பெருவுடையார் கோயிற் கணக்கில் இருந்த பல்லாயிரக்கணக்கான களஞ்சு பொன்களும், காசுகளும், பெரும் பாலும் பல ஊராட்சி மன்றங்களுக்கும், சபைகளுக்கும் காசு வட்டிக்கோ அன்றிப் பொருள் வட்டிக்கோ கொடுக்கப்பட்டிருந்தன. சாதாரணமாகப் பன்னிரண்டு வீத வட்டி நியாயமானதாகக் கோயில்களினாற் கருதப்பட்டது.[25]

அன்றைய நிலமானியத் தமிழகத்திலே கோயில்களின் தானத்தைப் பற்றி எழுதப்புகுந்த பேராசிரியர் நீலகண்ட சாத்திரியார், தனக்கே உரிய நடையில் மேல்வருமாறு கூறியுள்ளார்.

நில உரிமைக்காரனாகவும், முதலாளியாகவும், பொருள்களை நுகர்வோனாகவும், சேவைகளைப் பெறுவோனாகவும் விளங்கிய கோயில், வங்கியாக வும், பள்ளிக் கூடங்களாகவும், பொருட்காட்சி சாலைகளாகவும், வைத்திய சாலைகளாகவும், நாடக மன்றங்களாகவும் விளங்கியது; சுருங்கக்கூறின்,

24. *T.V. Mahalingam, South Indian Polity, pp. 173-80.*

25. *Nilakanta Sastri, Cholas, p. 502.*

> அக்காலத்து நாகரிக வாழ்க்கையிலும், கலைகளிலும், சிறந்தனவெல்லாம் தன்னையே சுற்றி இயங்கப் பெற்றது மட்டுமின்றி, அவற்றையெல்லாம் தர்ம உணர்விலிருந்து உதித்த மனிதாபிமானத்தால் செம்மைப்படுத்தியதில், மத்திய கால, இந்து கோயிலுக்கு நிகரான நிறுவனங்கள் உலக வரலாற்றி லேயே அருமையாகத்தான் உள்ளன எனலாம்.[26]

பேராசிரியரின் கவிநயம் வாய்ந்த சொற்களை நாம் மறுப்பதற்கில்லை. ஆனால் சிறப்பைக் காணும் நாம், அதே வேளையில் அரசியல் பொருளாதாரத் துறைகளில் கோயில் எவ்வாறு ஆளும் வர்க்கத்துடன் சேர்ந்து – சில சமயங்களில் ஆளும் வர்க்கமாகவே – காட்சி தருகின்றது என்னும் உண்மையை மறக்கமுடியாது. அது மிகவும் முக்கியமானதாகும். ஏனெனில் கருணையும், சாந்தமும், அமைதியும், தெய்வ நீதியும் பூசிய காட்சிகளுக்குப் பின்னாலே பல அநாகரிகச் செயல்களும், மிக மோசமான மனிதக் கொடுமைகளும் அன்று நடந்தேறியுள்ளன. மன்னனும் வேளாளருஞ் சேர்ந்து கோயிலைக் கேடயமாகக் கொண்டனர். அதன் சொத்தும் கணக்கற்ற செல்வமும் வேளாண் வர்க்கத்தினரின் செல்வக் குழந்தைகளாக இருந்தன; எந்தச் சமுதாயக் குற்றமும் பொறுக்கப்பட்டது. ஆனால் கோயிற் பண விஷயத்தில் எள்ளளவு கருணையும் காட்டப்படவில்லை. கோயில்கள் எத்தனையோ சந்தர்ப்பங்களில் மனிதனை – குடும்பங்களை – விலைகொடுத்து வாங்கிய, பஞ்சகாலத்தில் தம்மைத்தாமே கோயிலுக்கு விற்றுக்கொண்ட "அடிமைகள்" பற்றி அநேகம் கல்வெட்டுக்கள் கூறும். "காலஞ்சரியில்லை; மூன்று நாழி அரிசி ஒரு காசுக்கு விலையுயர்ந்தது; தன் குழந்தைகள் பட்டினியால் வாடினர்; எனவே கோயிற்காரரரிடமிருந்து 110 காசுப் பெற்றுக்கொண்டு அக்குடும்பம் கோவில் அடிமையானது."[27] இத்தகைய சம்பவங்கள் பலவற்றைக் கண்ட வரலாற்றாசிரியரும் இவ்வுண்மையை ஒப்புக்கொண்டுள்ளார். பொதுவாகப் பண்ணையடிமைகள் நிலை பல இடங்களில் படுமோசமாக இருந்து என்று நீலகண்ட சாத்திரியார் கூறுவர்.[28]

> அன்றைய சனத்தொகையில் குறிப்பிடத்தக்களவு பகுதி, சிறப்பாக விவசாயத் தொழிலாளர் மத்தியில் கணிசமானோர், அடிமை வாழ்க்கைக்கு அணித்தான நிலையில் வாழ்ந்தனர் என்று அக்கால இலக்கியம் காட்டும். மக்களுடைய சொந்த

---

26. Ibid., pp. 504-505.

27. Appadorai,op. cit., p. 315.

28. Nilakanta Sastri, Cholas, p. 363.

விருப்பு வெறுப்பு ஒரு புறமிருக்க, அவர்களைப் பொருள்களைப்போல விற்றுவாங்கும் முறை – தனிச் சொத்துரிமையிலேயே சகிக்க முடியாத வழக்கம் – அன்று நிலவியது என்பதற்குப் பல கல்வெட்டுக்கள் சான்று தருகின்றன.

சேக்கிழார் பெருமான் காட்டும் சேரிகள் பல இவ்வுண்மைக்குச் சான்று; அவற்றில் ஆதனூர் ஒன்று. விற்று வாங்கிய ஆண் – பெண் அடிமைகளைத் தவிர ஆலயங்கள் தேவரடியாராகவும் பல நூற்றுக்கணக்கான மக்களை வைத்திருந்தன. தேவதான நிலங்களுக்குத் திருச்சூலமும் திருவாழியும் அடையாளச் சின்னமாகப் பொறிக்கப்பட்டதுபோலக் கோயில் அடிமை களுக்கும் சூலத்தால் குறிசுடப்பட்டது.²⁹ கி.பி. 1235இல் பொறிக்கப் பட்ட ஒரு கல்வெட்டிலிருந்து, வீரட்டானேசுவரர் கோயிலில் நூற்றுக்கு மேற்பட்ட அடிமைகள் இருந்தனர் எனத் தெரிகின்றது.³⁰

கோயில்களும் நிலப்பிரபுக்களும் இவ்வாறு நிலவுடைமை யாளராகவும், பொருளுடைமையாளராகவும் நாட்டிலே விளங்கிய அக்காலத்திலே, வணிகரும் பெருஞ்சிறப்புற்றனர். பலர் சமணம், பௌத்தம் முதலாய "புறச்" சமயங்களைக் கைவிட்டுச் சைவத்தை மேற்கொண்டனர். சோழப்பேரரசு புதியதொரு நிலப்பிரபுத்துவத்தை உண்டாக்க ஏதுவாயிருந்ததுபோல, உள்நாட்டிலும் வெளிநாடுகளிலும் வியாபாரஞ் செய்யும் பலம் வாய்ந்த நகர வணிகத்தினரையும் தோற்றுவித்தது. தவிர்க்க முடியாத நியதி அது. ஆனால் மாறிய சூழ்நிலைகேற்ப அவர்களிற் பெரும் பகுதியினர் சைவராயினர். தமிழ்நாடு முழுவதும் வாணிகம் செய்யும் வாய்ப்பை மறுபடி பெறவே அவர்கள் சைவத்தை அனுசரித்தனர்.³¹ நகரங்களிலும், பேரூர்களிலும், சிற்றூர்களிலும் தொழில் செய்துகொண்டிருந்த வணிகர் பலர், திருக்கோயில்களின் வழிபாட்டிற்கும், விழாவிற்கும், திருவிளக்கினுக்கும் நிபந்தம் வழங்கிய செய்திகள் கல்வெட்டுக்களிற் காணப்படுகின்றன.³² நிலப்பிரபுக்களைப்போல வணிகர் இக்காலப் பகுதியில் அரசியற் செல்வாக்கோ, ஆதிக்கமோ பெற்றிருக்கவில்லை என்பது உண்மையே ஆயின் அவர்தம் வாணிபத் தொழிலுக்கான சகல வாய்ப்புக்களையும் பேரரசு அளித்தமையால் அவர் தம் நோக்கு வியாபாரத்திலேயே யிருந்தது. மன்னர் பட்டயங்கள் வழங்கினர்; நிலப்பிரபுக்கள் இவர்களோடு நல்லுறவு கொண்டிருந்தனர்.

---

29. 141 of 1922, ARE 1922, part II, para 19.
30. 223 of 1917, ARE 1918, part II, para 49.
31. நா. வானமாமலை, மூடுதிரை, தாமரை, மே 1962.
32. சதாசிவ பண்டாரத்தார், *op. cit.*, p. 107.

நகரங்களிலும் பட்டினங்களிலும் வணிகர் ஏறத்தாழப் பூரணச் செல்வாக்குடையராய் விளங்கினர். அக்காலத்தில் நகரத்தார் என்று வழங்கப்பட்ட வியாபாரிகள் நகரம் என்னும் பட்டினசபை அங்கத்தவராக இருந்தனர். நீலகண்ட சாத்திரியார் இதுபற்றி மேல்வருமாறு கூறுவார்.[33]

> நகரம் என்பது சிறப்பாக வியாபாரிகளின் மன்றம் என்று கொள்ளலாம். பிரதான பட்டினங்களில் இருந்த சபைகளில் இதுவும் ஒன்று. வணிகரின் செல்வாக்குத் தலைதூக்கியிருந்த வியாபாரப் பட்டினங்களில் இதுவே முக்கியமான சபையாக இருந்திருக்கும்.

நானாதேசிகள், அஞ்சுவண்ணத்தார், நகரத்தார், வளஞ்சியர், மணிக்கிராமத்தார், திசையாயிரத்தைஞ்ஞூற்றுவர் என்று பல பிரிவினராய வணிகர் இக்காலப் பகுதியிலே உள்நாட்டிலும் கடல் கடந்த தேசங்களிலும் தொழில் செய்தமையால் சோழப் பேரரசில் இறக்குமதி, ஏற்றுமதி பெருகின. வாணிகத்தால் கிடைத்த சுங்க வரியும் அரசாங்கத்திற்கு நல்ல வருவாயைக் கொடுத்தது.

ஏகாதிபத்திய நாடுகள் யாவும் தமது சொந்த நாட்டிலே அமைதியையே கடைப்பிடிப்பன. யாவருக்கும் கடமைகளும் உரிமைகளும் பகுக்கப்பட்டு, விதிக்கப்பட்டு ஓர் ஒழுங்கு நிலைநாட்டப்படுகிறது. நாட்டின் சக்தி கடலையும், பிறநாடுகளையும் கட்டி ஆள்வதற்குத் தேவையாக இருப்பதால் உள்நாட்டில் சுதந்திரமும் சமரச மனப்பான்மையும் வளர்க்கப்படுகின்றன. தீண்டாதவருக்குஞ்சரி, சிவப்பிராமணருக்குஞ்சரி சட்டங்களும் விதிகளும் வகுக்கப்பட்டிருந்தன. எனவே நிலப்பிரபுக்களும், வணிகரும் முரண்பாடின்றி வாழ்ந்தனர். சைவம் இரு தரப்பினரையும் பின்னிப் பிணைத்தது; பொதுத் தத்துவமாகியது.

ஆயினும் மேல் தோற்றத்தை விட்டுக் கூர்ந்து பார்ப்போமாயின், நிலவுடைமையாளரே – நிலப்பிரபுக்களே – தலையாய வர்க்கத்தினராக இருப்பது தெரியவரும். வேளாளர் கை, நீதியையும் கட்டுப்படுத்துமளவிற்கு ஓங்கியிருந்தது. இதற்குச் சில உதாரணங்களைப் பார்க்கலாம்.

ஒரு சந்தர்ப்பத்திலே, வேளாளன் ஒருவன் குற்றவாளியாகக் கருதப்பட்டு அரச பிரதிநிதியொருவர் முன் விசாரிக்கப்பட்டான். அதிகாரி கோயிற் பட்டரை யோசனை கேட்டபோது அவர்

33. *Nilakanta Sastri, Cholas, p. 294.*

வேளாளருக்கு மரண தண்டனை விதித்தல் கூடாது என்றார்.[34] இது வேளாளர் தண்டிக்கப்படாமல் விடப்பட்டதற்குச் சான்று. வேளாளருக்கும் கோயிலுக்கும் எதிராகச் சிறு குற்றஞ் செய்தாலும் பிறர் வன்மையாகத் தண்டிக்கப்பட்டதற்கும் பல சான்றுகள் உள்ளன. ஒரு சந்தர்ப்பத்திலே, கீழையூரில் (தஞ்சை) இருவர், வேளாளருக்கும் கோயிலுக்கும் தொல்லை விளைவித்ததாகக் குற்றஞ்சாட்டப்பட்டனர். கலகம் செய்ததற்காக அவர்கள் விசாரிக்கப்பட்டனர். கோயிலுக்கோ அல்லது வேளாளர் வீட்டிற்கோ தீ வைக்க முனைந்த குற்றமும் சுமத்தப்பட்டது. விசாரணை முடிவில் ஆயிரம் காசு அபராதம் விதிக்கப்பட்டது. அதனைக் கட்ட எவரும் அவ்விருவருக்கும் உதவி செய்ய முன்வரவில்லை. எனவே அவர் தம் நிலங்கள் கோயிலுக்கு விற்கப்பட்டன. 1060 காசு கொடுக்கப்பட்டன. தண்டம் 1000 காசு. தண்டத்தைக் கொடுக்க முடியாமலிருந்ததற்காக அபராதம் 60 காசு. முழுப் பணமும், நிலமும் கோயிற் சொத்தாயின.

இவ்விரு சான்றுகளும் மிக முக்கியமானவை. ஏனெனில் சோழர் காலத்தைப்பற்றி எழுதும் 'புகழ்பூத்த' வரலாற்றாசிரியர் எல்லாம், அன்றைய நிலையில் வர்க்க முரண்பாடுகள் இருக்கவில்லையென்றும், வர்க்க அமைதியே காணப்பட்டது என்றும் செல்வம் கொழித்த அன்றைய நிலையில் ஒவ்வொரு மனிதனுக்கும் சமூகத்திலே ஒரு பாத்திரம் இருந்தது என்றும் பலவாறு எழுதியுள்ளனர். நாடு பிடித்தலாலும் பிற நாட்டு வணிகத்தினாலும், உற்பத்திப் பெருக்கத்தினாலும் சோழ நாட்டிலே செல்வம் பொங்கி வழிந்தது என்பது உண்மையே. பட்டினியால் மடியும் நிலை பரவலாக இருக்கவில்லை என்பதும் ஓரளவிற்கு (பஞ்ச காலங்களைத் தவிர) உண்மையே. ஆனால் நாட்டில் வர்க்க முரண்பாடோ மோதலோ இருக்கவில்லை என்றும், சுரண்டிய வர்க்கமும் சுரண்டப்பட்ட வர்க்கமும் இருந்தன என்பது ஏற்க முடியாதது என்றும் எழுதுவது ஒப்புக்கொள்ள முடியாததொன்று. பேராசிரியர் நீலக்கண்ட சாத்திரியார் உட்படப் பலர், சோழர் காலத்தில் வர்க்க அமைதியே இருந்தது என்று எழுதியுள்ளனர்.

சமூகத்திலே அமைதி நிலவியது என்பதை நாம் மறுக்க வேண்டியதில்லை. அப்படியே ஏற்றுக்கொள்ளவும் முடியாது. அமைதிக்குப் பின்னால் நோகாத முறையில் சுரண்டல் இருந்தது என்றும், நாம் நிரூபிக்க முடியும். பேரரசு தோன்றிய காலத்திலே பெருந்தத்துவமும் ஏன் தோன்றியது என்னும் கேள்விகளுக்கு விடையும் அங்கேதானிருக்கிறது.

ஐரோப்பாவிலே நிலமானிய முறை நிலவிய காலத்திலே கத்தோலிக்கத் திருச்சபை சமூக வாழ்வில் எத்துணை முக்கிய

34.Ibid., p. 264.

பங்கு வகித்தது என்பதனை முன்னர்ப் பார்த்தோம். திருச்சபை என்பதற்குப் பதிலாக கோயில் என்று திருத்தி வாசித்தால் நிலைமை பொதுவாகவே இருக்கும் என்றும் கூறினோம். இக்கருத்து வேறு சில வரலாற்றாசிரியராலும் மேலெழுந்த வாரியாகக் குறிப்பிடப்பட்டுள்ளது.

> மத்திய காலத்திலே தென்னிந்தியாவில் எழுந்த கோயில்களை, ஐரோப்பிய கிறித்துவ தேவாலயங்களோடு ஒப்பிட்டாராய்வது சுவை பயக்கும். கிறித்துவ தேவாலயங்களைப்பற்றிக் கூறப்படுவன எழுத்துக்கு எழுத்து தென்னிந்தியக் கோயில்களுக்கும் பொருந்தும் எனக் கூறலாம். ஆக ஒரேயொரு வேறுபாடு. ஐரோப்பாவிலே தேவாலயங்களோடு சம்பந்தப்பட்டோர் மத குருமாராக இருந்தனர். இங்கே சாதாரண மக்கள் இருந்தனர்.[35]

யார் இந்தச் சாதாரண மக்கள்? அவர்களே வேளாளர். நிலமுடைய பெருங்குடிகள் கோயில் நிலங்களை மேற்பார்வை செய்யும் சபையினராகவும் ஆயத்தினராகவும் வாரியத்தினராகவும் ஊரவராகவும் நாட்டினராகவும் அதிகாரம் பெற்றிருந்தனர்.[36] நிலமானிய அமைப்பு முறை நிலவிய தமிழகத்திலே கோயில்கள் வகித்த தலையாய பாத்திரத்தை விரிவாகவே பார்த்தோம். கோயில்கள் என்று கூறும்பொழுது வெறும் கற்கட்டிடங்களை நாம் கருதுகிறோமா? வட்டிக்குப் பணம் கொடுத்தும், வங்கி நடத்தியும், நிலம் உழுதுவித்தும் ஆயிரந்தொழில் செய்வித்தவர்கள் யார்? கோயில் தர்மகர்த்தாக்களே; கோயில் முகாமைக்காரரே; கோயில் மேற்பார்வையாளரே. இவர்களிற் பெரும்பாலோர் வேளாளரே. எனவே கோயிலை ஆட்டிப்படைத்த இவர்கள் சர்வ வல்லமையுள்ளவராக விளங்கினர்; அவ்வாறு இருந்தபடியாலேயே கோயிற்பட்டர் வேளாளருக்கு மரண தண்டனை விதித்தல் கூடாது என்றார். கோயிலின் பேரில் சாதாரண மக்களைத் தண்டிக்கவும் நிலங்களை விற்கவும் அடிமைகளாகப் பெறவும் நிலப்பிரபுக்களுக்கு வாய்ப்பு ஏற்பட்டது. சோழப்பேரரசிலேயே மிகப்பெரிய குற்றம் இராசத் துரோகமும் சிவத் துரோகமுமாம். அந்தளவிற்கு நிலவுடைமையாளர் தமது அக்கறைகளில் கண்ணும் கருத்துமாயிருந்தனர்.

இத்தகைய சூழ்நிலையிலே மன்னன், நிலப்பிரபுக்கள் ஆகியோருடைய நிலைபேற்றிற்கும், தலைமைக்கும் முதன்மைக்கும் சித்தாந்தம் தத்துவ விளக்கம் கொடுத்தது.

---

35 *Appadorai, op. cit., pp. 300-1.*

36 வானமாமலை, *op. cit.,* ப. 9.

வேளாளர் கையோங்கிய அன்றைய அரசியற் பகைப்புலத்திலே – படைத் தலைவரையும் நிர்வாகிகளையும் கோயில் தர்மகர்த்தாக்களையும் அளித்த அதே வேளாளர் வர்க்கம் சித்தாந்தப் பெருநூலாகிய சிவஞானபோதத்தினை எழுதிய மெய்கண்ட தேவரையும் அளித்ததில் வியப்பு எதுவும் இல்லையல்லவா? ஆனால் அதனை நன்கு விளங்கிக் கொள்வதற்குப் பல்லவர் காலத்திலிருந்து வளர்ந்து வந்த சில சமயப் போக்குகளையும் பண்புகளையும் நாம் அறிந்து கொள்ளல் அவசியம்.

தமிழ், தமிழ்நாடு என்னும் உணர்வுகளை நாயன்மார் மக்களிடையே பரப்பினர் அல்லவா? விதி, சாதி, கர்மம் முதலிய யாவற்றையும் கடந்த பரம்பொருளாகச் சிவன் விளங்குகிறார் என்று அரனடியார்கள் போதித்தனர். சமணரையும் பௌத்தரையும் எதிர்த்த காலத்திலே சாதிப்பிரிவுகளைக் கடந்த – பரந்த – அணியொன்றினை வைதிகர் கட்டி வளர்த்தனர். நிலப்பிரபுத்துவக் காலத்தில் நிலவுடைமையாளரும் வேளாளர் பிராமணர் போன்ற உயர்சாதிக்காரருமே மேனிலையிலிருந்தனர். எனினும் சோழப் பேரரசானது தமிழ்த் தேசியத்தினையும் சமூக சமத்துவத்தையும் வற்புறுத்திய இயக்கத்தின்பின் தோன்றியபடியால் அவற்றைப் பொய்மையாகவேனும் உருக்கொடுத்து வளர்த்தல் அத்தியாவசியமாயிற்று. தமிழ்நாடு முழுவதையும் ஒன்று சேர்ப்பது போலவும் சாதிப் பாகுபாடுகளைக் கடப்பது போலவும் ஒரு பொய்மையினை உருவாக்கிய நூல்களிற் சேக்கிழார் பெரிய புராணத்திற்குத் தனியிடமுண்டு. பக்திச் சுவை நனிச்சொட்டச் சொட்டப் பாடிய கவிவலவரான சேக்கிழார் பெருமானும், தொண்டை மண்டலத்திலே குன்றத்தூரில் தோன்றிய வேளாளர் குலப் பெருங்குடி மகனே.

பதினான்காம் நூற்றாண்டின் முற்பகுதியிலே வாழ்ந்த உமாபதி சிவாசாரியார், சேக்கிழார் வரலாற்றைப் புராணமாக விரித்துப் பாடியபொழுது அவரது குலப்பெருமையையும் குறிப்பிடத்தக்க விதத்திற் கூறினார். புராணத் தொடக்கத்தில், "வேளாண் தலைவர் பெரும் புகழ் உலகில் தழைத்த" கதையைக் கூறுகிறார். அதாவது, 'சேக்கிழார் திருமரபு' எடுத்துரைக்கப் போந்த உமாபதி சிவாசாரியர், அச்சந்தர்ப்பத்தைப் பயன்படுத்தி, வேளாண் குடிப்பெருமையை விஸ்தாரமாகவே விவரிக்கிறார். ஒரு பாடலில்,

வேளாளர் பெருமை யெம்மாற்
பிறித்தளவிட் டிவளவெனப் பேசலாமோ

என்றும், பின்னர்,

சீராரு முடியரச ரிருந்து செங்கோல்
செலுத்துவர்வே ளாளர்புகழ் செப்பலாமோ

என்றும், சந்தான ஆசாரியருள் ஒருவராய் விளங்கிய சிவனார் பாடுகையில், அவற்றின் முக்கியத்துவத்தை நாம் கவனிக்க வேண்டுமன்றோ. (சேக்கிழார் நாயனார் புராணத்தில் வரும், "காராளர் அணிவயலில் உழுது" என்று தொடங்கும் பாடல், ஏரெழுபது என்னும் பிரபந்தத்தில் வரும் "வெங்கோபக் கலிகடந்த வேளாளர்" என்று தொடங்கிச் செல்லும் பாடலைப் பெரிதும் ஒத்துள்ளமை உற்றுநோக்கத்தக்கதாகும். இரு பாடல்களிலும் 'ஏரடிக்குஞ் சிறுகோல்' சிறப்பித்துப் பாடப் பெறுதலைக் காணலாம்.) சேக்கிழாரின் குலப்பெருமையை விரித்துப் பாடிய பின்,

அத்தகைய புகழ்வேளாண் மரபிற் சேக்கிழார்
குடியில்வந்த வருண்மொழித் தேவர்க்குத்
தத்துபரி வளவனுந்தன் செங்கோ லோச்சுந்
தலைமையளித் தவர்தமக்குத் தனது பேரு
முத்தமச்சோ ழப்பல்ல வன்றானென்று
முயர்பட்டங் கொடுத்திடவாங் கவர்நீர்நாட்டு
நித்தனுறை திருநாகே சுரத்திலன்பு
நிறைதலினான் மறவாத நிலைமை மிக்கார்

என்று வேளாண் குடிப்பெருமகனான அருண்மொழித் தேவர்க்கு அரசன் அமாத்தியப் பதவி அளித்துச் சிறப்புச் செய்தான் என்று பாடுகிறார் உமாபதி சிவாசாரியார்

உமாபதி சிவனார் இவ்வாறு சேவையர் காவலனாரான சேக்கிழாரையும் அவர் பிறந்த வேளாளர் மரபையும் உயர்த்திக் கூறியதைப் போலவே, சேக்கிழாரும் தாமியற்றிய பெரிய புராணத்திலே வேளாளக் குடியிற் பிறந்த நாயன்மார்களின் வரலாறுகளைக் கூறும்பொழுதெல்லாம், சிறப்பான சொற்றொடர்களால் அக்குலப்பெருமைகளை விவரித்திருக்கிறார். உதாரணமாகச் சிலவற்றைக் காட்டலாம்: "மேதக்க நிலை வேளாண் குலத்தின்கண்" எனவும், "தகவுடைய வேளாளர் குலத்துதித்தார்" எனவும், "விழுமிய வேளாண் குடி" எனவும், "மிக்க செல்வத்து வேளாண்ட லைமையார்" எனவும், "திருந்து வேளாண்குடி முதல்வர்" எனவும், "வேளாண் தலைமைக்குடி முதல்வர்" எனவும், அவர் அடை கொடுத்துக் கூறுவதற்குக் காரணம் இருத்தல் வேண்டும். "தகவுடைய," "விழுமிய" என்னும் சொற்றொடர்கள் அன்றைய சமுதாயத்திலே உழுதுவித்துண்போருக்கிருந்த ஏற்றத்தைப் புலப்படுத்துகின்றன. வேளாண் குலத்தலைவராயிருந்த மானக்கஞ்சாற நாயனார் அரசனது சேனாபதியாயிருந்தார் என்பதும் நாம் அவதானிக்கத்தக்கதே.

இவ்வாறு, வேளாளர் பெருமை பேசத்தக்க விதத்தில் பெரியபுராணம் அமைந்திருப்பதினாலேயே, நவீன சைவசித்தாந்திகளும், வேளாண்குடிக்கும் சைவத்துக்கும் உள்ள நெருங்கிய தொடர்பை வற்புறுத்துவாராயினர். கடந்த ஒரு நூற்றாண்டுக் காலமாகப் பிராமண எதிர்ப்புப் போர்வைக்குள், வேளாளர் மேனிலைக்கு வருவதற்குச் சைவமும் தமிழும் உதவிபுரிந்துள்ளமை வரலாற்றுச் செய்தியாகிவிட்டது. ஆறுமுகநாவலர், சுவாமி வேதாசலம் (மறைமலையடிகள்), சிவக்கவிமணி சி.கே. சுப்பிரமணிய முதலியார், கா. சுப்பிரமணிய பிள்ளை முதலியோர், சைவத்தை அடிப்படையில் வேளாளர் சமயமாகவே விளக்கியுள்ளனர். தமிழ்நாட்டு வர்க்கப் போராட்டத்தின் வரலாற்றை ஆராய்வோருக்கு இவற்றின் உண்மைகள் புலப்படாமற் போகா.

தமிழ், தமிழ்நாடு என்ற உணர்வை உண்டாக்கி, அதன் மத்தியில் முழுமுதற் கடவுளாகிய சிவபெருமானை நிறுத்தி எல்லாரும் அவன் அடிமைகளே என்னும் பொய்ம்மையைச் சிருஷ்டிக்கப் பெரிதும் உதவியது தொண்டர் புராணம். சாதிப் பாகுபாடு மிகக் கடுமையாக அனுட்டிக்கப்பட்ட சோழர் காலத்தில், விதிகளும் சட்டங்களும் சாதிப் பிரிவினைக்கு அங்கீகாரம் அளித்த காலத்தில், இறைவனுக்கு முன் யாவரும் சமமே என்னும் மனச்சாந்தியை அளிக்க உதவியது பெரிய புராணம் போன்ற நூல். நடைமுறைக்கும் அக்கருத்திற்கும் இமாலய வேறுபாடு இருந்தது. இறைவனே பரம்பொருள் என்ற கருத்தை கூறிக்கொண்டு அப்பட்டமான சுரண்டலில் – அடக்குமுறையில் ஈடுபட்டிருந்தனர் மன்னரும் வேளாளரும். இதனை ஓர் உதாரண மூலம் விளக்குவோம். கோயிற்றருமகர்த்தாக்கள் – நிலவுடைமையாளர் – கோயில் நிலங்களைக் குத்தகைக்கு விடும்பொழுது, உறுதிகளில் சிவனடியாராகிய சண்டேசுவரர் பெயரே எழுதப்பட்டது. குத்தகைக்கு நிலம் எடுப்போர் தாம் கடவுளின் நிலத்தையே பெற்றிருக்கிறோம் என்று உணர்த்தவும், மனிதருக்கும் இதற்கும் தொடர்பு எதுவும் இல்லையென்று காட்டவுமே இம்முறை மேற்கொள்ளப்பட்டது.[37] கோயிலுக்கும் கடவுளுக்கும் தலையாய இடத்தைக் கொடுக்கவும், அவற்றுடன் தொடர்பு கொண்டவருக்கும் உயரிடம் கிடைப்பது இயல்பேயல்லவா? பல்லவர் காலப் பக்தியியக்கத்தின் போது தாழ்த்தப்பட்ட மக்கள் பலரும் இறையடியாராக உண்மையில் உயர்ந்து சிறப்பெய்தினர். ஆனால் சோழர் காலத்தில் உயர் சாதியினரே உயரிடம் வகித்தனர். எனினும் கீழ்ச் சாதியினரும் இறையடியாராகப் புகழ் பெறுதல் முடியும் என்னும் நம்பிக்கையை அளித்தது பெரியபுராணம். அந்த நம்பிக்கை பலரை அமைதியாக

---

37. Trav. Arch. Series, III. p. 164.

வாழச் செய்தது என்று வற்புறுத்த வேண்டியதில்லை. இந்தப் பின்னணியிலேயே சோழ மன்னர் பலருடைய திருப்பணிகளையும், சமயத் தொண்டினையும் நாம் துருவிப் பார்த்தல் வேண்டும். சேக்கிழார் பெருமான் காவியத்திற்குச் செய்த பணியை மற்றும் பலர் கல்லிலும் செம்பிலும் செய்தனர். சோழர் காலத்திலே நாயன்மாருடைய திருவுருவங்களும் வழிபாட்டிற்காகக் கோயில்களில் வைக்கப்பட்டன. அரசாங்கம் சமய வளர்ச்சியினைத் தனது முக்கியப் பணிகளுள் ஒன்றாகக் கருதியது. இது சமயத்துறையில் செல்வாக்கோடு விளங்கிய வேளாளருக்குச் செய்த உதவி என்றே நாம் கருதல் வேண்டும். சமயத்தால் நன்மை வரும் என்று கண்டுகொண்டே சோழப் பெரு மன்னர் பல வழிகளில் தம்மைச் சமய பக்தர்களாகக் காட்டிக் கொண்டனர். இது எல்லாக் காலங்களிலும் காணக்கூடிய ஒரு உண்மையாகும். முதலாம் இராசேந்திரன் ஆட்சியில் தேவார நாயகம் என்றொரு அதிகாரி நியமிக்கப்பட்டான். சிவன் கோயில்களில் தேவார பாராயணம் ஒழுங்காக – முறையாக – நடைபெறுகிறதா என்பதனைக் கண்காணிக்கும் அதிகாரியாக அவன் விளங்கினான். சிவன் கோயில்களில் திருப்பதிகம் ஓதவும், பெருமாள் கோயில்களில் திருவாய்மொழி ஓதவும் நிலதானம் விடப்பட்டது.[38]

நிலவுடைமை நிறுவனமாகிய கோயிலைச் சைவ சித்தாந்தத்தினின்றும், பிரிக்க முடியாத ஓர் அமிசமாக ஆக்கினார் மெய்கண்டார். பல்லவர் காலமுதல் வளர்ந்துவந்த கோயில் வளர்ச்சியினையெல்லாம் மனதிற்கொண்டு சிவ வழிபாட்டில் கோயில் எத்துணைப் பிரதானமானது என்று விளக்க முனைந்தார் மெய்கண்டார்.

செம்மலர் நோன்றாள் சேர லொட்டா
வம்மலங் கழீஇ யன்பரொடு மரீஇ
மாலற நேய மலிந்தவர் வேடமு
மாலயந் தானு மரனெனத் தொழுமே.[39]

இதற்குச் சிற்றுரை கண்ட மாதவச் சிவஞான யோகிகள் மேல்வருமாறு கூறுவார்.

அயராவன்பினரன் கழலணைந்த சிவன் முத்தனாவான் செங்கமல மலர்போல விரிந்து விளங்கிய முதல்வனது நோன்றாளை அணைய வொட்டாது அயர்த்தலைச் செய்விக்கும் அவ்வியல்பினை யுடைய மும்மல வழுக்கை ஞானநீராற் கழுவி அங்ஙனம் அயராவன்பு மெய்ஞ்ஞானிகளோடு

38. மா. இராசமாணிக்கனார், தமிழக ஆட்சி, ப. 160.

39. சிவஞானபோதம், சூ. 12.

> கலந்துகூடி மலமயக்க நீங்குதலான் அன்புமிக்குடைய அவரது திருவேடத்தையுஞ் சிவாலயத்தையும் முதல்வனெனவே கண்டு வழிபட்டு வாழும் . . . காமக்கிழத்தியர் வடிவிற் காணப்படும் ஆடை, சாந்தணி, கலன் முதலாயின காமுகரை வசீகரித்து இன்பஞ் செய்யுமாறு போல திருவேடத்தையுஞ் சிவாலயத்தையு மென்றுபசரித்தார் . . . அம் முதல்வர் யாங்கணும் வியாபகமாய் நிற்பினும் இவ்விரண்டிடத்து மாத்திரையே தயிரினெய் போல விளங்கி நிலைபெற்று அல்லுழியெல்லாம் பாலினெய்போல வெளிப்படாது நிற்றலான் இனிப் பத்தரது திருவேடத்தையுஞ் சிவாலயத்தையும் பரமேசுரனெனக் கண்டு வழி படுகவென மேற்கொண்டது.[40]

சிவ வேடங்களையும் சிவாலயத்தையும் சிவனெனவே கொள்ளல் வேண்டும் என்று சைவசித்தாந்தப் பெருநூலாகிய சிவஞானபோதம் போதிக்கும் பொழுதுதான், கோயில்களையும் கோயிலுடன் சம்பந்தப்பட்டவரையும் நன்மை தீமைகளுக்கு அப்பாலே மெய்கண்டார் வைத்து விட்டமை நமக்குப் புலனாகின்றது. இக்கோயில்கள் நிலவுடைமையுள்ள பெரும் பொருளாதார நிறுவனங்களாக இருந்தன என்னும் யதார்த்த உண்மையின் ஒளியில் மெய்கண்டார் கூற்றைப் பார்க்கும்போது உடைமைப் பாதுகாப்பின் பண்பு புலனாகிறது. அதே சமயத்தில் சேக்கிழார் மரபை, மெய்கண்டார் எவ்வாறு பேணுகிறார் – அவர் விட்ட இடத்தில் இவர் எவ்வாறு தொடங்குகிறார் – என்பதும் துலக்கமாகிறது.

நிலப்பிரபுத்துவத்தின் ஒரு முக்கியமான பண்பு அச்சமூகத்தின் தலைவர்கள் சமய அங்கீகாரத்துடன் நிலைபேறுடையவராய், இயல்பாகவே தலைவர் எனக் கொள்ளப்படுவராக இருத்தல். “தலைவர் அவர்; அன்னவர்க்கே சரண் நாங்களே” என்று கம்பன் தனது காப்பியத்திலே கடவுள் வணக்கத்திற் கூறியுள்ளது அலகிலாவிளையாட்டுடைய திருமாலை மட்டுமன்றி, அக்காலத் தலைவரை வேளாளரையும் குறிக்கும் வகையில் அமைந்துள்ளது. முதலிலே மன்னரை எடுத்துப் பார்ப்போம். சோழர் காலத்திற்கு முன்னதாகவே அரும்பத் தொடங்கிய ‘அரச உரிமை தெய்வாம்சமானது’ என்னுங் கொள்கை சோழர் காலத்திலே பூரணத்துவம் பெற்ற ஆட்சிக் கோட்பாடாக அமைந்தது என்பதில் ஐயமில்லை. ஆங்கிலத்திலே இதனை *Divine Rights of the Kings*

40. சிவஞானபோதம் மூலமும் சிற்றுரையும், திருவாவடுதுறை ஆதினப் பதிப்பு, 1954, பக். 257–67.

என்பர். அரசனைக் கேவலம் மானுடனாகவன்றித் தெய்வமாகவே பாவிக்க இந்நம்பிக்கை வழி செய்தது. உலகமெங்கும் நிலமானிய அமைப்பிலே காணப்படும் ஓர் அம்சம் இது என்பதனை நாம் மனங்கொள்ளல் தகும். "திருவுடைமன்னரைக் கண்டால் திருமாலைக் கண்டேனே என்னும்" என்று பாடிய நம்மாழ்வார் திருவாய் மொழியிலும் "அரிமாசுமந்த அமளியோனைத் திருமாவளவன் எனத்தேறேன் – திருமார்பின் மானமால் என்றே தொழுதேன்" என்ற பழம் பாடலிலும் அரசரின் கடவுட்டன்மை சுட்டிக் காட்டப்படுகின்றது. ஆனால் சோழர் காலத்தில் அதுவே பெரு நம்பிக்கையாக உருப்பெற்றிருந்தது.

> சோழ மன்னர்களை அவர்களது ஆட்சிக்கு உட்பட்ட சோழ இராச்சியத்தில் வாழ்ந்து கொண்டிருந்த மக்கள் எல்லோரும் திருமாலின் அவதாரமாகவே எண்ணிப் பேரன்பு பூண்டு ஒழுகி வந்தனர்.[41]

சோழ அரச குடும்பத்தாரின் திருவுருவங்கள் பல கோயில்களில் வழிபாட்டிற்காக வைக்கப்பட்டமையும், சோழ மன்னரின் புதை குழிகளுக்கு மேலே கோயில்கள் எழுப்பப்பட்டமையும் இவ்வுண்மைக்குச் சிறந்த சான்றாயமைந்துள்ளன.[42] பின்னதைப் பள்ளிப்படைகள் என்பர். சுந்தர சோழன் மகள் குந்தவையார் தஞ்சைக் கோயிலிலே மக்கள் வழிபாட்டிற்காகத் தனது தந்தையார் (திருமேனி) படிவம் ஒன்றை 'எழுந்தருளிவித்தார்.' சிறிது காலத்தின் பின்னர், தனது தாயார் உருவமொன்றனையோ அன்றித் தனது உருவமொன்றனையோ அதே கோயிலில் வைப்பித்தார். இதற்குரிய கல்வெட்டிலே "தம்மையாக எழுந்தருளிவித்த திருமேனி" என்றே காணப்படுகிறது.

இராசராசன், அவன் மனைவி லோகமாதேவி, இராசேந்திரன், அவன் இராணி சோழ மகாதேவி, உத்தமச் சோழரின் மனைவி செம்பியன் மாதேவி முதலியோருடைய திருமேனி யெல்லாம் பல கோயில்களில் எழுந்தருளிவிக்கப்பட்டன. "எழுந்தருளி" என்ற சொற்றொடர் அக்காலத்திலே மன்னருக்கு உபயோகப் படுத்தப்பட்டுள்ளது என்பதனையும் நாம் நோக்குதல் தகும். கலிங்கத்துப் பரணி போன்ற நூல்களிலும் மன்னரைத் தெய்வ அவதாரங்களாக வருணித்துள்ளமை குறிப்பிடத்தக்கது.

இரண்டாம் பாண்டியப் பேரரசு காலத்தில் தேவர், நாயனார், பெருமாள் முதலிய சொற்கள் அரசரையும் கடவுளரையும் குறிக்கப் பயன்படுத்தப்பட்டமையை அக்காலக் கல்வெட்டுக்கள்

41. சதாசிவ பண்டாரத்தார், *op. cit.*, ப. 10.

42. *Nilakanta Sastri, Cholas (2nd ed), pp. 452-53; The History and Culture of the Indian People, Vol. V (The Struggle for Empire) p. 281.*

வாயிலாக அறிகிறோம். உதாரணமாக, பெரியதேவர், பெரிய நாயனார், பெரியபெருமாள் போன்ற சொற்றொடர்களைக் காணலாம். குலசேகரதேவர், பெருமாள் குலசேகரபாண்டியன், குலசேகரநாயனார் முதலிய பெயர்கள் பிரசித்தமானவை. இறைவனை வருணிப்பது போலவே பாண்டிய மன்னரை மெய்க்கீர்த்திகள் விவரிப்பதைக் காணலாம். உதாரணமாக, கோச்சடையன் அரிகேசரிபராக்கிரம பாண்டியனது தென்காசிக் கோவில் மெய்க்கீர்த்தியின் இறுதிப்பகுதியிலே பின்வருமாறு கூறப்படுகிறது:

திருமலி செம்பொற் சிங்கா சனமிசை
உலக முழுது முடையா ருடனே
இலகு கருணை யிரண்டுரு வென்ன
அம்மையு மப்பனு மாயனைத் துயர்களு
மிம்மைப் பயனும் மறுமைக் குறுதியு
மேம்பட வருளி வீற்றிருந் தருளிய
ஸ்ரீஅரி கேசரி தேவரான
பராக்கிரம பாண்டிய தேவர்க்கு
யாண்டு இருபத்தெட் டாவதின் எதிராவது

"அருள்," "வீற்றிருந்தருளி" முதலிய சொற்பிரயோகங்கள் நோக்கத்தக்கவை.

முதற் குலோத்துங்க சோழன் வரலாற்றைக் காளிதேவி, பேய்களுக்கு உரைக்கு முகமாக அவனது அவதாரச் சிறப்புக் கூறப்படுகின்றது. மும்மூர்த்திகளில் காக்குந் தெய்வமான திருமாலே குலோத்துங்கனாக அவதரித்தான் என்று பாடுவார் செயங்கொண்டார்.

அன்று இலங்கை பொருது அழித்த அவனே அப்
பாரதப் போர் முடித்துப் பின்னை
வென்று இலங்கு கதிர் ஆழி விசயதரன்
என உதித்தான் விளம்பக் கேண்மின்

இருள் முழுதும் புவியகல இரவிகுலம்
இனிது ஓங்க இராசராசன்
அருள் திருவின் திருவயிறாம் ஆலிலையின்
அவதரித்தான் அவனே மீள

என்றெல்லாம், முன்னொருகால், தேவர் குறையிரப்பத் தேவகியின் வயிற்றிலே பிறந்ததுபோலக் குலோத்துங்கன் மூவுலகுந் தொழத் திருவவதாரஞ் செய்தான் என்கிறார் கவிஞர். இதைப்போலவே, பிற்காலச் சோழ மன்னன் ஒருவனாகிய குமார குலோத்துங்கனைப் பாட்டுடைத் தலைவனாகக் கொண்ட குலோத்துங்க சோழன் கோவை என்னும் நூலிலும், அம்மன்னனைத் திருமாலேயாகவும், திருமால் அவதாரமாகவும் சிறப்பிக்கப்படுகின்றது. "பண்டு இராவணனைக் கட்டாண்மை தீர்த்த குலோத்துங்க சோழன்"

என்று இராமனையே சோழ மன்னனாகக் காண்கிறார் கோவைப் புலவர். ஒட்டக்கூத்தர் பாடிய விக்கிரம சோழனுலா எனும் நூலின் பிற்சேர்க்கையாகத் திகழும் பழம்பாடல் ஒன்று, திவ்வியப் பிரபந்தச் செய்யுட்களிலே நாரணனைப் போற்றும் மொழியிலே, சோழ மன்னனைப் போற்றுகின்றது.

கையு மலரடியுங் கண்ணுங் கனிவாயும்
செய்ய கரிய திருமாலை – வையம்
அளந்தா யகளங்கா வாலிலை மேற் பள்ளி
வளர்ந்தாய் தளர்ந்தாளிம் மான்

கோதண்டம் ஏந்திக் குவலயத்தைக் காக்க மானுட வடிவில் வந்த இராமனும், உலகமுய்ய வந்துதித்த ஒரு திருமுருகனும், வென்றிலங்கு கதிராழி விசயதரன் என உதித்த குலோத்துங்கனும் ஒரே சுருதியில் புலவர்களால் போற்றப்படுவதும் கவனிக்கத் தக்கதே.

இரண்டாவதாக, தலையாய வர்க்கத்தினராக – உடையாராக – இருந்த வேளாளரை எடுத்துக் கொள்வோம். சோழர் காலத்திலேயே வேளாளரைப் பற்றிய தெய்வீகக் கதைகள் வேகமாக உருப்பெறலாயின. “சிவன் பார்வதி முயற்சியால், நிலத்திலிருந்து மனிதத் தன்மையும் தெய்வத் தன்மையும் சேரப் பொருந்திய ஒருவன் தோன்றினான். அவன் கையில் கலப்பையும் கழுத்தில் மலர் மாலைகளும் காணப்பட்டன. அவன் வழியினரே வேளாளர்” என்னுங் கருத்து உருவாகியது.[43] சோழர் காலத்திலே உயர்நிலை எய்திய புதிய நிலப்பிரபுத்துவம் நிர்வாக வர்க்கம் – மிகக் குறுகிய காலத்திலே தம்மைப்பற்றிய புராதன மரபுக் கதைகளைச் சிருட்டித்துக் கொண்டது என்பது பற்றி வரலாற்றாசிரியரிடையே கருத்து வேறுபாடு இல்லை.[44]

மன்னரும் பிரபுக்களும் சிவப்பேறுடையவராய் தெய்வாம்சம் பொருந்தியவராய் இருந்தனர் என்று நம்பப்பட்ட அந்நிலையிலே தென் தமிழ்நாடு சிவலோகமாய்க் காட்சியளித்தது. தூய்மையான சிவலோகத்தில் யாவரும் வாழ்வதுபோன்ற ஒரு பொய்ம்மை *(Illusion)* உண்டாக்கப்பட்டது. இதன் தத்துவார்த்த வெளிப்பாடே சித்தாந்தமாகும். மேற்கூறிய பொய்ம்மையினை உண்மையே எனக் கொள்பவர்கள் இன்றும் நம் மத்தியில் உள்ளனர்.

சிவஞானப் பேற்றில் பேரார்வமும், சிவத்தொண்டில் பேருக்கமும், திருத்தொண்டர் வரலாற்றில் பேரன்பும் மக்களிடையே பெருகின; நாட்டில் எவ்விடத்தும் சிவன் கோயில்; எவர் நெஞ்சிலும் சிவஞானம்;

---

43. மா. இராசமாணிக்கனார், தமிழக வரலாறு, ப. 139.

44. Nilakanta Sastri, Cholas, pp. 462-63.

> எவர் மொழியிலும் சிவநாமம்; எவர் மேனியிலும் சிவவேடம்; எவர் பணியும் சிவப்பணி; எங்கும் எல்லாம் சிவமேயாய்ச் சிறந்து நின்றமையின், தென் தமிழ்நாடு சிவலோகமயமாய்க் காட்சியளித்தது.[45]

சிவலோகமயமாய்க் காட்சியளித்தது, சமயம் சிருட்டித்த பிரமை என்றே கொள்ளல் வேண்டும்.

ஒவ்வொரு நாகரிக நிலையிலும் மனிதன் தான் வழிபடுந் தெய்வங்களுக்குத் தனது கால வாழ்க்கை முறை, அரசியல் அமைப்பு, சமுதாய ஒழுங்கு ஆகியவற்றினைப் பிரதிபலிக்கும் பண்புகளைப் பொருத்தி வழிபடுகிறான். இதன் காரணமாகவே சில காலங்களிலே பெரு வழக்கமாக இருக்கும் தெய்வங்கள் வேறு சில காலங்களிலே இருந்த இடம் தெரியாமல் மறைந்து விடுகிறார்கள். ஆரியர்கள் இந்தியாவிற்குள் நுழைந்த காலப் பகுதியிலே இந்திரன், பிரசாபதி போன்ற வீரமும் தீரமும் நிறைந்த தெய்வங்களை வழிபட்டனர். வச்சிராயுதம் ஏந்திய வேதகால ஆரியக்கடவுளான இந்திரன் மட்பாண்டத்தை உடைப்பதுபோல எதிரிகளை வென்றான் என்று வேதங்கள் பாடும்.[46] ஆனால் வேதகாலத்துக்குப் பிற்பட்ட இந்து சமய வளர்ச்சியிலே வேதகாலக் கடவுளர்கள் முக்கியத்துவமிழந்து விடுகின்றனர். சிவன், விட்டுணு, பிரம்மா முதலிய புதிய தெய்வங்கள் முன்வரிசையிற் காணப்படுகின்றனர். அதைப்போலவே புராதனத் தமிழகத்திலே வணங்கப்பட்ட கொற்றவை பிற்காலத்திலே வேறு வடிவமும் குணமும் பெற்றுவிட்டாள். அதைப்போலவே சிவவழிபாடும் தென்னிந்தியாவில் மட்டுமின்றி இந்தியா முழுவதிலுமே நிலப்பிரபுத்துவத்தோடு நெருங்கிய தொடர்புடையதாகக் காணப்படுகிறது. இந்தியா எங்கணும் சைவம் பெருநிலக்கிழார்களின் ஒழுகலாறாகவும், சிவன் அவர்களின் தனிப்பெரும் இட்ட தெய்வமாகவும் அமைந்தமை கவனிக்கத்தக்கது.[47] சோழர் ஆட்சியில் இந்தியாவின் பல பாகங்களிலுமிருந்த சைவ சமயாசாரியாருக்கும், சைவசமய நிறுவனங்களுக்கும் தமிழகத்தில் இருந்த பெரியாருக்கும் நிறுவனங்களுக்கும் நெருங்கிய தொடர்பு நிலவியது என்பதற்குப் போதிய ஆதாரங்கள் காணப்படுகின்றன.[48]

சோழர் காலத்திலே காணப்பட்ட சமுதாய அமைப்பும் அரசியல் முறையும், வாழ்க்கை ஒழுங்கும் சித்தாந்தம் காட்டும்

---

45. ஔவை. சு. துரைசாமிப் பிள்ளை, மெய்கண்டார், ப. 7.

46. க. கைலாசபதி, தெய்வமென்பதோர் சித்தமுண்டாகி... (இந்து தர்மம், 1961, பேராதனைப் பல்கலைக் கழக இந்து மாணவர் வெளியீடு), ப. 44.

47. *D.D. Kosambi, : An Introduction to the Study of Indian History, pp. 245 - 46.*

48. *Nilakanta Sastri, Cholos, pp. 642-43.*

இறைவனில் – சிவனில் – பதியில் – தமது சாயலைப் பொறித்துள்ளன என்று நாம் நிரூபிக்க முடியுமாயின் பேரரசுக்கும் பெருந்தத்துவத்திற்குமுள்ள தொடர்பு மேலும் தெளிவாகுமல்லவா? அறிந்தோ அறியாமலோ திராவிட மாபாடிய கர்த்தராகிய சிவஞானசுவாமிகள் நமக்கு இத்துறையில் வழிகாட்டியுள்ளனர். மெய்கண்டாருடைய சிவஞான போதச் சூத்திரங்களுக்கு ஈடிணையற்ற மாபாடியம் எழுதியவர் மூல நூலை அனுசரித்துப் பலவிடங்களில் இறைவனையும், ஆன்மாவையும் விளக்குவதற்கு அரசனையும் அவனைச் சார்ந்தோரையும் உருவகப்படுத்தியிருப்பது ஆழ்ந்து கவனிக்கத்தக்கது. எட்டாஞ் சூத்திர உரையிலே மேல்வருமாறு கூறியுள்ளார்.[49]

> வெண்கொற்றக் குடையும், நவமணிமுடியும், சிங்காதனமும் மன்னவர்க்கேயுரிய சிறப்படையாள மாம். அதுபோலப் பிரபஞ்சமெல்லாவற்றிற்கும் மூல காரணமாகிய ஒரு பெரு வெண்கொற்றக் குடையும் எவற்றையும் ஒருங்கே ஓரியல்பான் அறியும் பேரறிவாகிய ஒரு பெருஞ்சுடர் முடியும், எவற்றினையும் அங்கங்கே உயிர்க்குயிராய் நின்று செலுத்துமியல்பாகிய ஒரு பெருஞ் சிங்காதனமும் பிறர்க்கின்றித் தனக்கே உரிமையாகச் சிறந்தமை பற்றிப், பசுக்களுக்குப் பாசங்களை அரித்தலான் அரனென்னுந் திருப்பெயருடைய முதல்வனை மன்னனாகவும், அம்முதல்வனது பேரானந்தப் பெருஞ் செல்வமுழுந் தனதேயாகக் கொண்டு, அனுபவிக்குஞ் சுதந்தர முடைமையுஞ் சித்தெனப்படுஞ் சாதியொப்புமையும் பற்றி ஆன்மாவை மன்னவ குமாரனாகவும் அவ்வான்மாவை அறிவுப் பெருஞ் செல்வம் முழுவதும் ஆறலைத்துக் கொண்டு சிறுமையுறுத்துதலும் விதிவிலக்கை இழப்பித்து இழி தொழிலில் நிற்பித்தலுமாகிய இயல்பு பற்றி ஐம்பொறிகளை வேடராகவும் உருவகஞ் செய்தார். இஃதேக தேசவுருவகம்.

மெய்கண்டார் சூத்திரங்களுக்கு மூலத்தையொட்டி நின்று விரிவுரை கூறும் சிவஞான முனிவர் கூற்றுக் கவனிக்கத்தக்கது. ‘உருவகஞ் செய்தார்’ என்னும்பொழுது மெய்கண்டார், ‘காணப்பட்ட உலகத்தால் காணப்படாத கடவுட்கு உண்மை கூறுகின்றார்’ என்றே உரைகாரர் உரைக்கின்றார். ஆனால் முதனூலாசிரியர் கண்ட உலகம் எது? அதிலேதான் காணப்படாத பொருளின் தன்மையும் தங்கியுள்ளது. ஒட்டக்கூத்தரும்,

---

49. சிவஞானபோதமும் சிவஞானபாடியமும், கழகப் பதிப்பு, 1963, பக். 416–17.

கம்பரும், செயங்கொண்டாரும், சேக்கிழாரும் வாழ்ந்த அதே ஏகாதிபத்தியப் பேரரசின் பண்புகளைக்கொண்டே வேளாளராகிய மெய்கண்டார் மெய்ப்பொருளுண்மைகளை விளக்குகிறார் என்னும் உண்மையினை நாம் இலகுவில் மறுத்தல் இயலாது. சங்ககாலத் தமிழகத்திற் காணப்பட்ட சின்னஞ்சிறு நிலப்பரப்புக்களை ஆண்ட "குட்டி" மன்னர்களல்லர் சோழச் சக்கரவர்த்திகள்; அவர்கள் அவனி முழுதுமாண்டவர்கள்; திரிபுவனச் சக்கரவர்த்திகள் என்று தம்மைத் தாமே, தமது கல்வெட்டுக்களிற் குறிப்பிட்டுக் கொண்டவர்கள். அவர்களைப் பெரும்பாலான மக்கள் தெய்வமாகவே தொழுதவர்கள். அத்தகைய சூழலில் மெய்கண்டார் தெய்வத்தை விளக்குதற்குச் சோழமன்னரை உருவகஞ் செய்தது பொருத்தமானதன்றே. பல்லவர் காலக் கவிஞர் சிற்றின்ப உறவுகளின் வடிவத்திலே பேரின்பக் கருத்துக்களைக் கூறி முடித்ததுபோல இதனை இன்னொரு வகையாகவும் நோக்கலாம். சாத்திர நூல்கள் முதல்வனாக இறைவனுக்குக் கூறும் பண்புகளைத் தலைமைபற்றி அவனுக்குள்ள இயல்பைக் கூறுவன. அக்கருத்துக்கள் மக்கள் நெஞ்சிலே, பொதுவாகத் தலைமைபற்றியும், நல்லெண்ணத்தையும் உண்டாக்குவன. எனவே அவ்வுணர்வு தலைவராக இருந்து நாடாண்டவருக்குச் சாதகமாக இருந்து உதவின. அரசனுடைய இல்லத்துக்குப் பெயர் கோயில்; தெய்வம் உறையும் ஆலயத்திற்கும் பெயர் கோயில்; எத்துணை ஒற்றுமை. நிலப்பிரபுத்துவத்திலே சிங்காதனமும் தேவாலயங்களும் பரஸ்பரம் ஒன்றிற்கொன்று உதவி செய்து வாழ்ந்தன என்று ஐரோப்பிய வரலாற்றாசிரியர் கூறுவதில் எத்துணை உண்மை பொதிந்துள்ளது! கோயிலின் இரட்டைத் தோற்றங்கள் எவ்வளவு பொருத்தமாயுள்ளன!!

மற்றோர் உதாரணத்தைப் பார்ப்போம். தலைவனுக்கு எண் குணங்களைக் கூறுகின்றன சைவாகம நூல்கள்.[50] எண்குணங்களாவன: தன்வயத்தன் ஆதல். தூய உடம்பினன் ஆதல், இயற்கை உணர்வினன் ஆதல், முற்றும் உணர்தல், இயல்பாகவே பாசங்களின் நீங்குதல் பேரருள் உடைமை, முடிவுஇல் ஆற்றல் உடைமை, வரம்புஇல் இன்பம் உடைமை என இவை. ஆளும் வர்க்கத்தினருக்கு இவை வரப்பிரசாதங்களல்லவா? தலைவனுடைய இயல்பே, உடைமையும் ஆற்றலும் அறிவும் இன்பமும் உடையவனாயிருத்தல் என்று சித்தாந்த சாத்திரங்கள் விதிக்கும்பொழுது, தலைமைப் பதவியிலிருந்து சமயச்சார்புடன் ஆட்சி புரிந்தவர்களுக்கு அச்சாத்திரத் தத்துவங்கள் தோன்றாத் துணையாக இருந்தன என்பதைக் கூற வேண்டுமோ? சித்தாந்த சாத்திர நூல்களிலே பதியிலக்கணம் கூறப்படுமிடங்களில்

---

50. திருக்குறள் 9, பரிமேலழகர் உரை.

அரசனை – பேரரசனை – மனத்திலிருத்திப் பார்ப்போமாயின் இவ்வுண்மை தெற்றெனப் புலனாகும்.

தலைவனை உயர்த்திய அச்சமுதாயம் சாதாரண ஏழை உழவர்களைப் பண்ணையடிமைகளாக வைத்திருந்தது. இது அக்காலப் பொருளாதார முறையின் – சமூக உறவின் – பண்பு என்பதை முன்னர்க் கண்டோம். இதன் சாயல் தழுவிய முறையில் ஆன்மாக்களைப் பற்றிக் கூறியது சிவஞானபோதம். அதன்வழி நூல்களும் சார்பு நூல்களும் அதனையே மீட்டும் மீட்டும் வலியுறுத்தின. சுருங்கக்கூறின் பொருளாதாரத் துறையிலே காணப்பட்ட பிரதான வர்க்க வேறுபாட்டினையே – ஆண்டான் அடிமை உறவினையே – இறைவனுக்கும் உயிருக்கும் உள்ள உறவாக வருணித்தது தத்துவம். சிற்றுரை மேல்வருமாறு கூறும்.[51]

> ... முதல்வனது வியாபகத்தை நோக்கி வியாப்பிய மாகலின், அப்பாசங்கள் உடைமையாம்; பசுக்களாகிய நாம், அடிமையாவோம் அம்முதல்வன் மாட்டு ...

இறைவனின் அடிமைகள் பசுக்களாகிய ஆன்மாக்கள் என்று சித்தாந்தம் தத்துவார்த்த விளக்கம் கொடுத்தது. நிலப்பிரபு தனது அடிமைகளை வைத்து வேலை வாங்க இத்தத்துவம் எத்துணை உதவியாயிருந்தது என்பதனை மேலும் எடுத்து விளக்கத் தேவையில்லை. ஆனால் அத்துடன் நின்றுவிடவில்லை சித்தாந்தம். அற்புதமான அதன் தருக்க இயல்பு ஆன்மாவின் சார்புத் தன்மையையும் அழுத்தந்திருத்தமாக வற்புறுத்தியது. விரும்பியோ விரும்பாமலோ உழவுத் தொழிலே உவமையாகக் கொள்ளப்பட்டுள்ளது.[52] மீண்டும் சிவஞான யோகிகள் சொற்களையே துணைக்கொள்வோம்.

> ... அற்றேல், அவ்வினையே பயனாக வருமெனவமையும், முதல்வன் எற்றுக்கெனின்: உழவர் செய்யுந் தொழிற்குத் தக்கபயனை விளைநிலம் விளைவிப்பதன்றி அத்தொழிறானே விளைவிக்கமாட்டாதது போல, உணவும் வித்துமாய்த் தொன்றுதொட்டு வரும் அவ்வினைகளை வள்ளலாகிய முதல்வனே அவ்வுயிர்கட்குக் கூட்டுவன்; அவ்வாறன்றி வினைதானே உயிர்கட்குப் பயனாய் வந்து பொருத்தமாட்டாது. வள்ளல் என்றார், தற்பயன் குறியாது வேண்டுவார் வேண்டியவாறே நல்கும் அருளுடைமை நோக்கி...

51. சிவஞானபோதமும் சிற்றுரையும், பக். 60–61.

52. சிற்றுரை, ப. 46.

மேல் முதல்வனுக்கு வினைவேண்டப்படுமென் பதற்கு அரசனை யுவமை கூறினார்; ஈண்டு வினை முதல்வனை இன்றியமையாதென்பது உணர்த்துதற்கு உழவுத் தொழிலை யுவமை கூறினாரெனக் கொள்க.

அடிமையின் இயல்பினைக் கூறப் புகுந்தவர் அவனது செயல்களுக்கு முக்கியத்துவம் கொடுத்தல் முடியாது. ஆண்டானால் கட்டுப்படுத்தப்பட்டவனுக்குத் தனது தொழிலின் இலாபத்தை அனுபவிக்கும் உரிமை கிடையாது. ஆண்டை கொடுப்பதைக் கண்டுகொள்ள வேண்டியதுதான். அவன் வள்ளல் என்று தகைமை பேசுகிறது சித்தாந்தம். இவ்விடத்திலே "வினைதானே உயிர்கட்குப் பயனாய் வந்து பொருந்தமாட்டாது" என்று உரைகாரர் விளக்கந் தருவது கூர்ந்து நோக்கத்தக்கது. பல்லவர் காலப் பக்தியியக்கம் 'புறச்சமயங்'களான சமண – பௌத்தத்தை எதிர்த்தன என்பது யாவருமறிந்த உண்மை. சமணத் தத்துவமே தாக்கப்பட்டது. சமணத் தத்துவத்தின் அடிநிலைகளில் ஒன்று வினைப்பயனின் நிலைபேறுடைமை.[53] முன்பே செய்துகொண்ட பழவினைப் பயன்களை ஒருங்கே நுகர்ந்து கழிப்பதாகிய அது வீடு பேறாகும் என்று கூறும் சமணம். 'ஊழ்வினை உருத்துவந் தூட்டும்' என்றும் 'வினைவிளை காலம்' என்றும் ஊழ் வட்டம் வகுத்து அவர் அவர் செய்தொழில் வினைகளுக்கேற்ப வாழ்வும் தாழ்வும் அமைகின்றன என்று சமுதாய நியதி கூறியது சமணம். சிவிகையைக் காவுவானைக் காவச் செய்வதும் சிவிகையைச் செலுத்துவானைச் செலுத்த வைக்கும் சிறப்பைக் கொடுப்பதும் வினையே என்று காட்சியளவைக் கொண்டே சமுதாய நீதி வகுத்தது குறள் போன்ற சமணச் சார்புள்ள அறநூல். இந்தத் தத்துவ நியதியைத் துணையாகக் கொண்டு வணிக வர்க்கம் ஈன இரக்கமற்ற சுரண்டலை மேற்கொண்டது. பல்லவர் காலத்திலே பரந்துபட்ட முன்னணியொன்று அமைத்து வணிக வர்க்கத்தினருக்கு எதிராக இயக்கம் நடத்திய நிலவுடைமையாளர், தத்துவத்துறையிலே வினைப்பயனுக்கு எதிரான மாற்றுத் தத்துவம் நிறுவினர். அவனருளாலே அவன் தாள் வணங்கி, வினைகெட்டு நற்கதியடையும் பக்திமார்க்கத்தைக் கடைப்பிடித்து, வினைப்பொறியிலிருந்து 'விடுபட' வழி கண்டனர் அரன் அடியார்கள். எனவே, இருவினைப் பயன் செய்தவனையே சென்றடைதற்கு ஏதுவாகியது ஊர். வினைப்பயன் என்று கூறிய சமணத்துவமும், அடியார்கள் செய்த கொடிய வினைகளை யொழிக்கின்ற காலவெல்லையுமாய் நின்று அவ்வினைகளைத் தடுத்து அவர்களைக் காப்பாற்றியருள்பவன் இறைவன் என்று உரத்துக்கூறிய சிவஞானமும் எதிர்மறைகளாக இருந்தன.

53. நாடும் நாயன்மாரும், பக். 21–22.

இன்னொரு விதத்திலே கூறுவதாயின், "அவரவர் வினைப்பயனுக்கு அமைந்ததே வாழ்வு" என்று கூற இடமளித்த சமண சமயத் தத்துவத்தின் மத்தியில் பணக்காரன் மேலும் பணக்காரனானான். ஏழை தலைவிதியை எண்ணி நொந்து கொண்டு வாளாவிருக்க வேண்டியிருந்தது. "அப்படியொன்றுமில்லை, விதியும் வினையும், பிறப்பும் இறப்பும் இறைவனால் அருளப்படுவனவே. ஆகையால் வல்வினைப்பட்டு ஆழாமற் காப்பானை அடைந்துகொள்" என்று நாயன்மார் இயக்கக்குரல் எழுப்பிய பொழுது வேடரிலிருந்து குயவர் வரை யாவரும் காதலாகிக் கசிந்தனர். சமணப் பிடியிலிருந்து, அதாவது வணிக வர்க்கத்தினரின் பொருளாதாரச் சுரண்டலிலிருந்து தப்பிச் செல்ல இதுவே உகந்த உபாயமாக இருந்தது. பக்தி இயக்கம் பொதுசன இயக்கமாகவும் புறச்சமயத்தவர்பால் வெம்மையும் வெறுப்பும் நிறைந்ததாகவும் இருந்ததன் உண்மையான காரணம் இதுவே. இவ்வாறு "யாம் எல்லோரும் அரனடியார்கள்; சேரவாரும் செகத்தீரே" என்று பொதுமை பேசிய அதே சைவ உணர்வானது சிறிது காலத்தின் பின்னர், அதாவது சோழர் காலப்பகுதியிலே நிறுவன வடிவம் பெறத் தொடங்கியபோது பலரை அடிமைகளாகவே வைத்திருந்தது. நுணுகிப் பார்க்கும்போது இது நூதனமாகத் தோற்றாது. ஏனெனில் இயக்க இயல் விதியின் பண்பு அது. முரண்பாடு என்பது இயக்க இயலின் ஒரு முக்கியமான விதி. எதிரெதிரான சக்திகளிடையே நடக்கும் போர்தான் பரிணாமம் என்பது; ஒரு பொருள் இன்னொரு பொருளாக மாறுகிறது மட்டுமல்ல; அது தனது எதிர்மறையாகவும் தன்னை மாற்றிக்கொள்கிறது.[54] இதனையே எதிர் மறைகளின் ஒற்றுமை என்று மார்க்ஸீய தருக்கவியல் கூறும். இது சம்பந்தமாகவே ஏங்கெல்ஸ் ஒரு சந்தர்ப்பத்தில் மேல்வருமாறு கூறினார்.

> இன்று எதை உண்மை என்று கருதுகிறோமோ
> அதில் அதன் பொய் அம்சமும் அடங்கியுள்ளது.
> அந்தப் பொய் அம்சம் தன்னைப் பின்னால்
> வெளிப்படுத்திக்கொள்ளும்.

சைவநெறி சோழர் காலத்திலே இப்பண்பினுக்கும் விதியினுக்கும் உட்பட்டுக் கொண்டிருந்தது.

பல்லவர் காலத்திலிருந்து கிடைத்த அருஞ் செல்வமாகப் பேணித் தத்துவத்தின் தூண்களில் ஒன்றாகச் சோழர் காலச் சித்தாந்திகள், இறைபணியினை அமைத்தனர். தமிழரின் பண்டைய அன்பு நெறியிலே முகிழ்த்த கனியே இக்கருத்து

---

54. ஜோர்ஜ் பொலிட்ஸர், மார்க்ஸீய மெய்ஞ்ஞானம் (மொழிபெயர்ப்பு), பக். 181-85.

என்று எளிதில் உணர்த்தி விடலாம். அன்பினைந்திணையிலேயே இவ்வுணர்வு ஆரம்பித்துவிட்டது என்பர் தமிழறிஞர்.[55]

> நான் என்ற முனைப்பற்று, புனல் வழியோடும் மிதவைபோல, பால்வழி என்னும் இறைவன் வழியோடுவதே அன்பு என்பர் நக்கீரர். எல்லா வற்றையும் இயக்கும் ஆற்றலை எதிர்த்து நிற்காமல் முனைப்பற்றுத் திருவருள் வழி நிற்றலையே மெய்கண்டார் 'இறைபணி நிற்றல்' என்பர். 'உமது இராச்சியம் வருவதாக' *(Thy Kingdom Come)* என்ற கிறிஸ்தவ வேண்டுகோளும் இதுவே ஆம் . . . திருவுந்தியாரும் திருக்களிற்றுப் படியாரும் பற்றற்றான் பற்றினைப் பற்றிப் பற்றுப்பதனையும் சித்தாந்தக் கருத்துக்களாகப் பாடிச்செல்கின்றன.

நக்கீரர் காலத்திலிருந்தே இக்கருத்து வளர்ந்து வந்துள்ளது என்று நினைவுறுத்துகிறார் பேராசிரியர் தெ.பொ.மீ. ஆயினும் சித்தாந்தத்திலே இது தத்துவத்தின் தூண்களில் ஒன்றாக அமைந்துவிட்டது என்பதே நமது வாதமாகும். உள்ளதுதான் வரும்; அது பெறும் வடிவமும் அழுத்தமுமே பிரதானமாகக் கவனிக்கப்படல் வேண்டும். சரி. இனி இறைபணி பற்றிப் பார்ப்போம். சிவஞான போதத்திலே சிறப்பியல் – பயனியலில் 'அவனேதானே' என்று தொடங்குஞ் சூத்திரத்திலே இத்தொடர் காணப்படுகின்றது.[56] அச்சூத்திரத்தினால் பெறப்படுவன இரண்டு "உண்மைகள்." முதலாவது, ஆன்மா அரனுடன் ஒன்றாகி நிற்கவேண்டும் என்பது; இரண்டாவது ஆன்மா தன் தொழிலெல்லாம் அரன் பணியென்று கொள்ளவேண்டும்.[57] சிற்றுரைகாரர் கூறுவதைப் பார்ப்போம்.

> தன் செய்திக்கு முதல்வன் செய்தியை இன்றியமை யாத ஆன்மாச் செய்வனவெல்லாம் அவனருளின் வழி நின்று செய்யுமாகலின் மாயேயமுங் கன்மமும் ஏகனாகி நிற்றற்குத் தடையாய் வந்து தாக்கா ஆகலான், அவை தாக்காமைப் பொருட்டுச் செய்யப்படு முபாய மாதல் பற்றி இனி இறை பணி வழுவாது நிற்கவென மேற்கொண்டது.[58]

பாசநீக்கத்திற்கு இறை பணியே வழி என்று கூறப்படுகிறது. இறை பணியே இன்பம் பயப்பது; அதுவே சிவப்பேற்றில்

---

55. தெ. பொ. மீனாட்சிசுந்தரனார், தமிழா நினைத்துப்பார், பக். 88–89.
56. சிவஞானபோதம், சூத். 10
57. சித்தாந்த மாணவன், சிவஞானபோதாசாரம், ப. 112.
58. சிற்றுரை, ப. 223.

கொண்டு உய்விக்கும்; என்றெல்லாம் உணர்த்தப்படுகின்றன. ஆனால் இவையாவும் அடிமையின் – ஆன்மாவின் – பசுவின் – பண்புகளாகக் கூறப்படுவதை நாம் நினைவிலிருத்தல் வேண்டும். இருத்தவே இறைபணி, திருவருட் சார்பு முதலிய தொடர்கள் ஆண்டான் – அடிமை யதார்த்தத்திற்கு எத்துணைக் கருத்துவளம் அளிக்கின்றன என்பது புலனாகும். 'கொம்பரில்லாக் கொடிபோல் அலமந்தனன் கோமளமே' என்று மணிவாசகர் பாடும்போது திருவருட்சார்பின் இன்றியமையாமை உணர்த்தப்படுகின்ற தன்றே! சுருங்கக் கூறின் சோழர் காலச் சமுதாயத்திலே பண்ணையடிமை என்ன நிலைமையிலிருந்தானோ, அந்நிலையின் இலட்சியமயமான சித்திரத்தைச் சாத்திரங்கள் ஆன்மாவுக்குரியனவாகக் கூறும் பண்புகளிற் காணலாம். மாபாடியகாரர் இதனை நன்கு விளக்கியுள்ளார்.[59]

> ... அம்முதல்வனது உடைமையாகவே மல்லது சுதந்திரராவே மல்லேம்... தம்பால் அடைக்கலமெனச் சார்ந்தாரைக் காப்பது உத்தமராயினார்க்குக் கடமையாகலான், முதல்வன் தன்னைச் சார்ந்த வரையே பாதுகாப்போனாகியும் இதுபற்றிக் கோட்ட முடையனல்லனாய்த் தன்னைச்சார்ந்து தன்னடிப்பணியின் நிற்கவல்ல அடியார் தானேயாய் நிற்குமாறு நிறுவி அவர்க்கு வரும் ஆகாமிய வினையைக் கெடுத்து, அது செய்யவல்லாத பிறர்க்கு வரும் ஆகாமிய வினையை அவர்க்குக் கொடுப்பனாகலான் அவ்விரு திறத்தோர்க்கும் உணவாகி நுணுகி வந்து பொருந்தும் பிராரத்த வினையும் அவ்வாறே செய்வோர் செய்திக்குத் தக்க பயனாய் இருவேறு வகைப்படச் செய்வனென்க.

சித்தாந்த சாத்திரம் கூறுவதென்ன! அடைக்கலம் என வந்தடைந்தோரைக் காத்தல் உத்தமர் குணம்; தன்னைச் சார்ந்தவரையும் தன்னைச் சாராதவரை ஒப்பநோக்கி உத்தமரான தலைவர், அவரவர் உய்ய வழிகாட்டுவார் என்பதே இங்கு வற்புறுத்தப்படுவது. அரச நீதியின் சாயலை இவ்விடத்தில் நாம் எளிதிற் கண்டுகொள்ளலா மல்லவா? மெய்கண்டாரும், பின்வந்த உரைகாரரும் பயன்படுத்துஞ் சொற்களையும், சொற்றொடர்களையும், பழமொழிகளையும் உற்றுநோக்குபவருக்கு அவற்றின், மூலம் சமுதாயத்திலே காணப்பட்ட பௌதீக அடிப்படையே என்பது புலனாகாமற் போகாது. "சுதந்திரன்," "பரதந்திரன்" ஆகிய சொற்கள் சைவசித்தாந்த நூல்களில் பெருவழக்காக வருதல் காணலாம். உதாரணமாக, "ஆன்மாப்

---

59. மாபாடியம், பக். 479–81.

பெத்தத்திற் பரதந்திரன் முத்தியிற் சுதந்திரன்” என்று வருதல் காண்க.

சைவ சித்தாந்த மரபின் தொடர்ச்சியாக நவீன காலம் வரை இக்கருத்து நிலைத்துள்ளமை கூர்ந்து கவனிக்கத்தக்கது. உதாரணமாக, சென்ற நூற்றாண்டிலே ஈழத்திலும் தமிழ்நாட்டிலும் ‘சைவமும் தமிழும் தழைத்தினி தோங்க’ அருந்தொண்டாற்றிய ஆறுமுகநாவலர் இறைவனைப் பற்றிப் பேசும்பொழுது மேல்வருமாறு கூறியுள்ளார்:

> துன்பத்தில் வெறுப்பும் இன்பத்தில் விருப்பும் ஆன்மாக்களுக்கு இயற்கையேயாயினும் அவர்கள் இன்பம் இது, துன்பம் இது, துன்பத்தினின்று நீங்கி இன்பம் பெறுநெறி இது, என உள்ளபடி அறிதற்கும் துன்பத்தினின்று நீங்கி இன்பத்தைப் பெறுதற்கு சுதந்திர சக்தியுடையர்களல்லர். சுதந்திரர் சிவபெருமானொருவரே; ஆன்மாக்களோ பரதந்திரர்கள். ஆன்மாக்கள் இவ்வுண்மையை அறிந்து சிவபெருமானது திருவருள் வழிபட்டொழுகினன்றி இன்பதுன்பங்களை அறிதலும் துன்பத்தினின்று நீங்கி இன்பத்தைப் பெறுதலும் இயலாவாம்.

சமூக உறவுகளின் அடிப்படையிலே – முரண்பாட்டின் அடியாகவே – இத்தகைய கருத்துக்கள் தோன்றின என்பதை நாம் மீண்டும் நினைவுகூர்தல் தகும்.

இறுதியாக ஆன்மாவின் இயல்பு பற்றிச் சைவ சித்தாந்தம் கூறும் சில கருத்துக்களை நோக்குவோம். ஆன்மாச் சார்ந்ததன் வண்ணமாய் நிற்கும் இயல்புடையன் என்று கூறப்படும். சைவ சித்தாந்தி பிற மதத்தினருடன் மாறுபடும் கொள்கைகளுள் முக்தி பற்றியது முக்கியமானது. இதற்குக் காரணம் ஆன்மாபற்றிய அடிப்படைக் கருத்து வேறுபாடே. ஆன்மாவின் இயல்பை விளக்குவதற்கு மெய்கண்டதேவரும், பின்வந்த புடை நூலாசிரியரும், உரைகாரரும் பல உவமைகளைக் கையாண்டுள்ளனர். இவற்றுள் உமாபதி சிவாசாரியார் கூறியது சுவை பயப்பது.[60] “இருள் ஒளி அலாக் கண் தன்மையதாம்” என்பதே அது. ஆன்மாவானது, இருளோடு கூடிய வழி இருளாகாமலும், ஒளியோடு கூடிய வழி ஒளியாகாமலும், இவ்விரண்டின் வேறாய் நிற்குங் கண்ணின் தன்மையை ஒத்தது என்பதே குரவர் கூற்று. இதற்குத் தொடர்புடையதாய்ச் சைவ சித்தாந்தம் ஆன்மாவைப் பற்றிக் கூறுகையில், முக்திநிலையிற் கூட ஆன்மா தன் தனியியல்பை இழந்துவிடுவதில்லை

60. சிவப்பிரகாசம், உண்மை, 7, (திருவிளங்கம் பதிப்பு, 1933), பக். 116–17.

என்று வாதாடும். பிற மதவாதிகளுடன் இதுபற்றிச் சித்தாந்தி வன்மையாக வாதிடுவது, தருக்க நிறைவும் கருத்துவளமும் காட்டும் முயற்சியாகும். ஆன்மாக்களின் நித்தியத்துவத்தையும், தனித்துவத்தையும் ஒருங்கிணைத்து நிலைநாட்டும் வாதத்திற்குப் பின்னால் அன்றையப் பௌதீக அடிப்படையில் அமைந்த வாழ்நிலை இருந்தது என்று நாம் வாதாட முடியும்.

இதனை விளங்கிக் கொள்வதற்குச் சோழர்கால ஆட்சி முறையினையும் தனி மனிதனுக்கும் ஆட்சிப் பீடத்திற்கும் இருந்த முறையையும் ஒரு சிறிது நாம் அலசிப் பார்த்தல் வேண்டும். பல நாடுகளை வென்று பேரரசு நிறுவியவர் சோழமன்னர். அந்நாடுகள் யாவற்றையும் சோழ இராச்சியம் எனப் பொதுப்படக் கூறினராயினும், ஆட்சி வசதிக்காகவும் நிர்வாகத் திறமைக்காகவும் இராச்சியத்தைப் பல மண்டலங்களாகப் பிரித்தனர். முதலாம் இராசராசன் ஆட்சித்துறையில் பல பல புதுமைகளை, அதாவது காலத்திற்கேற்ற மாற்றங்களைப் புகுத்தியவன். அவனே இராச்சியத்தை மண்டலங்களாகப் பிரிக்கும் முறையினையும் தொடக்கி வைத்தான். சோழப் பேரரசு எட்டு அல்லது ஒன்பது மண்டலங்களைக் கொண்டதாயிருந்தது. ஒவ்வொரு மண்டலமும் பல வளநாடுகளாகவும், ஒவ்வொரு வளநாடும் பல நாடுகளாகவும், ஒவ்வொரு நாடும் பல சதுர்வேதி மங்கலங்களாகவும் தனிஊர்களாகவும், ஒவ்வொரு ஊரும் பல சிற்றூர்களாகவும் பிரிக்கப்பட்டிருந்தன. இப்பிரிவுகள் ஒவ்வொன்றும் தத்தம் அளவுக்கும் தகுதிக்கும் ஏற்ற ஆட்சி மன்றங்களைக் கொண்டியங்கி வந்தன. சோழர் ஆட்சியில் தலத்தாபனங்களின் – உள்ளூர் மன்றங்களின் செல்வாக்கும் கடமைகளும் மிக உன்னத நிலையிலிருந்தன என்பது வரலாற்றாசிரியர் யாவருக்கும் ஒப்ப முடிந்த உண்மையாகும். இதுபற்றிச் சாத்திரியார் கூறியுள்ளதை மேற்கோள் காட்டுகிறேன்.[61]

> அக்காலத்துப் பதிவுச் சான்றுகளைப் படிக்குந்தோறும் மத்திய ஆட்சியின் கட்டுப்பாடும், தல ஆட்சியின் சுதந்திரமும் எவ்வித முரணுமின்றிச் சமநிலையவாய்ச் சென்றதைக் கண்டு வியப்படைகின்றோம். அத்தகைய சூழ்நிலையிலே தனிமனிதனுக்கும் அரசாங்கத்திற்கும் எவ்வித விரோதவுணர்வும் தோன்றவில்லை. இருதரப்பிற்கும் கடமைகள் தெளிவாயிருந்தன.

பெரிய ஆட்சிப் பிரிவிற்குள்ளும் சிற்றூர் தனது சுயப் பண்பினையும் தனித் தன்மையையும் ஓரளவிற்குப் பெற்றிருந்ததைப்

61. *Nilakanta Sastri, Cholas, p. 462.*

போலவே சமூக அமைப்பிலும் தொழில் வேற்றுமையின் அடிப்படையிலோ, சாதியின் அடிப்படையிலோ மிகச் சிறிய சபைகளும், குழுக்களும், சமூகத்தின் அலகுகளாக *(Units)* இருந்தன. நீலகண்ட சாத்திரியாரின் கருத்தினைக் கேட்போம்.[62]

> ஒவ்வொரு மனிதனும் பிறப்பு, வாழிடம், தொழில், சுயவிருப்பு முதலியவற்றில் எதனொன்றன் காரணமாகவே சமுதாயத்திலே ஒரு குழுவைச் சார்ந்தவனா யிருந்தான். கூட்டுறவு வாழ்க்கையி லீடுபட்டிருந்தன இக்குழுக்கள். (அதாவது தத்தம் பிரத்தியேக நலன்களைக் கவனித்துக் கொள்வன வாயிருந்தன.) இக்குழுவிற்குள் தனிமனிதனது முயற்சிக்கும் ஊக்கத்திற்கும் போதிய வாய்ப்புக்கள் இல்லாமற் போகவில்லை.

அரசியலமைப்பிலே மிகச் சிறிய ஆட்சி மன்றத்திற்கும் "சுதந்திரம்" இருந்தது; தனித்துவமிருந்தது. சமூக அமைப்பிலே தனிமனிதனுக்கும் ஓரிடம் இருந்தது; உழைக்க இடமிருந்தது. இது சோழர் கால அரசியலும் சமூக அமைப்பும் வளர்த்துள்ள பண்பு. இதன் முக்கியத்துவத்தை எவ்வளவு வற்புறுத்திக் கூறினாலும் தகும். சித்தாந்தத்திலே ஆன்மாவிற்குக் கொடுத்த நித்தியமான – தனித்தன்மையான – நிலையை விளக்கவும், அதே சமயத்தில் இறைவன் – ஆண்டான் – இல்லையேல் அவை பயனற்றவை என்ற 'உண்மையை' விளங்கிக் கொள்ளவும் மேற்கூறிய யதார்த்த நிலைமைகள் உதவும் என்று கூறலாம்.

சித்தாந்தத்திற் காணப்படும் சமயக் கருத்துக்களான "உண்மைகள்," சோழர் கால இலௌகிக – உலகியல் – இலக்கியங் களிலும் வேறு வடிவத்திற் காணப்படுகின்றன. சமயத்துறையில் ஆண்டானுக்கு உயர்ச்சி கூறியது சித்தாந்தம். அப்பணியையே சோழர் காலத்தெழுந்த பெரும்பாலான சிற்றிலக்கியங்களும் செய்தன. உதாரணமாகத் தண்டியாசிரியருடைய காவ்யாதர்சம் சோழர் காலத்தின் தொடக்கத்திலே பெயர்க்கப்பட்டது. நாற்பொருள்களையும் பயக்கும் நீதி நெறியுகளைடையதாயும் சிறந்த நாயகன் ஒருவனையுடையதாயும் மலை, கடல், நாடு, நகர், பருவம் என்பவைகளையும் இவை போன்ற பிறவற்றையும் கொண்ட காப்பியங்கள் தோன்ற இது வழிவகுத்தது. தண்டியலங்காரத்திலே 'தன்னிகரில்லாத் தலைவன்' என்றே கூறப்படும். இவ்விலக்கணத்தை விளக்கும் சாகித்திய தர்ப்பணம் என்னும் நூல் 'நாயகனாவான் அழகு, இளமை, புகழ், ஆண்மை, ஆக்கம், ஊக்கம், அருள், பிரதாபம், கொடை, குலம் முதலிய

62. *Ibid., p. 491.*

குணங்களுடையவனாய் இருத்தல் வேண்டும் என்று கூறும்.[63] இத்தகைய இலக்கணங்கள் பொருந்திய "ஓர் இதிகாச புருஷனை அல்லது சிறந்த நாயகனைக் குறித்துள்ள சரிதத்தைப் பொருளாகக் கொண்டு, உலகினர்க்கு நன்மை புரியும் நோக்குடன், சுவைபட விரிவாகக் கூறிச் செல்லும் நூலே காப்பியமாகும்."[64]

கோவை, பிள்ளைத்தமிழ், உலா, பரணி முதலிய சிற்றிலக்கிய வடிவங்களும், சாசனச் செய்யுட்களும், பெருங்காப்பியங்களும், தேவராயினும் மானுடராயினும், "தலைவர்" புகழே பாடின. நிலமானிய முறையும் பேரரசும் வளருமிடங்களில் இது இயல்பான தோற்றமே. நரலோக வீரனும் கம்பர் மூவேந்தவேளானும், கருணாகரத் தொண்டைமானும், சடையப்ப வள்ளலும், திரிபுவனச் சக்கரவர்த்திகளோடு சேர்ந்து நாட்டாட்சி செய்தவர்தாம். அந்த வர்க்கத்திற்குத் துதிபாடவே காப்பியங்கள் நேரடியாகவும் மறைமுகமாகவும் உதவின. சீவக சிந்தாமணியானது அடியெடுத்துக் கொடுக்கப் பின்வந்தவர்கள் பெருந்தலைவரைப் பாடினர்; வணிகரைப் பாடினர்; அவதார புருடர்களைப் பாடினர்; தெய்வங்களைப் பாடினர். காவியங்களின் அடிப்படைக் கருத்துக்களும், கதாநாயகரது பண்புகளும் அவற்றின் வர்க்கச் சார்பைத் தெளிவாக்குகின்றன.[65]

காவியங்களும், மேனாடுகளிலே 'ரொமான்ஸ்' என வழங்கிய காதல் – வீர கற்பனைக் கதைகளும், இடைக்காலத்திலே எழுந்த நிலமானிய யுகத்து இலக்கியங்கள். இவற்றின் சமூகப் பண்பு குறித்துப் பிரபல ஆங்கிலத் திறனாய்வாளர் ஆர்னல்டு கெட்டில் கூறுவன மனங்கொளத்தக்கவை.

"மத்திய காலத்தில் நிலமானியச் சமுதாய அமைப்பிலே, சமூக உறவுகளும் வர்க்க வேறுபாடுகளும் பெருமளவுக்கு வரையறுக்கப்பட்டுக் கட்டிறுக்கமான நிலையை அடைந்தபோது, அற்புதக் கதைகள் பெரிதும் பிரபல்யமடையத் தொடங்கின; பெருவழக்கடைந்தன. ஓய்வு படைத்த ஆளும் வர்க்கம் ஒன்று வெளிப்படத் தோன்றியதற்கும் அற்புதக் கதைகளின் வளர்ச்சிக்கும் உள்ள நெருங்கிய தொடர்பு முக்கியமானதாகும். எனினும், ஓய்வு படைத்தோர் மாத்திரமே இவ்வற்புதக் கதைகளைக் கேட்டு இன்புறுகின்றனர் என்பதற்கில்லை. மாறாக, ஓய்வு வாய்க்கப் பெறாதவர்களுக்கும், இவ்வகை மோகனமான – கற்பனா ரீதியான இலக்கியத்திற் காணப்படும் 'பதில் வாழ்க்கை' அல்லது 'கனவுலகம்' பெரிதும் சுவை பயப்பதாய் அமைந்து

63. தண்டியலங்காரம் மூலமும் உரையும் (குமாரசுவாமிப் புலவர் பதிப்பு, 1926), பக். 4–5.

64. எஸ். வையாபுரிப் பிள்ளை, காவிய காலம், பக். 267–68.

65. நா. வானமாமலை, காவியக் கதைத் தலைவர்கள் (தாமரை).

விடுகிறது. அதாவது, அற்புதக் கதைகளிற் சித்திரிக்கப்படும் மென்மையான – பகட்டான உலகமானது, வேதனையும் சலிப்பும் நிரம்பிய யதார்த்த வாழ்க்கையிலே அழுந்திக் கிடப்போர்க்கு ஒரு வகையான ஆறுதலையும் தற்காலிகமாகவேனும் மானசீகமான விடுதலையையும் அளிப்பதாயுள்ளது." இன்னொரு வகையாகச் சொல்வதானால், காவிய உலகமானது உயர்குடிப் பிறந்தோரின் உண்மை வாழ்க்கையின் உயர்வு நவிற்சியாகவும், கீழிருந்தோரின் கணப்பொழுதுக் கனவுலகமாகவும் அமைந்து, இரு பிரிவினருக்குமே ஏற்றதாயமைந்தது. ஆங்கில நாவலிலக்கியத்தின் முன்னோடிகளான காதல் – வீரக் கதைகளின் பின்னணி பற்றி விவரிக்கையில் கெட்டில் கூறும் இக்கருத்து நினைந்து கொளத்தக்கது என்பதை வற்புறுத்த வேண்டிய அவசியம் இல்லை.

அதுமட்டுமன்று; மெல்ல மெல்லக் காவியங்கள் மக்களின் கருத்துலகையே முற்றுகையிடலாயின. பருப் பொருள்களையும் இயக்கவியலையும் விடுத்து, கருத்துக்களையும் இயக்க மறுப்பியலையும் இக்காப்பியங்கள் கைக்கொண்டன. இதனை வையாபுரிப் பிள்ளையவர்கள் "காவிய நிகழ்ச்சிகளின் நிலைக்களம் செய்கை உலகினின்று, கருத்துலகிற்கு மாறிவிடுகிறது" என்கிறார்.[66] இதனையே சைவசித்தாந்த நூல்களும் செய்தன என்னும் உண்மையை நாம் உணரும்போது அக்காலக் கருத்துக்களின் வர்க்கச்சார்பு புலனாகின்றது. ஏர்எழுபது, திருக்கை விளக்கம் முதலிய உழவரைச் சிறப்பிக்கும் நூல்கள் தோன்றிய காலம் அது என்பதன் முழுப் பொருளும் நமக்குத் தெளிவாகி விடுகின்றது.

கம்பர்தான் ஏரெழுபது என்னும் பிரபந்தத்தைப் பாடினார் என்பதை ஏற்றுக் கொள்வதிற் சில தடைகள் இருக்கக் கூடுமாயினும், அப்பிரபந்தம் 'உழவர் பெருங்குடி'யின் புகழை உலகறியும் வண்ணம் உரக்கக் கூவுகிறது என்பதில் ஐயமில்லை. அதனை இயற்றியவர் யாராயிருப்பினும், அவர் உழவர் பெருமையை நயம்படக் கூறியுள்ளார் என்பதிலும் ஐயமில்லை. காட்டாக இரண்டொரு பாடல்களைப் பார்க்கலாம்:

> தொழுங்குலத்தில் பிறந்தால் என்
>   சுடர்முடிமன் னவராகி
> எழுங்குலத்தில் பிறந்தால் என்
>   இவர்க்குப்பின் வணிகர் எனும்
> செழுங்குலத்தில் பிறந்தால் என்
>   சிறப்புடையர் ஆனால் என்
> உழுங்குலத்தில் பிறந்தாரே
>   உலகுய்யப் பிறந்தாரே

66. எஸ். வையாபுரிப் பிள்ளை, காவிய காலம், பக். 302–303.

சாதாரணமாக முற்காலத்திலே பிராமண, க்ஷத்திரிய, வைசிய, சூத்திர குலங்கள் என நால்வகைப் பாகுபாடு இருந்ததை ஆதாரமாய்க் கொண்டு இப்பாடல் இயற்றப்பட்டிருப்பினும், குலங்களின் முதன்மையையும் முக்கியத்துவத்தையும் முறைமாற்றி, உழவர் குலமே உலகுய்யப் பிறந்தது என்று கவிஞர் பாடியிருத்தல் தற்செயல் நிகழ்ச்சியன்று. உழவர் கை ஓங்கிய காலப் பகுதியிலே இக்கருத்து இயல்பாக எழுந்திருத்தல் வேண்டும்.

வெங்கோபக் கலிகடந்த
  வேளாளர் விளைவயலுள்
பைங்கோல முடிதிருந்தப்
  பார்வேந்தர் முடிதிருந்தும்
பொங்கோதைக் கடல்தானைப்
  போர்வேந்தர் நடத்துபெரும்
செங்கோலை நடத்தும்கோல்
  ஏர் அடிக்கும் சிறுகோலே.

போர்வேந்தரின் செங்கோலை நடத்துவதே, காராளர் தம் கையில் உள்ள சின்னஞ்சிறு கோல் என்று புலவர் பாடுவது யதார்த்தத்திற் காணப்பட்ட சமுதாயநிலையின் பிரதிபலிப்பே என்பதை நாம் நினைந்து கொளல் வேண்டும். சிலப்பதிகாரத்திலே புலவர், வணிகப் பெருங்குடி மக்களை வருணிக்குமிடத்து, அரசரும் விழையும் அருநிதியங்களை உடையவர்கள் என்று அரசர்க்கொப்ப அவர்களைச் சித்திரித்துள்ளமை இவ்விடத்திலே நினைவு கூர்தற்குரியது. ஒவ்வொரு காலப்பகுதியில் உயர்ந்தோங்கியிருக்கும் குலத்தின் – வர்க்கத்தின் – மேம்பாட்டினையே கவிஞர் பாடியமை இலக்கியங்கள் உணர்த்தும் உண்மையன்றே. ஏரெழுபது, திருக்கைவிளக்கம் முதலிய பிரபந்தங்கள், வேளாண் குடிமாந்தர் ஆளும் வர்க்கத்தினராய் அமர்ந்திருந்த காலத்தைப் பிரதிபலிக்கின்றன என்பதில் ஐயமில்லை.

இவ்வாறு தமிழ்நாட்டின் பௌதீக அடிப்படைகளினாற் சிறப்பாகவும் இந்தியா முழுவதிலும் ஏற்பட்ட சில மாற்றங்களினாலே பொதுவாகவும் பாதிக்கப்பட்டுப், பிற்காலச் சோழர் ஆட்சியிலே கனிந்த சைவ சித்தாந்தம், தமிழர் தம் தனிச்சிறப்பின் விளைபொருளாகவும் அமைந்துள்ளது என்பதுபற்றி அறிஞரிடையே கருத்து வேறுபாடில்லை.[67] அனவரத விநாயகம் பிள்ளையவர்கள் இதுகுறித்து எழுதுகையில் "சைவ சித்தாந்தம் தமிழ் மரத்தில் காய்த்துக் கனிந்த கனியென்றுரைத்தலே சாலும்" என்றார்.[68] தொன்று தொட்டுத் தமிழர் தம் மரபில் வந்த உணர்ச்சிகள், நம்பிக்கைகள், அனுபவங்கள் முதலிய

---

67. V.A. Devasenapathi, Saiva Siddhanta, 1960, p. 2.

68. சைவசித்தாந்த வரலாறு, ப. 8.

யாவற்றையும் ஒட்டியும் வெட்டியுமே சித்தாந்தம் உருப்பெற்றது. அதற்கு ஒரு தார்மீக பலம் இருந்தது; அது முக்கியமான வகையில் இன்னும் செயற்பட்டு வருகின்றது. அதுபற்றி ஐயமில்லை. ஆனால் எந்தத் "தத்துவத்தையும், குறிப்பாக அதன் சகல வடிவங்களையும் எடுத்துக்கொண்டு அவை சரித்திரத்தில் என்ன பாத்திரம் வகிக்கின்றன என்று நாம் பார்க்க விரும்பினால், தத்துவத்தைச் சரித்திரத்திலிருந்து பிரித்து வைக்காமல் பரிசீலனை செய்யவேண்டும். தத்துவத்தைச் சரித்திரத்திலிருந்து பிரிக்காமல் பார்ப்பது என்று சொன்னால் தத்துவத்தைச் சமுதாய வாழ்விலிருந்து பிரிக்காமல் பரிசீலிக்க வேண்டும் என்று அர்த்தம். சமுதாயத்திலிருந்து தொடங்கி, சமுதாயத்துக்குள் நின்று, தத்துவம் வகிக்கும் பாத்திரத்தையும் அதன் காரணப் பொருள்களையும் வடிவங்களையும் நாம் பரிசீலிக்க வேண்டும்."[69]

அதனையே இக்கட்டுரையிலே செய்ய முயன்றுள்ளோம். பிரமஞானமும், மாயாவாதமும், ஏகான்ம வாதமும் பிறவும் காட்டும் இயக்க மறுப்பியலையும் கருத்து முதல் வாதத்தையும் சித்தாந்தம் காட்டும் பதிஞானத்தையும், முப்பொருளுண்மை வாதத்தையும், சத்காரிய வாதத்தையும் சீவன் முக்த நிலையையும் ஒப்பிட்டுப் பார்க்கும்போது சித்தாந்தம் குறிப்பிடத்தக்க அளவு மெய்ம்மை வாதப் பண்பு பொருந்தியது என்பது உறுதியாகும். ஆரியருக்கு முற்பட்ட இந்தியாவிலே வாழ்ந்த திராவிடரிடையே நிலவிய புராதனப் பொருள் முதல் வாதமும், பிற்காலத்திலே உருவாகிய சாங்கியம், யோகம், தந்திரம் முதலாயினவும் சித்தாந்தத்தின் மெய்ம்மை வாதமும் பன்மை வாதமும் துலங்கப் பல வழிகளில் உதவியுள்ளன. எனினும் அதுபற்றி இங்கு ஆராயப்புகுவது வேண்டற் பாலதொன்றன்று; அதுமட்டுமன்றி அது நம்மைப் பூரணமான இயக்க மறுப்பு இயல்வாத ஆராய்ச்சியிற் கொண்டு சென்று நிறுத்திவிடும்.

---

69. மார்க்ஸிய மெய்ஞ்ஞானம், ப. 227.

பொய்ம்மையும் மெய்ம்மையும்

பரணி பற்றிய ஒரு குறிப்பு

புறப்பொருளைக் கூறவந்த பிரபந்த வகைகளில் ஒன்று பரணி. சங்க காலத்திற்குப் பின்னர் தோன்றிய பிரபந்த வகைகள் பலவற்றை நோக்கும்போது அவை வெவ்வேறு நிலைமை களுக்கும் தேவைகளுக்கும் ஏற்பப் பழைய கருக்களி லிருந்து உருப்பெறுவதைக் காணலாம். புலனெறி வழக்கத்தை அகம், புறம் எனப் பகுத்த பண்டைத் தமிழிலக்கிய அறிஞர்கள் புறப்பொருள் பற்றி விரித்துக் கூறியுள்ளனர். தொல்காப்பியப் பொருளதிகாரச் சூத்திரங்கள் பண்டைத் தமிழ்மக்களின் புறப்பொருள் வாழ்க்கையின் விளக்கமாக அமைந்தனவே.

கலை, இலக்கியம் முதலியவற்றின் தோற்றத்தை ஆராய்ந்தவர்கள், அவை புராதன மனிதனது வாழ்க்கையாகிய பௌதிக அடிப்படையிலிருந்து எழுந்தன என்று தெளிவாகக் காட்டியுள்ளனர். பாவனை செய்ததிலிருந்து (mimicry) கூத்துப் பிறந்தது என்பர்; வேலை செய்யும் உடலசைவுகளுக்கேற்பத் தாளமும் ஒத்திசையும் அமைந்ததென்பர்; வேட்டுவ வாழ்க்கையிலே, நிகழ்ந்தவற்றை மீண்டும் செய்துபார்க்கும்போது நாடகம் பிறந்தது என்பர். இவை கலைகளின் பூர்வீகத் தோற்றமாகும். அவ்வாறு செய்யும் பாவனை முயற்சிகள் மனித உள்ளத்திற்குச் சாந்தி கொடுத்தன. வேலை செய்யும் மனிதன் பாடிக்கொண்டு வேலை செய்யும்போது அலுப்புத் தெரியாமலிருந்தது. அதன் தாற்பரியத்தை

நன்கு விளங்கிக் கொள்ள மாட்டாத ஆதிமனிதன் பாடுவது சக்தி வாய்ந்தது என்று நம்பினான்; அவன் உள்ளத்துணர்வாகத் தோன்றிய அந்தச் சக்தியையே மந்திரம் (magic) என்று கூறுகிறோம். இதன் காரணமாகவே புராதன மனித சமுதாயத்தில் சொல்லிற்கு மந்திர சக்தியிருப்பதாக நம்பினர். 'மந்திரச் சொல்லின்பம்' என்று எமது காலக் கவிஞன் பாரதியும் பாடினான். மனிதன் ஆதியிலே கூட்டாக வேலை செய்தான். பொருட்களை உற்பத்தி செய்யும் உபகரணங்களும் மிருகங்களை அழிக்கும் கருவிகளும் இயற்கையை ஆளும் பொறிகளும் திருத்தமுற உடல்பலத்தின் அவசியம் குறைந்து மனிதன் தனித்து வேலை செய்ய முடிந்த காலத்தும் பழைய கூட்டுவாழ்க்கை நினைவுகள், நிகழ்ச்சிகள் அவனை விட்டுப் பிரியவில்லை. அவை சடங்குகளாக மாறின. உதாரணமாக மனிதன் தனது மாடுகளின் உதவியுடனும் சூரியனது கருணையாலும் உழவுத் தொழில் செய்தான். சூரியனுக்கும் மாடுகளுக்கும் நன்றி தெரிவிக்குமுகமாக சூரியனுக்கும், மாட்டுக்கும் பொங்கல் முதலியன செய்தான். இன்று உழவர்களல்லாதவரும், மாடுகளையே விவசாயத்திற்குப் பயன்படுத்தாதவரும், இப்பொங்கல்களைக் கொண்டாடாமல் விடுவதில்லை. மாட்டுப் பொங்கல் அன்று தமிழகத்திலே மோட்டார் வண்டிக்கும் சந்தனமும் குங்குமமும் இடுவர்.

இத்தகைய நம்பிக்கைபற்றி ஆங்கிலேயர் ஒருவர் தமிழகத்திலே தான் கண்டவற்றினடிப்படையிற் கூறுவன குறிப்பிடத்தக்கன.

"இதே கருத்துடன், நன்மை தரும் எதுவும் வணங்கப்படவேண்டியது என்ற மற்றொரு பொது விதியுஞ் சேர்ந்தது. ஆண்டுதோறும் நடத்தப்படும் ஆயுத பூசைக்கு இதுவே அடிப்படைக் காரணமாயிற்று. இந்நாளில் ஒவ்வொரு தொழிலாளனும் தன் தன் தொழிற் கருவியை வணங்குகிறான். பல்கலைக் கழக மாணவன் தன் கல்லூரிப் பாடப் புத்தகத்தை வைத்து வணங்குகின்றான்; கல்லூரி ஆசிரியர் தனது சொற்பொழிவுக் குறிப்புப் புத்தகத்தையும் தனது பேனாவையும் வணங்குகிறார் ..."

'இந்திய நாகரிகத்தில் திராவிட பண்பு' என்னும் நூலிலே (தமிழ் மொழிபெயர்ப்பு, பக்.81) கில்பேட் சிலேட்டர் இவ்வாறு குறிப்பிட்டுள்ளார்.

இவையே சடங்குகள் எனப்படும். கொடும்பாவி கட்டி இழுக்கும் முறையெல்லாம் சடங்கே; மந்திரத்தில் உள்ள நம்பிக்கையின் விளைவே. கூட்டுவாழ்க்கை, மந்திரம், சடங்குகள் ஆகியன பண்டைக்கால மனிதனை வளர்த்தன; இயக்கின;

முன்னேறச் செய்தன. மந்திரம், சடங்கு முதலியன மனிதனது மனம் சம்பந்தமானவையே யாயினும், பௌதிக வாழ்க்கையுடன் நெருங்கிய தொடர்புடையன. மந்திரம், சடங்கு முதலியன மனிதனது நம்பிக்கையில் தோன்றியவை. அந்த நம்பிக்கை அவனது மனத்திலே பிரமையாக – பொய்ம்மையாக, மாயையாக உருவெடுக்கிறது. அந்த மாயை, புற உலகையோ, சட உலகையோ எவ்விதத்திலும் பாதிப்பதன்று. ஆனால் மனித மனத்திற்கு நம்பிக்கையையும் திடத்தையும் அளிப்பதால் அவனது செயலைப் பாதிக்கிறது. அவனது செயல் புறஉலகைப் பாதிக்கிறது. பொய்ம்மைக்கும் மெய்ம்மைக்கும் உள்ள தொடர்பு இதுவே என்று பூர்வீக மனித இயல் ஆராய்ச்சியாளர் கூறுவர். இதனையே ஆங்கிலத்தில் Illusion and Reality என்பர். Illusion அல்லது பொய்ம்மையில் மனிதன் ஆழ்ந்து போகையில் புறஉலகம் மறைந்து அகஉலகமே முக்கியமானதாகி விடுகிறது. அந்தத் தன்வயத்தனான நிலையிலேயே கலைகள் பிறந்து பக்குவம் அடைந்து பரிணமிக்கின்றன என்று கலாவிமர்சகர்கள் கூறுவர். இத்தகைய சடங்கு – நம்பிக்கை – நிலையிலேயே பரணி கருவாகிறது என்பதில் ஐயமில்லை. சடங்கும் மந்திர வித்தையும் கூட்டுவாழ்க்கையிலேயே சிறந்து விளங்கினமையின், பரணியின் சில பண்புகளும் தமிழ் மக்கள் பண்டைக் காலத்தில் கூட்டுவாழ்க்கை நடாத்திய காலத்தில் தோன்றின என்பது பெறப்படும்.

பரணி இலக்கியமானது போர்க்களத்தை நிலைக்களனாகக் கொண்டது. பரணி என்னும் இலக்கிய வடிவத்தின் உறுப்புக்களை இங்கு ஆராயவில்லை. ஆனால் பொதுப் பொருளாக நூல் முழுவதும் ஊடுருவி நிற்பது போர்க்களச் செய்திதான். அதனைச் சற்று ஆராய்வோம்.

தொல்காப்பியப் புறத்திணையியல் இருபத்தோராம் சூத்திர உரையிலே நச்சினார்க்கினியர் ஓரிடத்திற் பின்வருமாறு கூறுவார்.

> "நெற்கதிரைக் கொன்று களத்திற் குவித்துப் போர் அழித்து அதரிதிரித்துச் சுற்றத்தொடு நுகர்வதற்கு முன்னே கடவுட் பலி கொடுத்துப் பின்னர் பரிசிலர் முகந்துகொள்ள வரிசையின் அளிக்குமாறு போல, அரசனும் நாற்படையையுங் கொன்று, களத்திற் குவித்து, எருதுகளிறாக, வாள் மடலோச்சி அதரிதிரித்துப் பிணக்குவையை நிணச்சேற்றோடு உதிரப் பேருலைக்கண் ஏற்றி ஈகுவேண்மாள் இடந்துளந்தட்ட கூழ்ப்பலியைப் பலி கொடுத்து, எஞ்சி நின்ற யானை குதிரைகளையும் ஆண்டுப்

பெற்றனப் பலவற்றையும் பரிசிலர் முகந்து கொள்ளக் கொடுத்தலாம்."

புறநானூற்றுப் பழைய உரைகாரர், மறக்களவழி, ஏர்க்கள உருவகமுமாம் எனக் கூறியுள்ளனர். ஏர்க்களத்திலே அல்லது நெற்களத்திலே பலியிடுதலிலிருந்து பிறந்ததே போர்க்களத்தில் பலியிடுதல் முதலியன செய்தலாம். களவழி, களவேள்வி என்பன இவ்வடியாகப் பிறந்தனவே. பெருநதேவனார் தமது பாரதத்தில் களவேள்வியை வீராகம், வீரயாகம் என்று குறித்து அதன் அங்கங்களை விரித்துக் கூறியுள்ளார். ஏர்க்களத்திலும் போர்க்களத்திலும் பலியிடுதல், வெற்றியைக் கொண்டாடக் குரவையாடுதல் முதலியன செய்வதுபோல அகப்பொருள் சம்பந்தமாகவும் ஒரு சடங்கு காணப்படுகிறது. இயற்கையிற் புணர்ந்த தலைமக்கள் பிரியநேரிட்டபோது தலைவி மெலிந்து வருந்துகிறாள். இதனைக் காணும் தாய் தெய்வந்தீண்டிற்றே என்றஞ்சி முருகக் கடவுளின் கோயிலுக்கு ஏகி, ஆங்குள்ள பூசாரி மூலம் தனது மகளின் நோயின் காரணத்தை அறிய முற்படுகிறாள். பழங்காலத்திலே அப்பூசாரியை "வேலன்" என்பர் வேலைக் கையிலே ஏந்தி வெறியாட்டமாடி அவன் உருக்கொண்டு வணங்குவான். கேட்ட கேள்விக்கு விடையைத் தெய்வம் உணர்த்தும் என்பான். இதுவும் கூட்டு வாழ்க்கையில் தோன்றிய ஒரு சடங்காகும். இதற்குப் பெயர் வெறியாட்டு. இது நிகழ்கின்ற இடத்திற்குப் பெயர் "வெறியர் களம்" என்பதாம். பலி, வெறியாடல் முதலியன ஏர்க்களம், போர்க்களம் முதலியவற்றில் நிகழ்வதால் வெறியாட்டு நிகழும் இடத்தையும் வெறியர் களம் எனப் பண்டைய மக்கள் வழங்கினமை குறிப்பிடத்தக்கது. இவ்வாறு பண்டைக்காலத் தமிழ் மக்கள் வாழ்க்கையுடன் நெருங்கிய தொடர்புகொண்ட சில சடங்குகள், நிகழ்ச்சிகள் முதலியவற்றிலிருந்தே பரணியின் தோற்றுவாயை நாம் காணவேண்டும்.

புறத்திணை இயலிலே,

கூதிர் வேனில் என்றிரு பாசறைக்
காதலன் ஒன்றிக் கண்ணிய வகையினும்
ஏரோர் களவழி அன்றிக் களவழித்
தேரோர் தோற்றிய வென்றியும் தேரோர்
வென்ற கோமான் முன்தேர்க் குரவையும்
ஒன்றிய மரபிற் பின்தேர்க் குரவையும்

என்று வாகைக்குரிய துறை பதினெட்டையும் ஆசிரியர் விரித்துக் கூறிச் செல்கிறார். இதற்கு உரையெழுதும்போது உரையாசிரியர் இளம்பூரணர் "அது களம் பாடுதலும் கள வேள்வி பாடுதலுமாம்" (களவழி – களத்தில் நிகழுஞ் செயல்கள்) என்று குறிப்பிட்டுள்ளார்.

தேரையுடையவர்களைப் பொருதுவென்ற அரசன் தேர்முன் ஆடுங்குரவைக் கூத்தும், பொருந்திய மரபின் தேர்ப்பின் ஆடுங் குரவையும் பிறவும் கூறப்படுகின்றன.

இவற்றிற்கு உதாரண விளக்கமாக ஆங்காங்குச் செய்யுட்கள் அமைந்து கிடக்கின்றன.

களவேள்வி: புறம் 26.
ஏரோர் களவழி: புறம் 269.
போரோர் களவழி: களவழி 36.
முன்தேர்க் குரவை: புறம் 371.
பின்தேர்க் குரவை: பு.வெ. வாகை 8.

குறிஞ்சிக்குப் புறனான வெட்சி, கரந்தை ஆகியனபற்றிக் கூறுகையில்,

மறங்கடைக்கூட்டிய துடிநிலை சிறந்த
கொற்றவை நிலையும் அத்திணைப் புறனே

(தொல். புறப்.3)

இதற்குப் பொருள் கூறும் நச்சினார்க்கினியர்,

"போர்க்களத்து மறவரது மறத்திறனைக் கடைக் கூட்டிய துடி நிலையும், அத்தொழிற்குச் சிறந்த கொற்றவைக்குப் பரவுக்கடன் கொடுக்குங்கால் அவளது நிலைமை கூறுதலும் குறிஞ்சிக்குப் புறமாகும்"

என்று கூறுவார். பரணி இலக்கியத்திலே காளி வகிக்கும் முக்கியமான இடத்தைப் பார்க்கும்போது பண்டைத் தமிழ் மறவர்கள் வழிபட்ட கொற்றவையின் நினைவு எமக்கு வராமற் போக முடியாது. கொற்றவை என்னும் பழைய திராவிடத் தெய்வமே, காளி, பராசக்தி, ஜெகதாம்பாள், பார்வதி என்றெல்லாம் ஆரியக் கடவுள்களுடன் பிற்காலத்தில் கலந்து கொண்டாள்.

பண்டைப் போர்க்களங்களிலே பேய்மகளிர் ஆடுவதைப் புறம், பதிற்றுப்பத்து முதலாய இலக்கியங்களிலே காணலாம்.

வடுதார் தாங்கி யமர் மிகல் யாவது?
பொருதாண் டொழிந்த மைந்தர் புண்தொட்டுக்
குருதிச் செங்கைக் கூந்தல் தீட்டி
நிறங்கிளர் உருவிற் பேஎய்ப் பெண்டிர்

(புறம் 62)

என்று புறப்பாடல் கூறுவது காணலாம்.

களத்தின்கட்பட்ட வீரரது புண்தொட்டு அவ்வுதிரந்
தோய்ந்த செய்ய கையால், தமது மயிரைக் கோதி
நிறமிக்க வடிவையுடைய பேய்மகளிர் பறையினது
தாளத்தேயாட

என்று அப்பாடல் கூறுகின்றது.

மறக்களவேள்வி, கொற்றவை வழிபாடு, மன்னனது தேர்க் குரவை, பேய்மகளிரது செயல்கள் ஆகியவற்றை அடிப்படையாகக் கொண்டே களம்பாடும் இலக்கியங்கள் தோன்றின என்று நாம் கொள்ளலாம். அது மக்கள் சமுதாயத்தின் கூட்டு வாழ்க்கையினின்றும் தோன்றியதையும் நாம் நினைவில் இறுத்திக் கொள்ளலாம்.

சங்கமருவிய காலத்தே தோன்றிய பதினெண் கீழ்க்கணக்கு நூல்களுள் ஒன்றான களவழிநாற்பது ‘களம்பாடும்’ இலக்கிய வடிவத்தின் தோற்றத்தைக் குறித்து நிற்கின்றது. எனினும் களவழி நாற்பதைப் பொறுத்தவரையில் அது போரின் சிறப்பைப் போற்றுகின்றதா அல்லது போரின் கொடுமையை மறைமுகமாக விவரிக்கிறதா என்று நிச்சயமாகக் கூறமுடியாதுள்ளது. போர் ஒரு சமுதாயக் காட்சியாகவும் சமுதாயத்திலே பெரும்பகுதி மக்களின் வாழ்க்கையைப் பாதிக்கும் சம்பவமாகவும் செல்வம், அதிகாரம், தராதரம், புகழ், சிறப்பு ஆகிய சமுதாயத் தேவைகளையும் மதிப்புக்களையும் நிச்சயிக்கும் சாதனமாகவும் அமையும் காலத்திலேதான் போர் முழுக்க முழுக்கத் தன்னளவில் முக்கியத்துவம் பெறுகிறது. சுருங்கக் கூறின் போரின் பலாபலன்கள் வெளிப்படையாகச் சமூகத்தின் பௌதீக நிலைமையினை மாற்றும் சக்தி வாய்ந்ததாக அமையுங் காலத்திலேதான் போர் பற்றிய அர்த்தமுள்ள இலக்கியங்களும் சிந்தனைகளும் தோன்ற முடியும். அத்தகைய ஒரு சூழ்நிலையிலே சோழர் காலத்துப் போர்களின் அடிப்படையிலே அழியாத சித்திரமாக அமைந்தது கலிங்கத்துப் பரணி. போர் என்னும் சோழர் காலப் பௌதீக அடிப்படையில் நின்றுகொண்டு, பழைய நம்பிக்கைகள், சடங்குகள் முதலியனவற்றின் துணைக்கொண்டு, இருவேறு உலகத்தைப் படைத்துவிடுகின்றார் பரணியாசிரியர். மெய்ம்மையுலகமாக மக்கள் உலகம் உள்ளது. பொய்ம்மையுலகமாகப் பேய்களின் உலகம் இருக்கிறது. பழைய நம்பிக்கையும் சடங்குமான களவேள்வி, பரணியிலே கலைவடிவமாகவே அமைந்துவிடுகின்றது. எனவேதான் பேராசிரியர் ந. சுப்பு ரெட்டியார் கூறுவது போல, “கற்பனையில் மலர்ந்த ஈடற்ற சிறு காப்பியமாக” அது மிளிர் கின்றது. தெய்வப் பரணி என்னும் சிறப்பையும் பெற்றுள்ளது.

~ ~

பொருள் அகரவரிசை

அநுபிரேக்ஷை, 109
அரசு, 34, 39, 43–46, 53, 72, 80–81, 110
ஆரியர், 15, 150
ஆன்மா, 23, 48, 153, 158
இராசராசன், முதலாம், 126–29, 131
இராசேந்திரன், 126–27
இரும்புக் காலம், 26, 47
இலிங்க வழிபாடு, 15, 18
உற்பத்தி உறவு, 129
ஊழ் 96, 109, 114–5, 118, 154
எகிப்திய நாகரிகம், 16
ஐயனார், 54
கணிகையர், 118–9
கபாலிகம், 97
கருத்துமுதல்வாதம், 48
காளாமுகம், 97
குலமரபுக் குழுக்கள, 34, 53, 110
கொற்றவை, 21–2, 24, 26–8, 75, 150, 169–70
சக்தி வழிபாடு, 15–22, 68
சடங்கு, 63, 166, 170
சமணர், 76, 79, 85, 87, 91, 94, 96, 98, 99
சாங்கியம், 23–4, 164
சிந்துவெளி நாகரிகம், 15–22, 24, 29–31, 69
சிரிய நாகரிகம், 16
சிவ வழிபாடு, 15, 145
சின்னாசிய நாகரிகம், 16
சைவசித்தாந்தம், 16, 18–19, 22–4, 106, 121, 157–8, 160, 162, 164
தந்தை வழி நாகரிகம், 22
தமிழ்ச் சங்கம், 44
தனியுடைமை, 43, 82
தாய்வழி உரிமை, தாய முறை, 17, 22
தாய் வழிச் சமூகம், 69
தேவதானம், 134–5
நடுகல் வழிபாடு, 49–53
நந்திவர்மன், 102
நிலப்பிரபுத்துவம், 127
நிலமானிய முறை, 128–146
நிலவுடைமை நிறுவனங்கள், 31, 136, 145
நெடுஞ்செழியன், 41, 44
பரத்தமை, 118
பல்லவர், 32, 76, 78–9, 87, 89–91, 93–7, 99, 102–03, 106, 120, 122–24, 127, 142, 144–45, 152, 154–55
பள்ளிச்சந்தம், 87
பள்ளிப்படை, 50, 54, 147
பாசுபதம், 97
பாண்கடன், 36
புராதன பொதுவுடைமை, 45
பெருங்கல் வளைவுப் புதைகுழிகள், 47, 49
பெரும் பெயர் உலகம, 55–6
பேய் மகளிர், 58–75
பைரவம், 97
பௌத்தம், 30, 87, 138
மரவழிபாடு, 18–9
மாயை, 23
முருகன் 21, 24–7, 41, 75
முருக வழிபாடு, 24–7, 74
வணிக வர்க்கம், 111, 124, 154
வம்ப வேந்தர், 35
விசயாலயன், 124–126, 131
வீரசுவர்க்கம், 55
வீரயுகம், 48
வீரவணக்கம், 46–57
வெகுசனப் பிரசார சாதனங்கள், 36
வெறியாட்டு, 25–26, 28, 168
வேதகாலக் கடவுளர்கள், 20, 24, 150
வேலன், 20, 24–26, 28, 75, 168
வைணவம், 29

நூலாசிரியர் அகரவரிசை

அப்பாதுரை, அ., 134–35, 137
அள்ளூர் நன்முல்லையார், 53
அனவரதவிநாயகம் பிள்ளை, 21
ஆறுமுக நாவலர், 99, 144, 158
இராசமாணிக்கனார், மா., 101, 145, 149
இளங்கோ, 85, 108, 113, 119
உமாபதி சிவாசாரியார், 142,–3; 158
ஏங்கல்ஸ், 34, 38–9; 83, 94, 110–111, 115–16, 125, 155
ஏரன்பெல்ஸ், ஓ.ஆர்., 22
ஐயங்கார், இராமஸ்வாமி, 87; 98
ஔவையார், 40
கணியன் பூங்குன்றனார், 45; 108, 109
கதையங் கண்ணனார், 60
கம்பர், 146; 162
கல்லாடனார், 41; 59–60
கனகசபைப் பிள்ளை, வி., 39
கார்பற், டபிள்யூ, 65
கார்ல் மார்க்ஸ், 93
கார்ஸ்ரன், ஆர்., 47
காரைக்காலம்மையார், 31–33
காவிட்டனார், 60
கிப்ஸ், மரியன், 132
குர்யே, ஜி.எஸ்., 101
கெட்டில், அர்னல்டு, 161
கொட்றிங்ரன், ஆர்.எச்., 65
கோசாம்பி, டி.டி., 18, 19, 29, 81, 91, 152
கோதண்டராமன், பி., 25
சட்டோபாத்தியாயர், டி., 20, 80–81
சதாசிவ பண்டாரத்தார், டி.வி., 128, 130, 138, 147
சந்தா, ஆர்.பி., 16
சாத்தந்தையார், 56
சிமித், றோபட்சன், 63
சிலேட்டர், கில்பாட், 166, 167
சிவஞான சுவாமிகள், 144, 151, 153
சிவராஜ பிள்ளை, கே.என்., 74, 80 83
சீத்தலைச் சாத்தனார், 96, 108, 118, 119
சுந்தரம் பிள்ளை, பி., 77, 95, 99
சுப்பிரமணிய பிள்ளை, ஜி., 19
சுப்பிரமணிய முதலியார், சி.கே., 62, 144
சுப்பு ரெட்டியார், ந., 170
சும்னர், டபிள்யூ.ஜி., 66
செங்கல்வராய பிள்ளை, வ.சு., 98, 101
சேக்கிழார், 90, 138, 142–43, 146
சைல்ட், கோர்டன், 20
ஞானசம்பந்தர், 77–78–91–98, 102, 104, 105
ஞானசம்பந்தன், அ.ச., 104
டேவிட்ஸன், எல்லிஸ்., 56
தீட்சித், எஸ்.கே., 19
தூர்க்கைம், எ., 74
துரைசாமிப் பிள்ளை, சு., 37, 98, 104, 150
தேசாய், பி.பி., 87
தேவசேனாபதி, வி.ஏ., 163
தொம்ஸன், ஜோர்ஜ், 66, 73, 116
நச்சினார்க்கினியர், 42, 71, 128, 167, 169
நம்பியாண்டார் நம்பி, 78
நல்லசாமிப் பிள்ளை, ஜே.எம்., 78
நாகையார், 43

நாராயண ஐயர், சி.வி., 24
நீலகண்ட சாஸ்திரி, க.அ., 18, 93, 100, 122-3, 126-8; 134, 136-7; 139-40; 147, 149, 150, 159-60
பரிமேலழகர், 115
பாரதியார், சுப்பிரமணிய, 58, 104, 166
பாலசுப்பிரமணியம், ம., 121
பிறிபோல்ற்ற, ஆர்., 66
பின்லி, எம்.ஜெ., 38
புத்ததத்தர், 112
புரொம்விச், றேச்செல், 42
புலவியனார், 37
பெருந்தேவனார், 168
பொலிட்ஸர், ஜி., 78
போப். ஜி.யூ., 15
மகாலிங்கம், டி.வி., 91
மகேந்திரவர்மன், 31, 86
மறைமலையடிகள், 17, 18
மஜும்தார், டி.என்., 74
மாங்குடி கிழார், 46
மாங்குடி மருதனார், 44, 60-61
மார்ஷல், ஜோன், 16; 18, 21
மீனாட்சி, சி., 86-7; 92, 98, 100
மீனாட்சிசுந்தரனார், தெ.பொ., 108, 114, 116, 155-56
முகர்ஜி, டி.பி., 89
முருகவேள் ந.ரா., 78
மூலங்கிழார், 43-44

மெய்கண்டார், 145-46; 150-51, 157
மெரடித், 99
மோட்டன், ஏ.எல்., 131
யுவான்-சுவாங், 86
ராமகிருஷ்ணன், எஸ்., 129
ராய், டேவிட், 50
லக்ஷ்மணன், கி., 23
லின்ட்ஸே, ஜாக், 66, 68
லின்ரன், ரல்வ், 64
வானமாமலை, நா., 138, 141, 161
வித்தியானந்தன், சு., 21-22; 27-28; 53-54, 74, 80 108
வில்லியம்ஸ், எப்.ஈ., 65
வீலர், ஆர்.ஈ.எம்., 20
வெப்ஸ்ரர், ஹற்றன், 63-66
வேண்டசாமி, மயிலை சீனி., 51, 86, 105
வேங்கடரமணையா, 49
வையாபுரிப் பிள்ளை, எஸ்., 72-73, 80, 104, 105, 117, 161-162
ஜய்னி, ஜே., 109
ஜேம்ஸ் ஈ.ஓ., 68, 74-75
ஸ்ரீநிவாசன், பி.ஆர்., 47, 49
ஸ்டயிற், எச்.ஏ., 64
ஸ்டேன்ஸ்டூயம், எச்.கியேம், 65
ஸப்பிளிக்கா, மேரி, ஏ., 64
ஹரிஸன், ஜேன், 54-55
ஹொவிற், ஏ.டபிள்யூ., 67
ஹைமண்டோவ், சி.எஃப்., 20

நூற்பெயர் அகரவரிசை

அகநானூறு, 43, 52, 75, 112
அபிதம்மாவதாரம், 112
அரசியல் பொருளாதாரத்தைப்பற்றிய விமர்சனம், 93
ஆயிரத்து எண்ணூறு ஆண்டுகட்கு முற்பட்ட தமிழர், 39
இந்திய நாகரிகத்தில் திராவிடப் பண்பு, 166
இலியாது, 38
ஏர் எழுபது, 143, 162-63
ஓதீசி, 38, 44
கலிங்கத்துப் பரணி, 147, 170
களவழி நாற்பது, 170
குடும்பம் தனியுடைமை அரசு ஆகியவற்றின் தோற்றம், 34, 83
குலோத்துங்க சோழன் கோவை, 148
குறுந்தொகை, 43, 56
சிலப்பதிகாரம், 30, 31, 50, 84-86, 107, 113-116, 117, 163
சிவஞான சித்தியார், 18
சிவஞான போதம், 121
சிறுபாணாற்றுப்படை, 59
திருக்களிற்றுப்படியார், 121-22
திருக்குறள் 68, 84, 86, 88-89, 114-15, 152, 154
திருக்கை விளக்கம், 162-63

திருமந்திரம், 15
திருமுருகாற்றுப்படை, 22, 59
திருவாசகம், 15
திருவுந்தியார், 121-22
தேசிய இலக்கியம், 104
தொல்காப்பியம், 22, 26-8, 49, 70-71, 75, 84, 86, 116, 165, 167, 169
நன்னூல், 103
பட்டினப்பாலை, 84, 111-12
பத்துப்பாட்டு, 28, 30, 79, 111
பதிற்றுப்பத்து, 36, 37, 50, 59, 169
பாஞ்சாலி சபதம், 58
புறநானூறு, 28, 35, 36-38, 40-43, 44, 46-53, 56-7, 59-60, 70, 72, 108, 168-9
புறப்பொருள் வெண்பாமாலை, 41, 71-72, 75
பெரியபுராணம், 90, 101, 105, 144
பெருபாணாற்றுப்படை, 22
மணிமேகலை, 30, 86, 96, 107-08, 112-114, 116-120
மத்த விலாசப் பிரகசனம், 31, 86-87, 100
மதுரைக்காஞ்சி, 30, 59-60, 76, 84, 111
விக்கிரம சோழனுலா, 149
வீரசோழியம், 103